TẠP CHÍ VIÊN GIÁC
SỐ 265 - THÁNG 2/2025

# VIÊN GIÁC

**TẠP CHÍ CỦA NGƯỜI VIỆT TỴ NẠN VÀ PHẬT TỬ VIỆT NAM TẠI CỘNG HÒA LIÊN BANG ĐỨC**

Zeitschrift der vietnamesischen Flüchtlinge und Buddhisten in der Bundesrepublik Deutschland

**CHỦ TRƯƠNG (HERAUSGEBER)**
Congregation d. Vereinigten Vietn. Buddh. Kirche (gem.) e. V.
Karlsruher Str.6 - 30519
Hannover - Deutschland

**QUẢN LÝ TÒA SOẠN**
Thị Tâm Ngô Văn Phát

**CHỦ NHIỆM SÁNG LẬP**
Hòa Thượng Thích Như Điển

**CHỦ BÚT**
Nguyên Đạo

**KỸ THUẬT**
Nguyên Đạo – Quảng Hạnh Tuệ

**BAN BIÊN TẬP & CỘNG TÁC VIÊN**

* **Đức:** HT. Thích Như Điển - Tích Cốc Ngô Văn Phát - Nguyên Đạo - Từ Hùng Trần Phong Lưu - Dr. Trương Ngọc Thanh - Trần Đan Hà - Đỗ Trường - Lương Nguyên Hiền - Đại Nguyên Nguyễn Quý Đại - Nguyên Hạnh HTD - Hương Cau - Hoa Lan Thiện Giới - Thi Thi Hồng Ngọc - Phương Quỳnh - Tịnh Ý - Quỳnh Hoa - Trần Thế Thi - Hoàng Quân.
* **Pháp:** Dr. Hoang Phong Nguyễn Đức Tiến – Chúc Thanh
* **Thụy Sĩ:** TT. Thích Như Tú - Trần Thị Nhật Hưng - Song Thư LTH – Lưu An Vũ Ngọc Ruẩn.
* **Bỉ:** Nguyên Trí Hồ Thanh Trước.
* **Ý:** Huỳnh Ngọc Nga - TS. Elena Pucillo Trương & Trương Văn Dân.
* **Hoa Kỳ:** Tuệ Nga – Họa Sĩ ViVi Võ Hùng Kiệt & Cát Đơn Sa – Diễm Châu – Lâm Minh Anh – thylanthao – Nguyên Minh Nguyễn Minh Tiến – Dr. Bạch Xuân Phẻ.
* **Canada:** Dr. Thái Công Tụng – GS. Trần Gia Phụng – DVM Nguyễn Thượng Chánh.
* **Úc Châu:** TT. Thích Nguyên Tạng – Dr. Lâm Như Tạng – Quảng Trực Trần Viết Dung.
* **Và chư Tôn đức Tăng Ni, Cư sĩ Phật tử cũng như văn, thi, họa sĩ… tán đồng chủ trương của Viên Giác.**

**CÙNG SỰ CỘNG TÁC CỦA (Mitwirkung von)**
Hội Phật Tử VNTN tại Cộng Hòa Liên Bang Đức
Vereinigung der Buddhistische-Vietnamflüchtlinge i. d. BRD

**TÒA SOẠN**
**Chùa/Pagode Viên Giác**
Karlsruher Str. 6 - 30519 Hannover
Tel. 0511 - 87 96 30 . Fax : 0511 - 87 941 200
Website: https://www.viengiac.info
Email Chùa: todinh@viengiac.info
Email văn phòng: pagodevg2020@gmail.com
Email bài vở: chubut.viengiac@gmail.com

* Tạp chí Viên Giác phát hành mỗi hai tháng vào những tháng chẵn. Viên Giác bảo tồn và phát huy truyền thống Văn Hóa Phật Giáo và Dân Tộc Việt Nam ở hải ngoại, không có tính thương mại. Mọi hỷ cúng và ủng hộ để phụ giúp trang trải các chi phí ấn loát, điều hành, bưu phí… chúng tôi xin đón nhận và chân thành cảm tạ.
* Ngoài số ấn bản in trên giấy mỗi kỳ, Tạp chí Viên Giác còn phát hành trên mạng toàn cầu Amazon và phổ biến rộng rãi trên các trang mạng Phật Giáo lớn trên thế giới.
* Ủng hộ hiện kim cho Tạp chí Viên Giác, khi có yêu cầu chúng tôi sẽ gởi đến quý vị biên nhận để làm đơn xin quân bình thuế lương bổng, lợi tức hằng năm ở sở thuế.
* Nội dung bài viết hay quảng cáo đăng trên Tạp chí Viên Giác không nhất thiết là quan điểm hay chủ trương của Ban Biên Tập. Các tác giả hay những cơ sở thuê đăng quảng cáo chịu trách nhiệm về nội dung hay bản quyền trích dẫn theo quy định tác quyền (copyright).

**Trương mục ngân hàng:**
Congr. d. Verein Vietn. Buddh. Kirche Abteilung i.d. Sparkasse
Hannover Konto Nr. 910 4030 66
BIC: SPKHDE2HXXX.    IBAN: DE40 2505 0180 0910 4030 66

# MỤC LỤC số 265

3   Thư Tòa Soạn

Câu chuyện mời nhà Sư mua cá (Thích Như Điển) — 12

Ứng dụng AI trong Hoằng Pháp và Bảo tồn Kinh điển (Nguyên Túc) — 19

Hãy Làm Một Cuộc Cách Mạng (Dalai Lama, Hoang Phong) — 6

Phan Châu Trinh và việc Giáo dục (Trần Gia Phụng) — 37

Năm Ất Tỵ nói chuyện Rắn (Nguyên Trí Hồ Thanh Trước) — 39

**● Phật Giáo & Đời Sống**

5   Lợi ích việc Tụng kinh (HT Thích Trí Tịnh)
11  Pháp môn Lạy Phật (Thích Thái Hòa)
16  Học, Hiểu, Tu và Sống (Nguyên Giác Phan Tấn Hải)
26  Giáo lý không phải công thức toán học có sẵn (Tâm Nhãn)

**Bìa:** Họa sĩ Đình Khải | **Hình minh họa:** Cát Đơn Sa, Lương Nguyên Hiền, U. Ostlaender
**Ấn loát:** Gutenberg Beuys Feindruckerei GmbH

* VG số 266 kỳ tới, chủ đề: *30.04.1975-2025, Năm mươi năm nhìn lại* sẽ phát hành vào 04.2025. Hạn chót nhận bài là 10.03.2025.
* Vì số trang báo có giới hạn nên một số bài viết cũng như Phương danh Cúng dường… không thể đăng hết trong một kỳ. Chúng tôi sẽ lần lượt đăng trong các số báo tới. Xin quý vị thông cảm.

## Thư Tòa Soạn
## Báo Viên Giác số 265
# TÂN NIÊN ẤT TỴ 2025

**27** Kinh nghiệm Niệm Phật trong đời thường (Tiểu Lục Thần Phong)

• **Phật Giáo & Tuổi trẻ - Song ngữ Việt-Đức/VN-DE**

**29** Một Ngày Kia... Đến Bờ - Eines Tages... das andere Ufer erreichen (Bs. Đỗ Hồng Ngọc)

**32** Truyện Cổ Phật Giáo: Oai nghi của người con Phật – Würde und Verhaltensregeln eines Buddha-Anhängers (Tịnh Ý giới thiệu)

**34** Truyện ngắn Thiếu nhi: Gia Đình Mình Là Con Phật - Unsere Familie sind Buddhisten (Thi Thi Hồng Ngọc)

• **Khảo luận**

**42** Đầu Xuân bàn về chữ PHÚC (Lâm Minh Anh)
**47** Ôn cố: Vụ án Lệ Chi Viên năm xưa (Chúc Thanh)
**50** Chữ TÂM trong văn học Việt (Thái Công Tụng)
**55** Những khám phá tình cờ trong Y học (Bs. Trương Ngọc Thanh)

• **Tản văn - Truyện ngắn - Sáng tác**

**58** Ánh sáng nhiệm mầu (Nguyên Hạnh HTD)
**61** Thân... ai mười hai bến nước (Nhật Hưng)
**65** Tia nắng ấm từ Milano "That's Amore" (Kiệt Tấn)
**68** Mẹ nuôi (Lê Hứa Huyền Trân)
**71** Bức ảnh và chồng thư cũ (Trương Văn Dân)
**75** Số con rệp (Diễm Châu Cát Đơn Sa)
**79** Lặng lẽ (Trần thị Hương Cau)

• **Thơ**

**10** Tiếng nhạc Trời mùa Xuân (Diệu Minh Tuệ Nga)
**15** Trong vườn Kinh của Phật (Nguyễn An Bình)
**25** Mẹ là mùa Xuân (Tịnh Bình)
**28** Thơ Nguyễn Chí Trung (Nguyễn Chí Trung)
**31** Chỉ xin em nửa bờ môi mỉm cười (Nguyễn Sĩ Long)
**41** Chiếc áo màu quê (Đan Hà)
**46** Ước một mùa Xuân (Thu Chi Lệ)
**54** Tập thở (Nguyễn Thị Thanh Thủy)
**64** Lặng nhìn (Nguyễn Hoàn Nguyên)
**67** Tìm Nụ Tâm Xuân (Tùy Anh)

• **Thông Tin – Thông Báo**

**83** Uống nước nhớ nguồn (Hoa Lan)
**85** Tin Phật Sự - Thông báo tu học của GĐPT Đức (Nguyên Đạo)
**86** Tin Sinh hoạt Cộng Đồng (Đại Nguyên)
**88** Bản Tin Thế Giới – Bản Tin Việt Nam (Quảng Trực)

---

Viên Giác bộ cũ số một ra mắt độc giả tại Đức vào ngày 1 tháng 1 năm 1979. Thời gian lặng lẽ trôi qua, cứ hai tháng một lần xuất bản như thế. Từ tờ báo nghiệp dư, tự in bằng cách quay Roneo, khổ A5, sau đó vào đầu năm 1981 đổi thành khổ A4 cũng tự in, tự đóng báo để gửi đi qua đường bưu điện. Từ việc thay đổi hình thức cho đến nội dung theo đề nghị của độc giả và nhân sự của Ban Biên Tập cũng như của chùa. Cuối cùng tờ báo được giao cho nhà in chuyên nghiệp của Đức in ấn và gửi đi trực tiếp đến các độc giả tại Đức, ít ra cũng đã hơn 10 năm rồi. Như vậy Viên Giác cho đến nay đã ra đời đúng 46 năm, thực hiện chưa gián đoạn một số nào. Quả thật đó là một công việc phải nói rằng "bất khả tư nghì" (không thể nghĩ bàn). Người xưa thường nói: "Trường đồ tri mã lực, sự cửu kiến nhân tâm" là vậy. Nghĩa là: "Đường dài mới biết sức ngựa, ở lâu mới biết lòng người".

Với tuổi đời cũng như tuổi đạo 46 năm như thế, Viên Giác đã trải qua không biết bao nhiêu khó nhọc của các vị Chủ Bút, Ban Biên Tập, Tòa soạn và cả những độc giả trung thành với chủ trương và việc tiêu thụ của tờ báo; nên mới đứng vững được cho đến ngày hôm nay. Ân nghĩa ấy, không thể dùng lời nói để bày tỏ hết được, mà phải cúi đầu xuống như bông lúa chín, nhằm đáp trả những thâm ân của Quý Vị. Đó mới là điều đáng nói! Điều này cũng giống như người Nhật Bản lý luận rằng: tại sao họ có cách chào hỏi người đối diện mà phải khom lưng xuống và vái chào nhiều lần như thế? Bởi lẽ cuộc đời này của con người cũng ví như một bông lúa. Khi bông lúa còn non, mới trổ đòng đòng, bông lúa hướng thẳng lên trời; nhưng khi bông lúa chín, bông lúa ấy tự động cúi rạp mình xuống. Nghĩa bóng nên hiểu rằng: khi còn trẻ, chúng ta có nhiều mong ước, muốn làm sao chinh phục được cả đất trời, vạn vật với ý hướng vươn lên cao; nhưng khi chúng ta trưởng thành và chín chắn rồi, chúng ta phải nên như là bông lúa, phải cong xuống. Cúi thấp mình xuống không có nghĩa là tự ti mặc cảm, mà cúi xuống để cảm tạ thâm ân của vạn vật, đất trời đã cưu mang ta cho đến ngày nay. Viên Giác cũng như thế, từ lúc mới sinh ra cách đây 46 năm; một đứa con tinh thần chưa có nhiều kinh nghiệm và thời gian cứ thế trôi qua, khiến cho Viên Giác trưởng thành và Viên Giác ngày nay tự đứng vững với ý nguyện ngay từ ban sơ là *vì Đạo Pháp và Dân Tộc* mà tồn tại và phát triển, mong mang đến cho độc giả những hương thơm đạo vị, nhằm cống hiến cho đời. Nhờ vậy mà qua bao nhiêu sóng gió với thời gian báo Viên Giác đã tồn tại cho đến nay. So với những tờ báo đạo ở trong và ngoài nước, kể từ trước năm 1975 và cả cho đến giai đoạn hiện tại, thì báo Viên Giác là một trong những tờ báo Đạo có tuổi thọ lâu dài nhất trong lịch sử của Báo chí Việt Nam chúng ta.

Hiện nay, mọi tờ báo giấy, bất kể của người Việt chúng ta hay của người Tây phương khắp nơi đều đang như ngọn đèn leo lắt trước ngọn gió báo điện tử. Chưa biết ngày nào rồi Báo Viên Giác cũng sẽ tạm biệt hay giã biệt độc giả như bao nhiêu tờ báo giấy khác. Đó cũng là quy luật tất nhiên, vì các pháp luôn bất định, làm sao chúng ta có thể biết trước được ngày mai sẽ ra sao. Tuy nhiên, khi còn hơi thở, còn sự tồn tại của hình hài này và còn tâm trí để chăm lo cho Viên Giác thì Viên Giác sẽ mãi kéo dài tuổi thọ cho đến khi độc giả không cần đến sự hiện hữu của báo Báo Viên Giác nữa mới thôi.

Cuối năm 2024, Hội Đồng Hoằng Pháp (HĐHP) đã tổ chức thành công Đại hội lần thứ 2 trên mạng ZOOM vào ngày 19.12.2024, quy tụ 116 đại biểu, gồm chư tôn đức Tăng, Ni, thiện hữu tri thức và đồng bào Phật tử các giới từ khắp nơi trên thế giới. Thông qua đại hội, Hòa Thượng Thích Như Điển, Chánh Thư Ký HĐHP và Chủ Tịch Ủy Ban Phiên Dịch Trung Ương GHPGVNTN và Hòa Thượng Thích Nguyên Siêu, Chủ tịch Hội Ấn Hành Đại Tạng Kinh Việt Nam (Vietnam Tripitaka Foundation) đã chính thức thông báo, số Kinh sách phiên dịch trong đợt 1 kỳ 2 gồm 8 quyển thuộc bộ Thanh Văn Tạng đã thực hiện xong và đang trên đường vận chuyển đến 12 địa điểm trên toàn thế giới để phổ biến rộng rãi cho Phật tử và giới trí thức Phật giáo nghiên cứu học hỏi và tu tập.

Mặc khác, năm 2024 này cũng đã trải qua không biết bao nhiêu tang thương và đổ nát, chiến tranh khắp nơi trên thế giới bùng nổ. Lòng người nghi kỵ lẫn nhau, mạng người không được quý trọng qua những sự thảm sát tập thể. Tai trời ách nước liên miên như lụt lội, động đất, núi lửa, tai nạn máy bay, xe cộ v.v… Không biết bao nhiêu loại hình về cái chết, chúng ta vẫn nghe ngóng và tiếp xúc hằng ngày, không sao có thể ghi hết vào ký ức được. Việc này lỗi do ai? Ai là người phải chịu trách nhiệm?

Chợ Giáng Sinh ở Magdeburg, Đức Quốc trước lễ Noel một tuần đã xảy ra sự kiện một bác sĩ người gốc Saudi Arabien, sống ở Đức lâu năm, đã tự lái xe tông vào khu Hội Chợ có đông đúc người đang vui chơi dự hội khiến cho 5 người chết; trong đó có một em bé 9 tuổi và gần 200 người bị thương. Đến Tết Dương Lịch, cảnh sát Đức, qua sự cảnh giác canh phòng nghiêm ngặt nên không có bạo động xảy ra tại cổng thành Brandenburg, Berlin; nhưng pháo nổ ăn mừng Tết cũng đã làm cho nhiều người thiệt mạng. Ở Mỹ vùng New Orleans đã xảy ra bạo loạn và cũng có 10 người chết; một vài nơi khác có 5 đến 7 người thiệt mạng nhân Tết Dương Lịch vừa qua. Ở Việt Nam, qua việc giao thông nhân những ngày nghỉ Tết đã bị chết gần cả trăm người và còn không biết bao nhiêu sự kiện tử vong khác đã xảy ra trong thời gian của Giáng Sinh và Tết vừa rồi, không thể thống kê hết.

Năm 2025 đã đến và theo các nhà nghiên cứu cho biết, năm nay cũng chẳng hy vọng gì sẽ tốt đẹp hơn năm 2024 vừa qua, vì tất cả giá cả đều leo thang, nghèo đói, chiến tranh, thiên tai vẫn đang bủa vây chúng ta trên khắp quả địa cầu. Trước thảm cảnh ấy, nếu ai trong chúng ta biết tu tập, hành thiện thì người ấy chắc chắn sẽ tránh được những tai ương, bệnh khổ. Còn những ai mãi tham danh lợi, quyền quý, địa vị… thì chắc rằng quả khổ vẫn còn bủa vây lấy tự thân.

Đức Phật dạy rằng: "Lấy oán báo oán, oán oán chất chồng. Lấy ân báo oán, oán liền tiêu tan". Lời dạy này có giá trị miên viễn, dẫu cho thời gian và không gian có thay đổi đi chăng nữa thì chân lý ấy vẫn mãi có giá trị với con người. Tuy nhiên, con người đã làm ngơ trước lời dạy cao quý ấy, chỉ mãi bám sâu vào hận thù, ganh tị, hiềm khích… thì biết đến bao giờ hận thù kia mới chấm dứt? Chỉ có lòng từ bi mới xóa bỏ được hận thù, chứ hận thù không thể chiến thắng được hận thù. Bằng chứng là chiến tranh dai dẳng gây chết chóc thương đau khắp nơi, như ở Ukraine, Nga, Do Thái, Iran, Hamas v.v… hiện nay. Chỉ khi nào con người biết dừng lại để tự thẩm tra giá trị đạo đức của tự thân, thì lúc ấy mới mong thế giới này được hòa bình. Do vậy Phật Giáo thường hay lấy câu châm ngôn; "Tâm bình, thế giới bình" để tu tập là vậy.

Xin nguyện cầu cho tất cả chúng ta, bất kể dù màu da hay sắc tộc nào đi chăng nữa, thì hãy quên đi thù hận mà hãy nên nhớ rằng chúng ta dẫu có khác nhau về màu da, tiếng nói; nhưng máu của ai trong chúng ta cũng đỏ và nước mắt ai cũng mặn.

Trong năm mới Ất Tỵ 2025 xin hãy dừng lại mọi đố kỵ và cố chấp, tự mãn nơi cá thể, mà hãy hướng về một sự an lạc miên viễn của nội tâm để hòa bình thực sự có mặt trên thế giới này trong suốt cả năm nay và nhiều năm tới nữa.

**Kính nguyện.**
**Ban Biên Tập Báo Viên Giác**

Năm mới cùng ôn lại lời dạy của Sư Ông Vạn Đức (Đức Đại lão Hòa thượng Thích Trí Tịnh)

# LỢI ÍCH VIỆC TỤNG KINH

Nay tôi sẽ nói rõ điều này cho các huynh đệ nghe, vì thông thường ít ai nghĩ đến.

Nhân khi tụng *Kinh Kim Cang* tôi đã khám phá ra một điều mà từ lâu suy nghĩ không biết vì sao trong kinh nói một vị Tu đà hoàn dứt trừ được kiến phiền não, còn tư phiền não thì chậm nhứt là trong bảy đời dứt hết thành A la hán. Vị Tu đà hoàn không có đời thứ tám, chỉ đến đời thứ bảy là cuối cùng. Trong kinh nói rõ ràng, chứ không nói việc tu hành gì cả.

Tôi thường suy nghĩ việc đó hoài, nghiệm mãi không ra. Cho đến khi tụng *Kinh Kim Cang* đến đoạn Phật hỏi ngài Tu Bồ Đề: "Vị Tu đà hoàn có tự nói mình là Tu đà hoàn không? Ngài Tu Bồ Đề đáp là không. Bởi vì Tu đà hoàn gọi là nhập lưu. Nói nhập mà không chỗ nhập. Không nhập vào sắc, thanh, hương, vị, xúc, pháp, đó gọi là Tu đà hoàn".

Ngay đó tôi hoát nhiên hóa giải được cái điều mà tốn không biết bao nhiêu thời gian suy nghĩ về lý do tại sao mà vị Tu đà hoàn không có đời thứ tám, chỉ nội trong bảy đời dứt tư hoặc chứng A la hán. Nghĩa là vị Tu đà hoàn khi kiến hoặc đã dứt rồi thì tâm vị ấy không còn bị chi phối bởi sắc, thanh, hương, vị, xúc, pháp. Do không bị chi phối nên tư hoặc không có dịp phát khởi. Vì không phát khởi nên lần lần nó mòn yếu đi. Do mòn yếu nên nó dứt lần lần. Dứt một phần thì thành Tư đà hàm. Dứt một phần nữa thì thành A na hàm. Dứt thêm nữa cho đến dứt sạch hết thì thành A la hán. Nó dứt từng phần, dứt lần lần. Cũng thế, hằng ngày mình có niệm Phật, tụng kinh, thì lúc đó phiền não, nghiệp chướng nó không khởi. Nó không khởi trong khoảng thời gian mình có niệm Phật, tụng kinh, chứ không phải nó luôn luôn không khởi. Nhưng có như vậy thì nó yếu lần đi. Nó yếu lần đi thì cái lành cái tốt phát triển lên thì gọi là mình có tu. Phiền não nghiệp chướng bị dằn bị phục thì thiện căn công đức phát sanh, cho đến lúc nào đó sắc, thanh, hương, vị, xúc, pháp không còn chi phối nội tâm mình là thành công. Mà cũng không biết đến lúc nào, bởi vì chủng tử phàm phu trong vòng sanh tử luân hồi của mình nó nặng nề lắm, phiền não nghiệp chướng nặng nề lắm. Nhưng nếu hằng ngày mình có phương pháp để dằn để phục, thì nó sẽ yếu lần lần. Bằng không nếu bị sắc, thanh, hương, vị, xúc, pháp chi phối thì mỗi ngày chẳng những nó không yếu mà lại mạnh thêm, thì mình càng chui đầu sâu vào vòng sanh tử luân hồi. Lẽ tất nhiên hai ngã rõ ràng như vậy. Trên đây chỉ là một ví dụ. Nếu các huynh đệ mỗi ngày đều tụng kinh thì sẽ tỏ rõ nhiều điều bổ ích. Do đó, tôi khuyên các huynh đệ siêng năng tụng kinh để thâm nhập trí Phật. ■

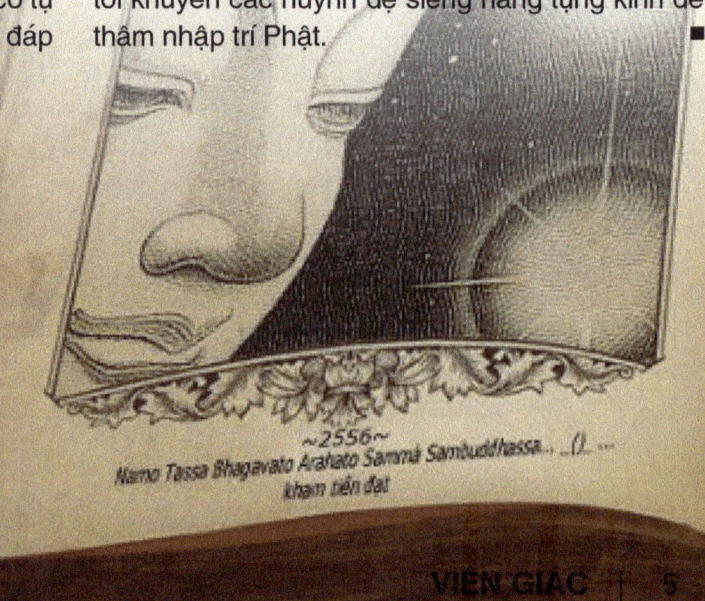

**ĐỨC ĐẠT LAI LẠT MA**
**SOFIA STRIL-REVER**

HOANG PHONG chuyển ngữ

# HÃY LÀM MỘT CUỘC CÁCH MẠNG!
## LỜI KÊU GỌI TUỔI TRẺ CỦA ĐỨC ĐẠT LAI LẠT MA

(Bắt đầu từ VG260)

Ananda Viet Foundation
2018

*Chương 1*: Tôi đặt hết lòng tin nơi các bạn.
*Chương 2*: Hãy biến mình thành những con người bất khuất vì hòa bình.
*Chương 3*: Cuộc cách mạng từ bi.
*Chương 4*: Các bạn có thể làm được gì cho thế giới.
*Chương 5*: Thế giới từ bi là có thật.
Tuyên Ngôn Về Trách Nhiệm Toàn Cầu.

## LỜI GIỚI THIỆU CỦA NGƯỜI CHUYỂN NGỮ

Phật giáo không phải là chỉ để dành riêng cho những người lớn tuổi chuẩn bị cho cái chết của mình, mà còn mở ra một chân trời mới cho tuổi trẻ. Giáo Huấn của Đức Phật không phải là những lời cầu khẩn và van xin mà là lý tưởng, bổn phận và hành động, giúp con người và nhất là tuổi trẻ biến cải cuộc đời mình, bảo vệ sự sống và sự tồn vong của cả hành tinh này.

Bà Sofia Stril-Rever, văn sĩ, chuyên gia tiếng Phạn, Tây Tạng học..., là đệ tử của Đức Đạt-lai Lạt-ma, đã góp nhặt những lời ghi chép trong một cuộc phỏng vấn mà Ngài đã dành riêng cho mình, thành một quyển sách nhỏ mang tựa: "HÃY LÀM MỘT CUỘC CÁCH MẠNG! Lời kêu gọi tuổi trẻ của Đức Đạt-lai Lạt-ma". Quyển sách bắt đầu thành hình ngay sau buổi phỏng vấn diễn ra tại Bodhgaya (Bồ-đề Đạo tràng) ngày 3 tháng giêng năm 2017, hoàn tất ngày 2 tháng 10 tại Dharamsala trên miền Bắc Ấn Độ, nơi lưu vong của Đức Đạt-lai Lạt-ma và sau cùng đã được xuất bản tại Pháp ngày 26 tháng 1 năm 2017 vừa qua.

Quyển sách thật trong sáng, ngập tràn lòng từ bi này của một người tu hành lớn tuổi viết là để dành riêng cho thế hệ trẻ, thế nhưng cũng có thể làm xúc động cả những con tim chai đá và khô cằn của những người kém trẻ trung hơn. Quyển sách gồm năm chương, và trong mỗi chương bà Sofia Stril-Rever trích ra một đoạn ngắn để đưa lên trang mạng của bà.

Bures-Sur-Yvette, 24.12.17
Hoang Phong

### TUYÊN NGÔN VỀ TRÁCH NHIỆM TOÀN CẦU của Đức ĐẠT-LAI LẠT-MA
**Các đoạn trích**

Theo yêu cầu của Đức Đạt-lai Lạt-ma và dựa vào tinh thần giáo huấn của Ngài, Bản tuyên ngôn này đã được bà Sofia Stril-Rever soạn thảo, sau đó đã được Ngài Samdhong Rinpoché, Giáo sư Robert Thurman của đại học Columbia tại Nữu Ước và Giáo sư Eric Itzkin, giám đốc tổ chức "Immovable Heritage"/"Thừa kế muôn thuở" đặt trụ sở tại Johannesburg xem lại và sửa chữa thêm, và sau hết Đức Đạt-lai Lạt-ma cũng đã sửa chữa lần chót tại đại học Oxford ngày 15 tháng 9, 2015. Dưới đây chỉ là vài đoạn trích ra từ Bản Tuyên ngôn trên đây, độc giả có thể xem toàn bộ bản gốc tiếng Pháp trong quyển Nouvelle Réalité/Hiện thực mới, nhà xuất bản Les Arènes, 2016. Một bản Việt dịch đầy đủ cũng đã được đưa lên trang mạng Thư Viện Hoa Sen:

https://thuvienhoasen.org/a26087/tuyen-ngon-cua-duc-dat-lai-lat-ma-ve-trach-nhiem-toan-cau

https://thuvienhoasen.org/a26133/tuyen-ngon-cua-duc-dat-lai-lat-ma-ve-trach-nhiem-toan-cau-2-

Làm Cách mạng từ bi cần phải hội đủ "Ba sự ý thức" và "Mười một sự dấn thân vì sự sống", nêu lên trong Bản Tuyên Ngôn về Trách nhiệm toàn cầu.

### Ý thức thứ nhất
### AN BÌNH TRONG NỘI TÂM VÀ CHIA SẺ MỘT HIỆN THỰC CHUNG TRONG SỰ SỐNG

Sinh ra trên Địa cầu này, tôi là đứa con của sự sống giữa lòng vũ trụ.

(chữ "tôi" ở đây và trong toàn bản tuyên ngôn không chỉ có nghĩa là Đức Đạt-lai Lạt-ma mà là mỗi người trong chúng ta. Trong bản gốc tiếng Pháp chữ "tôi" được chỉ định thật rõ rệt là ở cả hai thể giống đực và cái. Bản tuyên ngôn này cũng là những lời ước nguyện của mỗi người trong chúng ta - ghi chú của người dịch).

Trong số vốn liếng di truyền của tôi có cả thông điệp của vũ trụ này. Tôi được kết nối với tất cả chúng sinh khác và cùng chia sẻ một hiện thực chung của sự sống.

Tôi ý thức được rằng sự an vui của tất cả chúng sinh tùy thuộc vào sự quân bình của các hệ thống môi sinh, các hệ thống này lại tùy thuộc vào sự an bình bên trong con tim của con người và tinh thần tôn trọng công lý của các xã hội con người, trong các xã hội đó không một ai bị gạt ra bên lề, bị thương tổn vì đói khổ, nghèo nàn, xác xơ. Với một tâm thức bình lặng, không thiên vị, không bám víu, không hận thù, tôi xin góp sức duy trì và tái lập sự hài hòa cho sự sống.

Sống với sự an bình và một nội tâm khỏe mạnh, từng hành động của tôi đều nhằm mang lại sự tốt lành cho tất cả chúng sinh, dù là con người hay không phải là con người, và cũng là cả một sự cổ vũ kêu gọi mọi người hãy sống trong niềm hân hoan của tình thương yêu toàn cầu, tương tự như một sự sống bên trong sự sống.

### Ý thức thứ hai
### NHÂN TÍNH TRONG NỘI TÂM CỦA CHÚNG TA

Sinh ra trên Địa cầu này, tôi là đứa con của sự sống, giữa lòng nhân loại và cũng là gia đình của tôi.

Duy nhất chỉ có lòng vị tha mới giúp tôi ý thức được trách nhiệm toàn cầu của tôi và thúc dục tôi hành động vì lợi ích của tất cả chúng sinh.

Sự an bình trong nội tâm, tình thương yêu và lòng từ bi không những nêu lên một lý tưởng cao đẹp, mà còn là một giải pháp thực tế trong bối cảnh của một hiện thực mới, nhằm bảo vệ quyền lợi chung chống lại sự mất gốc của xã hội và sự băng hoại của tinh thần tương trợ.

Trước sự khẩn thiết tạo ra một sự hợp tác chung, tôi hiểu rằng căn bản vững chắc nhất có thể mang lại sự phát triển lâu bền cho toàn thế giới phải được dựa vào sự tu tập của cá nhân tôi, và cũng là để chia sẻ với tất cả mọi người, nhằm mang lại sự an bình nội tâm, tình thương yêu và lòng từ bi.

Đấy là cách làm trỗi dậy trong tôi niềm hy vọng và lòng tin vào cộng đồng xã hội trước số phận chung của nhân loại.

### Ý thức thứ ba
### SATYAGRAHA, HAY SỨC MẠNH CỦA SỰ THẬT

Sinh ra trên Địa Cầu này, tôi là đứa con của sự sống, trong lòng sự an bình rộng lớn của thiên nhiên.

Vào thời đại Internet và toàn cầu hóa này, mỗi khi cảm thấy bị lèo lái hay bị công cụ hóa bởi nền văn hóa kinh-tế-kỹ-thuật thì tôi ý thức được rằng tôi phải biến mình trở thành hiện thân của sự sáng suốt về một thứ trách nhiệm toàn cầu xây dựng trên sức mạnh của sự thật và tình thương yêu, mà Mahatma Gandhi gọi là satyagraha.

Satyagraha thường được dịch là "sức mạnh của sự thật" hay "sức mạnh tâm linh", chính là vũ khí mà tôi mang ra sử dụng trong cuộc chiến phi-bạo-lực chống lại mọi sự bất công. Bởi vì một khi sự thật bùng lên xuyên qua con người tôi thì tôi cũng sẽ trở thành một con người vô địch.

Sống với satyagraha trong từng ngày, dù chỉ là một trong số những người khác nhưng cũng cùng chung với họ, tôi sẽ trở thành một người kiến tạo hòa bình, công lý và sự thật. Là công dân của thế giới, tôi xin sẵn sàng chấp nhận những ràng buộc mới của một công dân trước trách nhiệm toàn cầu.

Không ép buộc cũng không lên án một ai và trong tinh thần kính trọng sự đa dạng, tôi xin làm gương nhắc nhở kẻ khác về quyết tâm nhận lãnh trách nhiệm toàn cầu của mình. Đấy chính là cách giúp cho các thế hệ mai sau có thể trông thấy được vào một ngày nào đó những điều mà tôi hằng ước mơ sẽ xảy đến với thế giới này, dù rằng ngày ấy có thể là tôi sẽ không còn đó để mà trông thấy.

Trong giới hạn của khả năng tôi, với tinh thần hòa bình và tình thương yêu, tôi xin hết lòng kiên trì kiến tạo một hiện thực mới cho Địa cầu trong tình huynh đệ.

### MƯỜI MỘT SỰ DẤN THÂN VÌ SỰ SỐNG

Với quyết tâm sống trọn vẹn với ba ý thức về

trách nhiệm toàn cầu, tôi xin mang tất cả ba ý thức này ghép vào nguyên tắc đạo đức chung, hầu tạo ra một sự mạch lạc hướng dẫn tất cả mọi tư duy, ngôn từ và hành động của tôi. Tuy rằng nguyên tắc đạo đức mà tôi đã chọn cho mình không hẳn là một giải pháp trực tiếp có thể giải quyết được hết các khó khăn mênh mông trong thế giới này, thế nhưng nó cũng biểu trưng cho một sự tích cực nào đó, dựa trên sức mạnh của các quan điểm mà nhiều người chấp nhận, và một lòng quyết tâm hành động trong tinh thần hợp tác giữa những ai cùng dấn thân vì nhân loại. Tôi hiểu rõ tính cách chánh đáng và cần thiết của các quyền hạn của con người và của cả các chúng sinh khác không phải là con người, kể cả môi trường sống, do Liên Hiệp Quốc và các tổ chức quốc tế nêu lên. Thế nhưng các quyền hạn đó, nếu không được khơi động bởi các giá trị của lòng nhân ái trong mỗi người chúng ta, thì sẽ không thể nào tự chúng có thể kiến tạo được hòa bình và mang lại sự hòa giải trên thế giới. Chính vì lý do đó mà Bản Tuyên Ngôn về Trách Nhiệm Toàn Cầu này sẽ thiết đặt nền tảng cho một sự nhất trí, căn cứ trên "Ba ý thức", mà lãnh vực hành động là "Mười một sự dấn thân vì sự sống".

Hành động dấn thân vì sự sống biểu trưng cho một chủ đích mang nhiều ý nghĩa, mà tôi tự nguyện chọn cho mình một cách hoàn toàn ý thức, bởi vì hành động đó phản ảnh một sự thật trong tôi, qua một sự hiểu biết đúng đắn về một hiện thực tương liên nói lên một sự ràng buộc giữa tất cả mọi người

**1- Dấn thân thứ nhất vì sự sống**
**SỰ AN BÌNH CỦA NỘI TÂM**

Tôi nguyện sẽ trở thành chính sự an bình mà tôi hằng ước vọng mang lại cho thế giới này. Hòa bình không phát sinh từ một phán quyết nào cả, cũng không phải là một sự cưỡng bức bằng các áp lực bên ngoài. Hòa bình hiện ra từ cội nguồn là lòng nhân ái trong tôi. Là quả ngọt của lòng từ bi, chín muồi bên trong trái tim tôi. Tôi nguyện nuôi nấng hòa bình lớn lên trong tôi và làm cho nó tỏa ngời. Tôi ý thức được rằng khi từng bước chân của tôi hướng về hòa bình thì nhân loại cũng sẽ cùng tiến lên với tôi trên con đường đó.

**2- Dấn thân thứ hai vì sự sống**
**AHIMSA, TINH THẦN PHI-BẠO-LỰC**

Trong số các hình thức hiến dâng, thì sự hiến dâng mạng sống của mình cho từng chúng sinh, là sự hiến dâng cao quý nhất.

Tôi nguyện trong tinh thần ahimsa, sẽ luôn kính trọng và bảo vệ sự đa dạng của tất cả mọi hình thức của sự sống, để tất cả đều tìm thấy một nơi an trú trên Địa Cầu này. Tôi buộc chặt cuộc sống của tôi, không tách rời một bước, với lý tưởng phi-bạo-lực, và đó cũng chính là ước mơ sâu xa nhất hình thành từ lòng nhân ái trong tôi.

**3- Dấn thân thứ ba vì sự sống**
**ĐẠO ĐỨC CHỐNG LẠI CHỦ THUYẾT PHÂN BIỆT CHỦNG LOẠI**

Ý thức được bản chất yếu đuối và dễ bị thương tổn, mang tính cách tự tại trong mọi hình thức sinh tồn, và đồng thời hiểu được rằng việc tôn trọng các quyền hạn của con người không phải là một lý do để vi phạm quyền sống của các chủng loại khác, tôi nguyện tôn trọng lý tưởng đạo đức chống lại chủ thuyết phân biệt chủng loại (1), và bảo vệ tất cả mọi hình thức của sự sống, kể cả các sự sống mong manh nhất. Các sự sống ấy và chính tôi, tất cả đều lệ thuộc vào nhau.

Đạo đức đó cho thấy việc chăn nuôi kỹ nghệ và mổ giết súc vật là cả một sự tàn ác, không tôn trọng nguyên tắc bất di dịch của một cộng đồng bất khả phân cùng chia sẻ một sự sống chung.

**4- Dấn thân thứ tư vì sự sống**
**NHÂN PHẨM CON NGƯỜI**

Tôi nguyện tôn trọng và bảo vệ nhân phẩm bất khả xâm phạm của con người, nhất là trong các lãnh vực khảo cứu đang tiến hành ngày nay về các vấn đề gây chết không đau, đạo đức sinh học, sinh sản vô tính, các kỹ thuật biến đổi di truyền với mục đích chữa trị hay làm thuyên giảm bệnh tật.

Ý thức được rằng đối xử hung bạo với một con người duy nhất cũng có nghĩa là làm thương tổn đến toàn thể nhân loại, tôi phải luôn cảnh giác trước sự kính trọng các quyền hạn của con người. Tôi có bổn phận giải thoát những kẻ bị áp bức và tất cả những ai còn đang phải gánh chịu số phận nô lệ trong thời đại tân tiến này nay, con số này có thể lên đến hàng triệu người.

Nhân danh đại đa số thầm lặng, tôi xin xông vào cuộc chiến chống lại giáo điều của bọn con buôn núp phía sau chủ trương toàn cầu hóa vô nhân đạo. Tôi quyết tâm không tham gia vào chiến lược của phong trào phi-vật-chất-hóa (2), cũng như các hình thức đầu cơ tài chính đã ăn sâu vào lương tri của bọn tài phiệt và các chính trị gia, nhằm mục đích xóa bỏ trách nhiệm trên phương diện cá nhân.

**5- Dấn thân thứ năm vì sự sống**
**CHIA SẺ VỚI TẤT CẢ MỌI NGƯỜI**

Tôi nguyện nêu cao chủ trương chia sẻ, tương trợ, phục vụ và đoàn kết, và ý thức rằng đấy chính là căn bản cần thiết cho sự sống trên Địa Cầu này.

Tôi chống lại quan điểm bênh vực sự hợp lý của sự thống trị, tuân theo chủ-nghĩa-thực-dụng (3) và các chủ trương ngắn hạn, đấy chỉ là các cách làm nứt rạn tinh thần đoàn kết đưa đến các thể chế độc tài chuyên chế chỉ biết lợi lộc và cạnh tranh, và đấy là nguyên nhân đưa đến tình trạng nghèo-nàn-hóa và làm kiệt quệ nhanh chóng các nguồn tài nguyên.

## 6- Dấn thân thứ sáu vì sự sống
### THỂ CHẾ DÂN CHỦ

Tôi nguyện dấn thân vì thể chế dân chủ với các cơ chế đại diện cho người dân với niềm tin rằng thể chế đó nếu không bị băng hoại vì tham nhũng, sẽ là một thể chế phù hợp nhất đối với bản chất nguyên sinh của nhân loại.

Đó cũng là nền tảng bền vững duy nhất có thể góp phần vào công trình xây dựng một cấu trúc chính trị toàn diện. Bởi vì một thể chế dân chủ đúng nghĩa của nó sẽ chủ trương các phương tiện phi-bạo-lực để bảo vệ sự tự do, trước hết là cho chính xứ sở mình và sau đó là cho toàn thể nhân loại. Thể chế đó sẽ mang lại sự cải thiện trên phương diện cá nhân và cả xã hội, phù hợp với một hiện thực mới và các ước vọng của người dân.

## 7- Dấn thân thứ bảy vì sự sống
### MỘT NỀN KINH TẾ CÔNG BẰNG

Tôi nguyện sẽ góp phần mang lại một nền kinh tế toàn cầu tôn trọng sự sống của tất cả chúng sinh, dù là con người hay không phải con người cũng thế.

Trong tinh thần công lý đó, tôi xin khước từ các sự ưu đãi và đặc quyền dành cho riêng tôi, khước từ tất cả những gì không thể chia sẻ với kẻ khác. Tôi cố tránh không vơ vét một cách dư thừa khiến tôi vi phạm vào sự phung phí của cải, trong khi hàng triệu người phải sống trong hoàn cảnh thiếu thốn. Nếu mỗi người hiểu rằng chỉ nên giữ lại cho mình những gì cần thiết thì sẽ không có ai phải chịu cảnh thiếu thốn cả.

## 8- Dấn thân thứ tám vì sự sống
### NGƯỜI PHỤ NỮ PHẢI ĐƯỢC BÌNH ĐẲNG

Người phụ nữ là mẹ của nam giới. Vai trò của họ là bảo vệ sự sống và giảng dạy cho thế giới đang ngập chìm trong khói lửa chiến tranh, thế nào là ý nghĩa của hòa bình, chẳng phải đấy là liều thuốc màu nhiệm mà thế giới đang khát khao được uống hay sao?

Tôi nguyện sẽ trao cho người phụ nữ quyền hạn được góp phần vào sự thăng tiến xã hội bằng các phương tiện giáo dục, và được nắm giữ các chức vụ với tầm trách nhiệm lớn lao, bởi vì tôi công nhận họ có đầy đủ khả năng bẩm sinh để hồi phục lại nhân tính cho thế giới này, bằng cách khơi động lại ý thức trách nhiệm cá nhân và tập thể theo một chiều hướng vị tha hơn.

## 9- Dấn thân thứ chín vì sự sống
### MỘT NỀN GIÁO DỤC TOÀN DIỆN

Tôi nguyện chủ trương và xúc tiến một hệ thống giáo dục toàn diện nhằm dạy con người biết sống, không những chỉ giúp họ phát huy các khả năng hiểu biết trong lãnh vực trí thức mà còn trên phương diện trực cảm và các phẩm tính của con tim.

Trong tinh thần trách nhiệm toàn cầu, đối với việc giáo dục một đứa trẻ thì thật hết sức cần thiết là phải tập cho đứa trẻ biết suy xét, giúp nó trông thấy những sự sai lầm, ảo giác và thiếu công bằng; nhất là đánh thức nhân tính bên trong đứa trẻ, tập cho nó biết nhìn vào bên trong chính nó bằng phương pháp thiền định hầu giúp nó tìm hiểu tâm thức và các xúc cảm của chính nó. Đấy là cách giúp cho đứa trẻ sớm trưởng thành trên phương diện nhận thức, cảm xúc và khả năng quyết định. Đồng thời cũng nên tập cho đứa trẻ phát huy tình nhân ái và sự tương trợ, là những gì thật cần thiết giúp nó đương đầu với các tình huống bất định của thân phận con người.

## 10- Dấn thân thứ mười vì sự sống
### MỘT NỀN VĂN HÓA NÊU CAO SATYAGRAHA

Tôi nguyện rút tỉa các kinh nghiệm trong lịch sử và dựa vào các nguyên tắc căn bản của satyagraha hầu hình dung ra các phương thức hành động mang lại những sự cải tiến thích nghi chống lại mọi sự áp đặt văn hóa, xã hội và chính trị, có thể khiến cho nhân tính trong tôi mất hết định hướng.

Theo satyagraha thì sức mạnh đưa đến hành động không tùy thuộc vào thể xác mà chỉ có thể phát sinh từ tâm thức. Được hun đúc bởi một tri thức biết suy tư và quán thấy sự thật, sức mạnh đó sẽ trở nên bất khuất, bởi vì nó không biết lùi bước là gì.

## 11- Dấn thân thứ mười một vì sự sống
**PHÁT HUY TRÍ TUỆ VỀ TRÁCH NHIỆM TOÀN CẦU**

*Tôi nguyện với tất cả niềm vui sướng, dù trong bất cứ hoàn cảnh nào của cuộc sống, tôi sẽ luôn phát động trong lương tâm mình một trí tuệ dựa trên trách nhiệm toàn cầu hướng vào mục đích mang lại mọi sự tốt lành cho tất cả chúng sinh.*

*Đấy cũng chính là những gì mà nhân tính trong tôi hằng nguyện cầu biến thành sự thật hầu chuyển hóa lương tâm con người. Bởi vì sự thách đố ngày nay trên hành tinh này là phải xét lại toàn bộ mô hình hiện sinh của thế giới già nua này, hầu dung hòa giữa tiến bộ khoa học và kỹ thuật với tiến bộ đạo đức và nhân tính trong một hiện thực mới.*

**Ghi chú:**

1- "Chống lại quan điểm về chủng loại" là cách tạm dịch chữ antispeciesism/ antipécisme, là một phong trào được hình thành vào thập niên 1970, cho rằng "chủng loại" của một con thú không phải là tiêu chuẩn để đối xử với nó, cũng không phải là để quy định một khuôn khổ đạo đức nào hầu mang ra áp dụng đối với nó. Chủ thuyết "chống lại sự phân biệt chủng loại" này là nhằm đả phá "quan điểm phân biệt chủng loại"/speciesism, nhằm đặt con người lên trên tất cả các chủng loại khác.

2- "Phi-vật-chất-hóa" là cách tạm dịch chữ "dematerialisation", là chủ trương thay thế đồng tiền, hiện vật, của cải, các hình thức tư liệu dưới dạng giấy tờ bằng các dữ liệu vi tính, tức không còn lưu lại một dấu tích vật chất cụ thể nào cả.

3- "Chủ nghĩa thực dụng" là cách tạm dịch chữ "utilitarism", là chủ nghĩa cho rằng thái độ hợp lý nhất là phải mang lại tối đa sự lợi lộc dù là bằng phương tiện nào, và xem đó như là một hình thức lý tưởng trong mọi sinh hoạt xã hội. ∎

**ABOUT THE AUTHOR**

*My Spiritual Autobiography. the Dalai Lama Paperback – International Edition, June 1, 2012 by Sofia Stril-Rever (Author)*
**Sofia Stril-Rever** *is a Sanskrit expert and an interpreter for the Dalai Lama. She received training from a traditional Indian pandit and a Tibetan lama in the monastery of Kirti (Dharamsala). She translated and published a collection titled Kalachakra Buddhist Scriptures and cofounded the website www.buddhaline.net.*

**Hoang Phong** *là bút hiệu. Thế danh Nguyễn Đức Tiến, Tiến sĩ Khoa học, sinh năm 1939, là hội viên Hội Thiền Học Quốc tế AZI (Association Zen Internationale), cựu Giảng sư Đại học Khoa Học Saigon, và cựu Địa chất gia và Kỹ sư tầm khóa công ty dầu khí TOTAL. Ông về hưu năm 1999, và hiện định cư tại Pháp quốc.*

*Trong những năm gần đây, ông đã dành toàn thời gian, công sức nghiên cứu và chuyển ngữ kinh sách Phật giáo của các vị cao tăng Phật giáo Tây Tạng, góp phần hoằng dương Phật pháp, mang lại lợi ích cho chúng sinh.*

---

**THƠ**

Tuệ Nga

# TIẾNG NHẠC TRỜI MÙA XUÂN

Ai níu được cánh thời gian mùa ấy
Có là đây, mà Không cũng là đây
Hỏi lòng mình sao lại trắng như Mây
Một cõi Lạ! Mấy dòng Thơ u tịch ...

Dường như trong đáy suối nguồn tịch tịnh!
Một nguồn Thơ tươi mát, một dòng Trăng
Ai tìm Khôi Nguyên! Vĩnh Cửu! Thường Hằng
Tôi tìm tôi, Suối Mây Hồng êm ả ...

Bên Bờ Tịnh. Tôi cùng Thơ nhàn nhã!
Trải tâm tình... tôi vẽ đóa Hoa Mơ,
Mơ cuộc đời! Thiện Mỹ đẹp như Hoa ...
Mơ Nhân Loại... Thương Yêu đầy cuộc sống,

Đạo Từ Bi! Đạo Vào Đời hiển lộng ...
Trong nắng chiều tịch mịch, nắng hoàng hôn
Tiếng Chuông Vang. Vang thanh thoát cõi hồn
Tưởng Cực Lạc Giữa Ta Bà nhân thế.

Tiếng Chuông Vang... mênh mang hòa tiếng Kệ
Đời An Bình. Xuân Diễm Tuyệt nhân gian
Vườn sau chùa rực rỡ cội Mai vàng
Thơ Vào Hội. Mây Trời xanh. Gió mát ...

Trong tiếng Gió nghe chừng như tiếng Nhạc:
Tiếng Nhạc Trời... Rung! Ba Cõi Bình An!
Lạy Thế Tôn! Huyền Diệu Ánh Đạo Vàng
Độ Muôn Loài qua khỏi nhà lửa đỏ.

Ngài Là Ánh Trượng Quang Ngời Ngời Tỏ!
Khai Mở Đường Chân Lý! Độ chúng sinh
Tiếng Nhạc Trời Bát Ngát Trải Muôn Phương
...
Mừng Xuân Mới! Xuân Hòa Bình Thế Giới!

Thích Thái Hòa

# Pháp môn lạy Phật

Một trong những pháp môn căn bản của người Phật tử là lạy Phật. Lạy Phật thành ra bản tánh tự nhiên của người Phật tử. Cử chỉ ấy tạo thành nếp sống tâm linh của họ.

Năm 2008, có vị sư Thái Lan đến Tàng Kinh Các, chùa Phước Duyên Huế, thăm tôi và xin tôi chia sẻ pháp hành. Tôi không chia sẻ Thiền tập Vipassana, hay Thiền tập Tứ niệm xứ, vì tôi biết những pháp môn này là căn bản hành trì của Phật giáo Miến Điện, Thái Lan, Tích Lan, Lào và Khờ-me, nên tôi chỉ chia sẻ pháp môn lạy Phật toàn thân mà tôi thường hành trì đến với vị sư này.

Tôi chia sẻ rằng: "Lạy Phật toàn thân là lạy Phật một cách trọn vẹn cả thân và tâm. Đối với thân thì trán, hai tay và hai chân đều rạp xuống sát đất. Nghĩa là khi ta lạy hai đầu gối sát đất, hai khuỷu tay sát đất và hai bàn tay ngửa ra duỗi thẳng quá trán, và đỉnh đầu của ta chạm xuống sát đất. Đối với tâm phải có nội dung của năm căn bản là Tín, Tấn, Niệm, Định và Tuệ. Tín là niềm tín kính đối với Tam bảo. Tấn là nỗ lực biểu hiện niềm tín kính đối với Tam bảo trở thành hiện thực trong khi lạy, cũng như trong đời sống. Niệm là duy trì sự tín kính Tam bảo có mặt một cách rõ ràng trong từng động tác lạy. Định là lạy Phật với thân tâm nhất như. Tuệ là quán chiếu nhân hạnh tu hành của Phật và quả vị viên thành của Ngài, để soi chiếu vào nhân và hạnh tu tập của ta trong khi lạy. Và tuệ là quán chiếu chư Phật trong ba đời và mười phương đang có mặt hiện tiền cho ta kính lạy, và mỗi lạy của ta đều chạm tới nhân địa và hạnh nguyện tu hành của các Ngài. Đồng thời mỗi lạy của ta, cũng chạm tới được tự tánh thanh tịnh nơi ta, khiến tự tánh ấy sáng lên nơi tâm ý của ta.

Lạy Phật sát đất với năm bộ phận của cơ thể và với tâm có năm nội dung như vậy, là để nhiếp phục tâm kiêu mạn nơi ta và tỏ lòng thành kính của ta đối với công hạnh tu tập của chư Phật và tôn trọng Phật tính nơi ta.

Lạy Phật như vậy, ta có thể thực tập mỗi ngày và mỗi lần thực tập lạy Phật, những hạt giống chấp ngã, kiêu ngạo nơi ta sẽ tự rơi rụng. Ta sẽ đi tới được với mọi người và muôn loài bằng tâm tín kính của ta.

Tại sao lạy Phật mà tâm chấp ngã, kiêu ngạo nơi ta bị rơi rụng và ta có thể đi tới được với mọi người và có thể đi vào được biển cả giác ngộ? Vì tâm chấp ngã, khiến ta không đi tới được với mọi người; vì tâm kiêu ngạo, nên ta mất hết niềm tin đối với tất cả. Nên, lạy Phật là ta lấy lại niềm tin cho ta và khiến ta có khả năng sống vô ngại với mọi người. Một trong những đặc tính của biển là không dung tử thi, cũng vậy một trong những đặc điểm của biển cả giác ngộ là không dung tâm kiêu mạn và chấp ngã. Hễ còn tâm kiêu mạn và chấp ngã dưới bất cứ hình thức nào, thì ta cũng không thể vào được với biển cả giác ngộ. Nên, lạy Phật với tín tâm thanh tịnh, thì trước sau gì, những hạt giống kiêu mạn, chấp ngã nơi tâm ta cũng tự rơi rụng, khiến biển cả giác ngộ nơi tâm ta hiện ra cho ta.

Vì vậy, Phật thì không cần ta lạy, nhưng ta lạy Phật là để nuôi lớn niềm tin trong ta và niềm tin trong tất cả mọi người và muôn loài.

Khi ta lạy Phật có niềm tin, có chánh niệm tỉnh giác, có hạnh và nguyện, thì gối chân phải ta chạm xuống sát đất, tâm ta liền khởi lên nguyện rằng: "Nguyện cho hết thảy chúng sanh đều chạm vào được con đường giác ngộ". Khi gối chân trái chạm xuống sát đất, tâm ta liền khởi lên nguyện rằng: "Nguyện cho hết thảy chúng sanh an trú ở trong chánh đạo, không bị rơi vào tà kiến". Khi tay phải chạm xuống sát đất, tâm ta liền khởi lên nguyện rằng: "Nguyện cho chúng sanh đều được như Thế Tôn, ngồi vào tòa kim cương, đại địa chấn động, tướng tốt hiển bày, chứng nhập đại bồ đề". Khi tay trái chạm xuống sát đất, tâm ta liền khởi lên nguyện rằng: "Nguyện thành tựu Tứ nhiếp pháp, nhiếp phục hết thảy chúng sanh vào đạo bồ đề". Khi đỉnh đầu chạm xuống sát đất, tâm ta liền khởi lên nguyện rằng: "Nguyện cho hết thảy chúng sanh buông bỏ tâm kiêu mạn, thành tựu Vô kiến đỉnh tướng".

Sau khi chia sẻ với vị sư ấy xong, cả hai chúng tôi đều thực tập phương pháp lạy này và cảm thấy thân tâm nhẹ nhàng, hạnh phúc.

Nếu ta không có duyên thực tập thiền quán, thì khi ngồi yên lặng chỉ vài phút là ta đã không làm nổi, chứ nói gì đến vài giờ. Nếu ta không có duyên lạy Phật, thì dù lạy một lạy đã khó, chứ nói gì lạy Phật mỗi ngày khiến phiền não rụng rơi. Nếu ta không có duyên với ăn chay, thì ăn một bữa đã khó thực hành, chứ nói gì ăn chay tháng sáu ngày, mười ngày, hay ăn chay trường. Nhưng khi ta đã có đủ duyên với pháp môn nào, thì việc ta hành trì pháp môn ấy rất dễ dàng đối với ta.

Lạy cha mẹ Tổ tiên huyết thống hay lạy Tổ tiên tâm linh, mà ta chưa có đủ khả năng để lạy, thì làm sao ta có thể lạy được một lạy đối với người ghét mình, đối với người khinh mình?

Kinh Pháp Hoa đã ghi lại sự kính lễ của Bồ tát Thường bất khinh đối với những kẻ khinh mình và những kẻ ghét mình. Ghét mình và khinh mình là chuyện của những người tâm đầy cao ngạo, tâm đầy tăng thượng mạn và thù hận, nhưng Bồ tát Thường bất khinh, thì không thù hận với ai, không kiêu ngạo với ai và cũng không hề tăng thượng mạn với bất cứ pháp môn nào do mình hành trì, ngay cả pháp môn mà Bồ tát đang thực hành là kính lạy những người chống đối mình.

Nhờ thực hành pháp môn kính lễ chư Phật, mà Bồ tát Phổ Hiền năng sở đều rỗng không, khiến Bồ tát đi vào được biển cả giác ngộ của chư Phật; và nhờ kính lễ những người chống đối, phỉ báng mình với tâm rỗng lặng, năng sở tiêu dung, mà Bồ tát Thường Bất Khinh chứng nhập biển hoa sen thanh khiết vô nhiễm.

Vì vậy, pháp môn lễ Phật là pháp môn vừa căn bản, vừa sâu thẳm vi diệu, nên nếu là con Phật thì chúng ta không thể không thực hành mỗi ngày, để cho cái lạy của ta từ cạn tới sâu, từ thô đến tế, từ hẹp tới rộng, từ hữu hạn đến vô cùng và từ trắc lượng đến chỗ bất khả tư nghị… ■

*(Gió đùa reo nắng mới)*

*Viện Phật học (Đại học Phật Quang – Đài Loan) tiếp đón phái đoàn HT Thích Như Điển từ Đức quốc*

Thích Như Điển

# Câu chuyện mời nhà Sư mua cá

[Chuyện bên đường trong chuyến đi Hoằng Pháp tại Đài Loan từ ngày 12.11 đến ngày 2 tháng 12.2024]

Suốt năm 2024 lịch làm việc của tôi dày đặc, đến tháng cuối tháng 11 sau chuyến Hoằng Pháp tại Hoa Kỳ tôi còn chút thì giờ định sắp xếp sang Thái Lan có chút việc và thăm viếng. Vô tình trong đoàn Hoằng Pháp có thầy Trung Thành đang học tại Đài Loan biết được và thưa rằng: "Bạch Sư Ông, chúng con ở Đài Loan khao khát mong được Sư Ông đến đó một lần để thăm viếng, vì bây giờ ở đấy đã có trên 100 Tăng Ni từ Việt Nam đến đó du học và trên dưới 600.000 người Việt lấy chồng Đài cũng như đi lao động; nên chúng con mong Sư Ông đến đó một lần để thăm một chuyến". Thế là tôi lo book vé đi Đài Loan thay vì Thái Lan như đã dự định.

Ngày 22.2.1972 lần đầu tiên đi ra khỏi nước

để đến Nhật Bản du học, máy bay Air Việt Nam bay đến Tokyo phải dừng chân các nơi như Hồng Kông, Taipei, Osaka rồi mới đến Tokyo. Taipei ngày ấy còn thua xa Sài Gòn mình nhiều lắm. Thế mà hơn 50 năm sau, Đài Loan bây giờ là Nhật Bản của 50 năm về trước. Phi trường Đào Viên ở Đài Bắc bây giờ, Sài Gòn chắc chắn không qua mặt nổi. Nếu có, chắc cũng cần chừng vài ba chục năm nữa. Quả thật đời là thế. Không tiến, ắt phải lùi. Đó là một định luật vậy.

Đón tôi tại phi trường Đào Viên lần này là Thầy Hạnh Bảo, Thầy Trung Thành và Cô Tịnh Liên. Hơi còn sớm cho buổi cơm trưa tự chọn tại tiệm chay nhiều món; nên chúng tôi đi đổi tiền để lo cho chuyến đi sắp đến. Giờ hẹn Thượng Toạ Tịnh Dũng và Quý Sư Cô người Đài Loan tại nhà hàng chay và chúng tôi đã đến đúng giờ. Nhà hàng này chúng tôi đã đến nhiều lần và mỗi lần có nhiều món chay thay đổi, rất hợp khẩu vị với người Việt Nam và ít nhất cũng hơn 300 loại khác nhau từ khai vị đến dùng tráng miệng.

Kỳ này đến Đài Loan thấy có nhiều điều lạ như: đèn đỏ ở Đài Bắc, xe hơi cũng có thể đi, đến đèn đỏ tiếp tục thì dừng lại. Việc này trên thế giới chỉ có Đài Loan ứng dụng; chứ tôi chưa thấy nơi nào như thế cả. Đi và đến ít nhất là 85 nước trên thế giới; nhưng tôi chưa thấy nơi nào có những trạm dừng xe hơi trên xa lộ rộng rãi thênh thang, mà ngay cả Mỹ cũng chưa hề có. Nếu nói ở Đức trên xa lộ có thể chạy không giới hạn với những chỗ cho phép, thì Đài Loan với những trạm dừng chân để đổ xăng và nghỉ ngơi trên xa lộ, cả thế giới mà tôi đã đi qua 85 nước, chưa có nơi nào bằng. Nếu bảo nhà vệ sinh trên xa lộ của Nhật Bản ở gần núi Phú Sĩ, tốt hơn cả khách sạn 5 sao, thì Đài Loan ngày nay cũng có nhiều điều đặc biệt lắm. Tôi sẽ lần lượt viết để kể hầu quý vị.

Nếu ở Việt Nam danh xưng Hoà Thượng là lớn thì ở Trung Quốc hay Đài Loan phải gọi là Trưởng Lão mới lớn. Chữ Sư Phụ mà chúng ta hay dùng chỉ để gọi Thầy Bổn Sư của mình đã quy y Tam Bảo; nhưng ở Trung Quốc và Đài Loan dùng để chỉ cho vị Thầy, Cô như tiếng Việt Nam mình hay gọi; hoặc chữ Sunim của Đại Hàn, Kusho của Tây Tạng. Ban đầu mới nghe hay được nghe cách tự xưng là Sư Phụ đối với người đối diện, tôi hơi ngỡ ngàng; nhưng ở Đài Loan là chuyện bình thường.

Trước năm 1975 Đài Loan chỉ có Phật Học Viện cho Tăng Ni Sinh tu tập; nhưng ngày nay có nhiều Đại Học Phật Giáo như: Phật Quang, Pháp Cổ, Hoa Phạn, Phước Trí hay những Phật Học Viện có cả việc đào tạo cử nhân, cao học, tiến sĩ như: Quang Đức, Viên Quang v.v… Tất cả những nơi đây chúng tôi đều đã ghé thăm và thuyết trình, trao đổi văn hoá, giáo dục với Quý Thầy, Cô giáo người Đài Loan. Ngày xưa trước năm 1975 ở Việt Nam thành quả của các học vị ở cấp bậc Đại Học là: Cử Nhân, Cao Học và Tiến Sĩ; trong khi đó ở Trung Quốc, Đài Loan ngày nay là: Cử Nhân, Thạc Sĩ và Bác Sĩ. Chữ Tiến Sĩ hình như chỉ có ở Việt Nam dùng; chứ các nước Trung Hoa, Nhật Bản, Đại Hàn đều gọi là Bác Sĩ. Ví dụ như Bác Sĩ Triết Học, Bác Sĩ Giáo Dục, Bác Sĩ Ngôn ngữ học v.v… Chữ Bác ở đây có nghĩa là người học rộng, chữ nghĩa nhiều; chứ không nhất thiết là người học y khoa khi ra trường. Việc này chỉ có ở Việt Nam; chứ thế giới ít nghe đến. Việc học ngày nay ở các nước trên thế giới tương đối gần giống nhau; nhưng trước đây thì khác nhau nhiều lắm. Ví dụ như ở Đức bậc Trung Học phải học 13 năm, cử nhân 5 năm và Tiến (Bác) Sĩ 3 đến 5 năm. Do Trung Học và Đại Học đã là 18 năm; nên ở Đức ngày xưa không có bằng MA (Cao Học) mà khi ra trường BA cũng có nghĩa là MA. Bây giờ thì Đức đã theo hệ thống giáo dục của Mỹ và Nhật Bản. Ở Anh và Ấn Độ lại càng khác hơn nữa. Nghĩa là sau MA còn phải học hai năm MPhl nữa, kế tiếp đó mới làm PhD.

Ngôn ngữ ngoại giao vẫn là tiếng Anh; nhưng

đến Đài Loan lần này tôi đã có cơ hội để trao đổi với Quý Thầy, Cô giáo tại các Đại Học Phật Giáo bằng tiếng Hoa, tiếng Nhật, tiếng Đức và tiếng Việt. Ở Việt Nam và các nước khác trên thế giới gọi Viện Trưởng là để chỉ cho người đứng đầu các Đại Học; nhưng ở Đài Loan thay vì gọi là khoa trưởng phân khoa Phật khoa thì được gọi là Viện Trưởng. Những người học ở Đại Học thường được gọi là Sinh Viên hay nghiên cứu sinh; nhưng ở Đài Loan vẫn được dịch là Học Sinh thay vì Sinh Viên.

Những Đại Học Phật Giáo tại Đài Loan ngày nay các sinh viên ngoại quốc có thể ở lại trong những cư xá, ăn uống tự túc hay tại Căn-tin; nhưng nhiều người cũng nhận được học bổng của trường, nếu có những nghiên cứu hay viết bài với số điểm được ấn định. Đây là cơ hội tốt cho các Tăng Ni sinh Việt Nam đang và sẽ du học tại Đài Loan. Tất cả các Đại Học qua trao đổi, chúng tôi nhận thấy sinh viên Tăng Ni Việt Nam đều được các Đại Học tại đây khen thưởng nồng nhiệt, vì đa phần đều nhận được học bổng của trường và có tinh thần đoàn kết sinh hoạt có tính cách cộng đồng cao hơn các sinh viên của các nước khác đến đây tu học. Đây là một điểm son của người Việt Nam nói chung vậy.

Điều đặc biệt không ai ngờ tới là hiện nay (năm 2024) tại Đài Loan, Đại Hàn và Nhật Bản, mỗi nước có đến 600.000 người Việt Nam đang sinh sống tại đó. Đa phần là đi lao động và lấy chồng Đài, Hàn hay Nhật. Cuộc sống của họ thì muôn vàn khó khăn. Vì vấn đề ngôn ngữ, vấn đề văn hoá, vấn đề trình độ giáo dục v.v… Chừng chưa tới 10% của người lấy chồng Đài hay Nhật Bản, Đại Hàn thành công, giàu có. Số còn lại phải chịu trăm đắng nghìn cay khi đã lỡ vì miếng cơm manh áo phải trao thân gửi phận nơi xứ người. Do vậy một số Quý Thầy, Cô Việt Nam chúng ta sau khi tốt nghiệp Cao Học hay Tiến Sĩ tại Đài Loan phát nguyện ở lại thuê hay mua nhà để làm chùa, nhằm giúp đỡ những mảnh đời bất hạnh ấy. Mặc dầu Đài Loan không lớn; nhưng suốt 3 tuần lễ chúng tôi đi vẫn chưa hết và thăm chưa đầy đủ các chùa Việt Nam tại xứ Đài. Từ Bắc xuống Nam gồm các nơi như Đài Bắc, Đài Trung, Đài Nam, Đài Tây, Cao Hùng, Chương Hoá v.v… có được các chùa như: Lạc Việt, chùa Việt Nam, chùa Linh Ẩn (do người Đài để lại), chùa Kim Cang, chùa Viên Giác, chùa Việt Đài, Quan Âm Viện, Đạo tràng Hương Hoa v.v… đi và đến nơi đâu cũng thấy Phật Tử tinh tấn tu học; nhưng nhiều khi chủ nhật cũng phải đi làm; nên vội vã lễ phật, nghe pháp và vội vã trở về nhà lo cơm nước cho chồng con cũng như công ăn việc làm cho tuần lễ sắp tới. Những người phụ nữ Việt Nam lấy chồng Đài từ thập niên 90 bây giờ con cái của họ đã xong Đại Học và đi làm. Có cháu nói tiếng Việt sành sỏi; nhưng cũng có một số chỉ dùng ngôn ngữ của cha để giao tiếp; trong khi đó ngôn ngữ của Mẹ đẻ ra mình lại quên đi, không dùng đến. Đây là điều mất mát vô cùng to lớn của những bậc làm cha, làm mẹ vậy.

Chúng tôi đã có dịp tiếp xúc với Quý Ni Sư như: Tâm Châu, Tâm Thanh, Thuần Tịnh, Tịnh Như hay Quý Thầy: Tuệ Hải, Thiện Tài, Nhuận Pháp v.v… thấy sự hy sinh của Quý Thầy, Cô ở đây cho người Việt, không ít ở nhiều khía cạnh về đời sống, tâm lý xã hội, công ăn việc làm v.v… mà ở các xứ khác ở Âu Mỹ đã có những cơ quan xã hội lo cho việc này; nên các chùa cũng nhẹ bớt phần này; còn ở Đài Loan thì chưa được như vậy. Có nhiều người gặt hái được những thành quả nhất định trong khi học tập lao động; nhưng cũng có nhiều người phải bị còng hai tay, dẫn độ lên phi trường để trả về lại Việt Nam, vì đã mãn hạn hợp đồng mà còn ở lại làm thêm, cốt có được ít nhiều gửi về Việt Nam cho Gia Đình. Không biết người trong nước có biết được nỗi khổ tâm của người lao động khi ra đi khỏi nước Việt mình chăng?

Các chùa Đài Loan mà chúng tôi thăm viếng như: Minh Phong (Đài Đông), Long Sơn (Tân Điếm) Thiện Đạo (Đài Bắc) v.v… đều là những chùa tiêu biểu, luôn tu tập theo quy củ Thiền Môn và hành trì miên mật. Thường có những Pháp Hội tu tập trong nhiều ngày trong tháng. Kể cả những Đại Học như Pháp Cổ, hay Phật Học Viện Viên Quang cũng thường tổ chức nhiều khoá tu kèm theo việc học của Tăng Ni và Phật Tử. Đây là điều đáng trân quý biết bao.

Đi suốt đoạn đường dài trong 21 ngày với chúng tôi có Thầy Hạnh Bảo, Thầy Tịnh Dũng, Thầy Trung Thành, Thầy Hạnh Đức, Thầy Trung Phước, Thầy Long Thể. Ngoài ra có một số Quý Tăng Ni tháp tùng ngắn hạn như Thầy Tuệ Hải, Cô Tịnh Liên, Cô Tâm Thanh, Cô Thuần Định, Cô Tịnh Như. Đi đến đâu dầu ở chùa hay nhà khách chúng tôi vẫn hành trì các thời công phu thiền định. Điều đáng ghi nhớ là chúng tôi có ghé thăm chùa Cực Lạc; nơi tôn thờ xá lợi của Pháp Sư Tịnh Không, cơ sở Từ Tế của Sư Bà Chứng Nghiêm ở Hoa Liên và một số cơ sở Phật Giáo khác ở Đài Loan, chúng tôi có thể kết luận rằng: Chỉ có các xứ tự do mới được phát triển tốt như miền Nam Việt Nam trước năm 1975. Vì thuở ấy Phật Giáo miền Nam Việt

Nam đã có các nhà trẻ, cô, ký nhi viện, trường Tiểu Học Bồ Đề, Trung Học Bồ Đề, Đại Học Vạn Hạnh v.v…Thế mà ngày nay Đài Loan mới có. Hy vọng rằng Đài Loan sẽ mãi giữ được chế độ Dân Chủ Tự Do mà Tưởng Giới Thạch đã mang sang đảo quốc này từ năm 1949, kế tiếp tinh thần Tam Dân Chủ nghĩa của Tôn Dật Tiên hay cách mạng Giáo Chế, cách mạng Giáo Sản và cách mạng Giáo Hội của Ngài Thái Hư Đại Sư tại Trung Hoa lục địa từ cuộc cách mạng 10 tháng 10 năm 1911(Tân Hợi). Nếu không có cuộc cách mạng đó, thì không có Đài Loan ngày hôm nay.

Tuy Đài Loan ngày nay đang sánh bằng với Nhật Bản cách đây hơn 50 năm về trước ở nhiều phương diện; nhưng ở nhiều nơi vẫn còn sinh hoạt có tính cách địa phương như chợ trời ở các nước Á Châu khác. Một hôm chúng tôi rời chùa Linh Ẩn bằng xe hơi để đi Phật sự. Trời chưa rạng sáng đã thấy nhiều người đang chuẩn bị mở cửa hàng hay dọn hàng tạp hoá ra để bán. Tình cờ chúng tôi nghe rao bằng tiếng Trung rồi chuyển qua tiếng Việt. Một trong hai người đàn bà Việt Nam nhìn thấy chúng tôi, hỏi lớn rằng: Nhà Sư có mua cá không? Chúng tôi chưa kịp trả lời thì người đàn bà bên cạnh bảo rằng: "Người ta là nhà Sư mà lị". Quả thật trên đời này không phải ai cũng biết các nhà Sư Bắc Tông dùng chay và không dùng đến sinh mạng của chúng sanh. Trong khi đó Phật Giáo ở các nước Nam Tông hay Nhật Bản lại khác.

Chuyện thì còn dài và còn nhiều chi tiết nữa; nhưng đọc nhiều quá, chắc quý vị sẽ ngán nên chúng tôi sẽ tạm ngưng bài viết về Đài Loan tại đây. Xin cảm ân tất cả Quý Thầy, Cô và Quý Phật Tử đã cùng tháp tùng và trợ duyên cho chúng tôi đi Hoằng Pháp ở Đài Loan lần này, kể cả những vị trong Hội Từ Tế như Cô Nhi. Gia Đình Anh Huy, Cô Trung Nghiêm và Quý Thầy Cô Việt Nam tại các Đại Học Phật Quang, Hoa Phạn, Phước Trí, Viên Quang, Quang Đức v.v… Ân nghĩa nghìn trùng ấy sẽ không bao giờ quên được và đặc biệt là Thầy Trung Thành đã lái xe trên nhiều đoạn đường núi, mà Thầy Hạnh Đức ngồi bên trái của tay lái phải thắng gấp không biết bao nhiêu lần. Đó chỉ là một vài kỷ niệm thôi, khi ai trong chúng tôi nhắc lại cũng đều mỉm một nụ cười khó quên là như vậy. ∎

*Viết xong bài này trên chuyến xe lửa tốc hành chạy từ Hannover đến Karlsruher vào sáng ngày 7 tháng 12 năm 2024.*

# NGUYỄN AN BÌNH

# TRONG VƯỜN KINH CỦA PHẬT*

*Về nghe gió hát trên cây*
*Vườn Kinh Pháp Cú rộn đầy tiếng chim*
*Lời vàng ý ngọc diệu huyền*
*Nở trên bia đá an nhiên giữa đời.*

*Thư viện Kinh Phật ngoài trời*
*Đi cùng năm tháng in lời Thế Tôn*
*Nhân sinh thế sự vuông tròn*
*Hương sen thơm ngát như còn quanh đây.*

*Khu vườn tĩnh lặng chiều nay*
*Bước chân dạo giữa rừng cây thì thầm*
*Tán xanh tỏa mát bóng râm*
*Tâm là Phật- Phật là tâm trong lòng.*

*Gió reo từ dưới mạn sông*
*Tùng viên đá khắc những dòng dương quang*
*Nghe trong chuông gió mênh mang*
*Cửa thiền rộng mở đạo vàng ngát hương.*

*Vườn kinh đá: tọa lạc tại chùa Phước Hậu xã Ngãi Tứ huyện Tam Bình tỉnh Vĩnh Long

Bài này sẽ nói về vai trò của người cư sĩ với nhiệm vụ nên học nhiều về Kinh điển, nên hiểu Phật pháp cho thâm sâu, nên tu tinh tấn để làm gương cho người đời thường, và nên sống đơn giản nhằm thích nghi với mọi hoàn cảnh cần để hoằng pháp.

Không phải ai cũng có cơ duyên để học nhiều về Kinh điển. May mắn, thời nay chúng ta đã có kinh điển dịch ra tiếng Việt rất nhiều. Các Kinh điển, Bộ Nikaya và Bộ A Hàm đều đã dịch ra tiếng Việt. Trong khi đó, các buổi giảng Kinh do nhiều vị tăng ni thực hiện đã phổ biến nhiều trên YouTube và các trang web về Phật học. Những gì thắc mắc, có thể hỏi trên mạng Google hay các mạng trí tuệ nhân tạo, như ChatGPT hay Gemini, đều có thể được giải thích ở mức độ tổng quát. Tuy nhiên các giải thích này đều khả vấn, có khi là trích dẫn theo sự giải thích của các học giả Ky Tô Giáo hay không phải Phật tử, cần kiểm chứng.

Thời xưa, nhiều người trong thế hệ cao niên thường có nghi thức trang trọng, như thắp hương, pha trà, quỳ lạy Phật rồi mới để Kinh lên bàn, lên kệ, mở ra xem từng trang. Đôi khi, nhiều vị cứ mỗi khi lật qua trang Kinh là lại lạy Phật. Thời nay, trong hoàn cảnh nhiều người chúng ta phải lao động giờ giấc bất thường, nhà trọ công nhân cũng không có chỗ trang trọng, không nên giữ nghi thức phức tạp. Bây giờ, hễ khi có chút thì giờ, dù là đang ngồi bến xe, hay giữa giờ nghỉ trưa, chiếc điện thoại di động có thể là cánh cửa cho chúng ta đọc các trang Kinh dễ dàng. Đọc Kinh là nghe lời Đức Phật dạy trực tiếp. Tại sao không muốn nghe lời Phật dạy trực tiếp? Thêm nữa, bởi vì không phải vị tăng, vị ni nào cũng có thể hiểu Chánh pháp đúng ý Đức Phật, nên người cư sĩ cần đọc trực tiếp lời Đức Phật dạy để có thể đối chiếu. Lúc đó, khi đọc nhiều Kinh, bạn sẽ thấy các vị tăng, ni giảng pháp trên mạng YouTube hay các bài lý luận của họ cũng không thống nhất nhau. Không hẳn là quý Thầy, quý Cô sai, nhưng tòa lâu đài Chánh pháp khi nhìn từ nhiều hướng, hẳn là có sai biệt. Đức Phật có lần kể chuyện một nhóm người mù sờ con voi và mô tả khác nhau, nhưng khi mắt bật sáng thì thấy y như nhau, cũng không cần tranh cãi gì nữa.

Nguồn hình: Verse 143-144 - The Story of Venerable Pilotikatissa

### Nguyên Giác Phan Tấn Hải

# Học, Hiểu, Tu và Sống

Xin nhớ rằng Chánh pháp không hề có Nam Tông và Bắc Tông, vì thời Đức Phật không hề có hai mươi bộ phái. Hầu hết chúng ta vì là người của thế kỷ 20 hay 21, đều là sản phẩm của Phật Giáo sau hai thiên niên kỷ, nên dễ bị thiên lệch, nghĩ rằng pháp tu này là đúng, pháp tu kia là sai. Do vậy, cư sĩ cần phải đọc Kinh (lời Phật dạy trực tiếp) cho thật nhiều, suy tư cho kỹ càng, đối chiếu tất cả các bộ phái rồi tự mình thấy thích nghi, tu pháp này, rồi tu pháp kia, rồi tự thấy thích nghi khi giảm được tham sân si. Trong khi các tăng ni phải học Kinh, Luật, Luận... cư sĩ chúng ta chỉ cần ưu tiên học Kinh và nghe quý Thầy, quý Cô giảng pháp là tương đối đủ (bởi vì, hãy nhìn thấy mỗi tăng ni như là hiện thân của một bộ luận, nếu bạn thấy họ giảng sai thì nên tự đối chiếu với kinh).

Bạn không cần tranh cãi, trước tiên hãy tự tu trì, thấy giảm tham sân si là biết ngay lối đi. Có một số bạn cư sĩ ưa tranh cãi, tự cho thế này là đúng, thế kia là sai. Lúc đó, bạn chỉ cần mời bạn kia suy nghĩ rằng, Đức Phật khi dạy pháp thường câu đầu tiên hỏi rằng có phải mắt vô thường không, rồi có phải cái được thấy vô thường không, và vì vô thường, nên tất nhiên là vô ngã, là không có tự ngã; tương tự, Phật hỏi tiếp, rồi có phải tai vô thường không, có phải cái được nghe vô thường không, và vì vô thường, nên tất nhiên là vô ngã, là không có tự ngã... Các lời dạy đó có gì là Nam Tông hay Bắc Tông, tại sao lại tranh cãi. Nếu có ai muốn tranh cãi tiếp, thì chúng ta nói rằng, đó là chuyện của các luận sư, không phải chuyện của mình. Rồi nếu có ai muốn tranh cãi nữa thì bạn nên nói rằng, bạn chỉ ngừng mọi chuyện ở chỗ thấy, nghe... như Đức Phật dạy thôi. Nếu họ cần thẩm quyền, thì bạn nên đọc vài câu Pháp Cú, thì không lẽ họ cãi mình nữa...

Có một lý do bạn cần học Kinh cho nhiều, vì bạn sẽ gặp rất nhiều người khác tôn giáo, và họ thường cũng ưa cãi hăng say. Họ tặng bạn đủ thứ sách, họ mời bạn đi nhà thờ, mời bạn họp nhóm, họ tuyên xưng gì đó, họ mời bạn cầu nguyện... Bạn phải có đủ kiến thức về lời Phật dạy để thấy những dị biệt. Họ nói rằng đạo nào cũng là đạo, nhưng họ chỉ muốn bạn vào đạo của họ, và họ không muốn vào đạo Phật. Họ có thể cũng rất là dễ thương, duyên dáng, xinh đẹp và thánh thiện... Nếu bạn không hiểu lời Đức Phật dạy, thì sẽ dễ nhầm lẫn. Đó là chưa kể, có một số người hiện nay tự nhận là giáo chủ, tự nhận là Phật tái sinh hay tự nhận là con giáng trần của vị trời nào đó, có khi họ dạy bạn khí công rồi nói đó là Thiền của nhà Phật, và vân vân. Bạn không đọc nhiều Kinh Phật thì sẽ dễ dàng nhầm lẫn. Đó là lý do, bạn nên đọc Kinh Phật ngày đêm, đọc ngay nơi chiếc điện thoại di động đó, không xa.

Một điểm nữa, bạn nên học tiếng Anh cho thông thạo. Hiện nay, những cuộc tranh cãi về Phật giáo hầu hết là bằng tiếng Anh. Thí dụ, chuyện thân trung ấm có hay không, và nếu có thì bao lâu. Theo dõi các nhà sư Úc, Anh, Hoa Kỳ... biện luận, khi họ dẫn theo Kinh hay theo Luận hiển nhiên là rất hứng thú. Bạn chỉ cần vào Google gõ các thắc mắc bằng tiếng Anh là sẽ tới các tranh cãi, thường thì họ cũng không thống nhất với nhau. Thí dụ, câu hỏi rằng Niết bàn có phải là thức hay không, tại sao Đức Phật nói tịch diệt thức (cessation of consciousness) thì Niết bàn hiện ra. Tại sao sư Thanissaro nói thức không đặc tướng (featureless consciousness, hay consciousness without surface) là Niết bàn, trong khi sư Sujato nói không phải. Mà cả hai sư đều học từ cội nguồn Thái Lan, đều là dịch giả Tam Tạng của Nikaya. Chúng ta càng đọc, càng thấy lý thú, và cũng tự trang bị cho mình lý luận để nhìn ra khác biệt của Phật Giáo với các đạo khác. Nếu bạn không có cơ duyên theo dõi bằng tiếng Anh thì cũng không sao, vì Đức Phật nói trong Pháp Cú 101 rằng, "Dầu nói ngàn câu kệ / Nhưng không gì lợi ích / Tốt hơn nói một câu / Nghe xong, được tịnh lạc."

Nói chuyện tu thì bạn nên tự tìm hiểu để thấy một pháp thích nghi, hay vài pháp thích nghi. Đừng nghĩ rằng cứ phải ngồi Thiền, mà chê người tụng Kinh. Nhưng cũng đừng nghĩ rằng vào chùa làm công quả là không phải tu trực tiếp, vì cứ chấp rằng chỉ ngồi nhà để tu tự tâm là đủ. Nếu có thể, bạn nên đọc Kinh thật nhiều, nên nghe pháp thật nhiều (nghe giảng cả trong chùa và trên mạng), nên tham dự Bát Quan Trai, tham dự Một Ngày An Lạc, tham dự các buổi Thiền Chánh Niệm, Thiền Tứ Niệm Xứ, Thiền Tông... và vân vân. Rồi bạn sẽ tìm thấy sự thích nghi riêng. Có thể sẽ là tổng hợp của một pháp thở, hay niệm Phật. Nếu ba mẹ của bạn có cơ duyên vào chùa Tịnh Độ mà bạn thấy không thích hợp, hãy nhìn như ngài Trần Nhân Tông rằng tịnh độ là lòng trong sạch, và tất cả các vị Bồ Tát là hiện thân của các đức tánh. Không có gì cần để tranh cãi, chỉ cần thấy pháp ấn vô thường, vô ngã là giải thoát.

Đôi khi bạn thắc mắc về một vài vị sư trong chùa. Bạn biết rằng các sư cần phải sống nghèo. Đôi khi bạn khó chịu vì thấy quý sư, quý ni đi xe hơi, trong khi bạn chỉ đi xe đạp (và bây giờ đi Metro). Dĩ nhiên là thắc mắc, nhưng bạn đừng đòi hỏi các sư phải mặc áo vá, phải bỏ giày để đi chân trần, phải đi khất thực hàng ngày, phải ăn kham khổ hơn bạn, và vân vân. Nên nhớ, Đức Phật muốn các sư, ni sống đơn giản, nhưng không yêu cầu phải khổ hạnh. Vì ưu tiên là giải thoát, là xa lìa tham sân si, những chuyện khác sẽ là phụ.

Nơi đây, xin kể về ngài Pilotikatissa. Để thấy rằng trong thời Đức Phật, đời sống chư tăng trong tu viện Jetavana "sang trọng" hơn đời sống của nhiều cư sĩ đời thường. Nói rằng đời sống trong tu viện sang trọng, chỉ có nghĩa là Đức Phật và chư tăng được vua và dân cúng dường nhiều. Nơi đây, người kể không có ý ám chỉ tới quý tăng ni tại Việt Nam. Chỉ là kể chuyện xưa thôi, theo Kinh Pháp Cú, cơ duyên của hai bài kệ 143 và 144.

Khi cư trú tại tu viện Jetavana, Đức Phật đã đọc những câu kệ 143 và 144 của Kinh Pháp Cú, có nhắc đến Trưởng lão Pilotikatissa. Một lần, Ngài Ananda nhìn thấy một thanh niên ăn mặc tồi tàn đi lang thang xin thức ăn, ngài cảm thấy thương hại thanh niên và phong cho anh ta làm samanera (sa di). Chàng sa di trẻ tuổi đã để lại quần áo cũ và đĩa ăn xin của mình trên một cội cây. Khi trở thành một tỳ khưu, chàng thanh niên được gọi là Pilotikatissa.

Là một tỳ khưu, vị này không phải lo lắng về thức ăn và quần áo vì trong tu viện được cung cấp đầy đủ. Tuy nhiên, đôi khi vị này không cảm thấy hạnh phúc trong cuộc sống của mình như một tỳ khưu và nghĩ đến việc quay trở lại cuộc sống của một người tại gia. Bất cứ khi nào vị này có cảm giác này, vị này sẽ quay trở lại cái cây nơi vị này trước khi vào tu viện đã để lại quần áo cũ và đĩa ăn của mình. Ở đó, dưới gốc cây, vị này tự hỏi mình rằng, "Ôi! Ngươi có muốn rời khỏi nơi ngươi được ăn uống đầy đủ và mặc quần áo đẹp không? Ngươi vẫn muốn mặc những bộ quần áo tồi tàn này và lại đi ăn xin với chiếc đĩa cũ này trên tay sao?"

Vì vậy, nhà sư Pilotikatissa tự trách mình, và sau khi bình tĩnh lại, vị này quay trở lại tu viện. Sau hai hoặc ba ngày, một lần nữa, vị này lại cảm thấy muốn rời bỏ cuộc sống tu hành của một nhà sư, và một lần nữa, vị này lại đến cội cây nơi vị này cất giữ bộ quần áo cũ và chiếc đĩa ăn xin của mình. Sau khi tự hỏi mình câu hỏi cũ và được nhắc nhở về sự khốn khổ của cuộc sống cũ, vị này trở lại tu viện. Điều này được lặp lại nhiều lần.

Khi các nhà sư khác hỏi tại sao nhà sư thường đến cội cây, nơi vị này cất quần áo cũ và đĩa của mình, vị này nói với họ rằng vị này đến gặp thầy của mình. Vì vậy, giữ tâm trí vào quần áo cũ của mình như là chủ đề thiền định, nhà sư Pilotikatissa đã nhận ra bản chất thực sự của các uẩn chính là vô thường, khổ, vô ngã, và cuối cùng đã trở thành một vị A la hán. Sau đó, nhà sư Pilotikatissa ngừng đến cội cây.

Các nhà sư khác nhận thấy Pilotikatissa đã ngừng đến cội cây nơi sư cất quần áo cũ và đĩa của mình đã hỏi, "Tại sao sư không đến gặp thầy của sư nữa?" Ngài Pilotikatissag trả lời họ, "Khi tôi có nhu cầu, tôi phải đến gặp ông thầy đó; nhưng bây giờ tôi không cần phải đến gặp ông ấy nữa."

Khi các Tỳ kheo nghe câu trả lời của Pilotikatissa, họ đưa sư đến gặp Đức Phật. Khi họ đến trước Đức Phật, họ nói, "Bạch Thế Tôn! Vị sư này tuyên bố rằng đã đạt được quả vị A la hán; ông ta hẳn đang nói dối." Nhưng Đức Phật đã bác bỏ họ và nói rằng, "Các nhà sư! Pilotikatissa không nói dối, ông ấy nói sự thật. Mặc dù trước đây ông ấy có mối quan hệ với thầy của mình, nhưng bây giờ ông Pilotikatissa không có mối quan hệ nào với thầy của mình. Trưởng lão Pilotikatissa đã tự hướng dẫn mình phân biệt các nguyên nhân đúng và sai và phân biệt bản chất thực sự của mọi hiện tượng. Bây giờ ông ấy đã trở thành một vị A la hán, và do đó không còn mối liên hệ nào nữa giữa ông ấy và thầy của mình." Nói "vị thầy" là ám chỉ bộ quần áo cũ và đĩa ăn xin. Rồi Đức Phật đọc bài kệ 143 và 144, theo bản dịch của Thầy Minh Châu:

**143.** *"Thật khó tìm ở đời,*
*Người biết thẹn, tự chế,*
*Biết tránh né chỉ trích*
*Như ngựa hiền tránh roi."*

**144.** *"Như ngựa hiền chạm roi,*
*Hãy nhiệt tâm, hăng hái,*
*Với tín, giới, tinh tấn,*
*Thiền định cùng trạch pháp.*
*Minh hạnh đủ, chánh niệm,*
*Đoạn khổ này vô lượng."*

Như thế, chúng ta thấy rằng, đời sống trong tu viện thời Đức Phật tuy sống hạnh biết đủ, nhưng không hề kham khổ hơn đời thường. Do vậy, khi các chùa hiện nay, như tại Việt Nam và hải ngoại, có sung túc hơn nhiều người ở ngoài đời thường, hẳn cũng không phải là trở ngại nếu quý tăng ni tinh tấn tu hành. Nói như thế, để Phật tử thấy rằng cúng dường cho tăng ni trong chùa là chính phước đức của chúng ta. Đừng đòi hỏi các nhà sư phải sống kham khổ hơn chúng ta.

Từng người chúng ta nên sống như các vị hộ pháp về mọi mặt. Chúng ta nên học Kinh, đọc Kinh liên tục, nên nghe pháp, biện biệt pháp nghĩa liên tục, nên tự mình tu hành tinh tấn để xa lìa dần tham sân si, và nên cúng dường thường xuyên để hỗ trợ cho các chùa và tu viện. Hãy nghĩ rằng trong các chùa hiện nay là các vị Ananda đang cần phương tiện để tuyên thuyết Kinh, là các nhà sư Pilotikatissa đang cần hỗ trợ để nhiệt tâm, hăng hái, tinh tấn... Đức Phật không đòi hỏi các ngài Ananda và Pilotikatissa phải mặc áo vá hay phải cởi giày để đi chân trần. Đức Phật đòi hỏi chư tăng ni và cư sĩ phải lìa tham sân si, phải nhận ra trọn vẹn bản chất thực sự của các pháp chính là vô thường, khổ, và vô ngã. ∎

*hirīnisedho puriso koci lokasmiṃ vijjati |*
*yo nindaṃ apabodhati asso bhadro kasāmiva || 143 ||*
*asso yathā bhadro kasāniviṭiṭho ātāpino saṃvegino*
*bhavātha |*
*saddhāya sīlena ca vīriyena ca samādhinā*
*dhammavinicchayena ca |*
*sampannavijjācaraṇā patissatā pahassatha*
*dukkhamidaṃ anappakaṃ || 144 ||*

*Nguyên Túc*

# ỨNG DỤNG AI TRONG HOẰNG PHÁP VÀ BẢO TỒN KINH ĐIỂN

Ngôn ngữ luôn là cầu nối quan trọng trong việc truyền bá giáo pháp, nhưng nó cũng là thách thức lớn khi các kinh điển Phật giáo thường được lưu giữ bằng những ngôn ngữ cổ khó hiểu đối với người hiện đại. Trong nhiều thế kỷ, công việc phiên dịch đòi hỏi sự cống hiến và kiến thức chuyên sâu của các học giả. Tuy nhiên, với sự xuất hiện của trí tuệ nhân tạo, quá trình này đã được cải thiện đáng kể.

Dự án SuttaCentral[1], một nền tảng nổi tiếng cung cấp kinh điển Pali, đã tích hợp AI[2] để dịch thuật các văn bản cổ sang các ngôn ngữ hiện đại như Anh, Pháp, Tây Ban Nha và Trung Quốc. Dự án này sử dụng Google Neural Machine Translation[3] (GNMT) kết hợp với công cụ NLP[4] (Natural Language Processing) để xử lý các câu văn phức tạp, đảm bảo giữ được tính chính xác về ngữ nghĩa và sự hài hòa trong cách diễn đạt.

Một ví dụ tiêu biểu khác là Dharma Treasure Translation Project[5], nơi AI hỗ trợ dịch các kinh văn Phật giáo từ tiếng Tây Tạng và Hán cổ sang tiếng Anh. AI được sử dụng để phân tích cấu trúc văn bản và các thuật ngữ đặc thù, sau đó các chuyên gia đảm nhận việc hiệu chỉnh. Nhờ sự kết hợp này, các bản dịch đạt được sự chính xác và tính nhất quán cao hơn, giảm thiểu các sai sót do sự phức tạp về ngôn ngữ.

Ngoài ra, công cụ BuddhaNLP[6], một hệ thống học sâu được phát triển để dịch kinh văn tiếng Sanskrit, đã giúp các nhà nghiên cứu rút ngắn thời gian làm việc từ hàng tháng xuống còn vài tuần, đồng thời đảm bảo chất lượng bản dịch sát với nguyên bản.

Công việc số hóa các kinh điển cổ đã trở thành một ưu tiên lớn trong bối cảnh các tài liệu quý hiếm đang dần xuống cấp theo thời gian. Một ví dụ điển hình là dự án của Thư viện Kinh điển Tây Tạng[7]

---

1. SuttaCentral là một dự án quốc tế nhằm bảo tồn và cung cấp các bản kinh điển Phật giáo bằng nhiều ngôn ngữ, bao gồm Pali, Sanskrit, Hán cổ, và Tây Tạng. Nền tảng này sử dụng công nghệ hiện đại, như trí tuệ nhân tạo (AI) và xử lý ngôn ngữ tự nhiên (NLP), để dịch thuật, đối chiếu, và trình bày các văn bản kinh điển một cách hệ thống. Dự án giúp cộng đồng toàn cầu tiếp cận giáo pháp dễ dàng hơn, đồng thời hỗ trợ nghiên cứu và thực hành Phật giáo. (Nguồn: https://suttacentral.net/?lang=en)

2. AI (Artificial Intelligence): Là lĩnh vực khoa học máy tính tập trung vào việc phát triển các hệ thống có khả năng thực hiện các nhiệm vụ yêu cầu trí tuệ con người, như học hỏi, lập luận, giải quyết vấn đề, và hiểu ngôn ngữ tự nhiên. (Nguồn: Russell, S., & Norvig, P. (2021). Artificial Intelligence: A Modern Approach.)

3. Google Neural Machine Translation (GNMT) là một hệ thống dịch thuật tự động sử dụng mạng nơ-ron sâu để cải thiện độ chính xác và tự nhiên của bản dịch. Được phát triển bởi Google, GNMT áp dụng công nghệ học sâu để phân tích ngữ cảnh và cấu trúc ngôn ngữ, thay vì dịch theo từng từ hoặc cụm từ riêng lẻ. Hệ thống này đặc biệt hiệu quả trong việc xử lý các ngôn ngữ phức tạp và đa nghĩa, nhờ khả năng học tập từ dữ liệu lớn và liên tục cải thiện qua thời gian.

4. Natural Language Processing (NLP) là lĩnh vực của trí tuệ nhân tạo (AI) tập trung vào khả năng máy tính hiểu, xử lý và tạo ngôn ngữ tự nhiên của con người. NLP kết hợp giữa ngôn ngữ học, khoa học máy tính và học máy để thực hiện các nhiệm vụ như dịch thuật, nhận diện giọng nói, phân tích cảm xúc, và xử lý văn bản tự động. Trong ứng dụng Phật giáo, NLP hỗ trợ dịch thuật kinh điển, phân tích thuật ngữ, và phát triển các chatbot giáo pháp.

5. Dharma Treasure Translation Project: Một sáng kiến dịch các kinh điển Phật giáo từ tiếng Tây Tạng, Pali, và Hán cổ sang tiếng Anh. Dự án sử dụng công nghệ AI và NLP để phân tích cấu trúc ngôn ngữ và hỗ trợ dịch thuật, sau đó được kiểm duyệt bởi các học giả chuyên môn. (Nguồn: https://dharmatreasure.org)

6. BuddhaNLP: Hệ thống học sâu được phát triển để hỗ trợ dịch thuật và phân tích các văn bản cổ, đặc biệt là tiếng Sanskrit và Pali. (Nguồn: Nghiên cứu nội bộ của BuddhaNLP Project.)

7. Tibetan Buddhist Resource Center (TBRC): Được thành lập bởi học giả E. Gene Smith vào năm 1999, TBRC (nay là Buddhist Digital Resource Center - BDRC) là một tổ chức phi lợi nhuận chuyên bảo tồn và số hóa các kinh văn Phật giáo Tây Tạng. Trung tâm đã sử dụng công nghệ tiên tiến, bao gồm OCR tích hợp AI, để quét và lưu trữ hơn 20 triệu trang kinh điển, tạo điều kiện cho các nhà nghiên cứu và Phật tử trên toàn cầu tiếp cận kho tàng văn hóa này. (Nguồn: Buddhist Digital Resource Center, www.tbrc.org)

(Tibetan Buddhist Resource Center - TBRC), nay được gọi là Buddhist Digital Resource Center[8] (BDRC).

Dự án này đã sử dụng công nghệ nhận diện ký tự quang học (OCR)[9] tích hợp AI để xử lý các tài liệu viết tay bằng ngôn ngữ Tây Tạng cổ. Hệ thống OCR được cải tiến với các thuật toán học sâu, giúp nhận diện chính xác cả những ký tự phức tạp và khó đọc. Nhờ vào công nghệ này, hơn 20 triệu trang kinh văn đã được số hóa và lưu trữ trên nền tảng trực tuyến, cho phép các học giả trên toàn thế giới truy cập dễ dàng.

Ngoài ra, Fo Guang Shan[10] – một tổ chức Phật giáo lớn tại Đài Loan – cũng đã triển khai các dự án số hóa kinh điển Hán cổ. Tổ chức này sử dụng AI để quét và chuyển đổi các tài liệu viết tay thành văn bản điện tử, giúp bảo tồn di sản văn hóa và truyền bá kinh điển đến người đọc ở nhiều nơi.

Chatbot đã trở thành công cụ phổ biến trong việc hỗ trợ người học Phật giáo. Tại Nhật Bản, Buddhism AI[11] được lập trình để trả lời các câu hỏi cơ bản về giáo lý, thực hành thiền định và các khía cạnh lịch sử của Phật giáo. Với cơ sở dữ liệu được xây dựng từ các bộ kinh chính thống, chatbot này không chỉ mang lại câu trả lời nhanh chóng mà còn cung cấp các trích dẫn từ kinh văn để người dùng tham khảo.

Một ví dụ khác là ứng dụng Meditation Chatbot[12], được phát triển bởi một nhóm nghiên cứu tại Đại học Stanford. Ứng dụng này kết hợp AI với các bài học thiền Phật giáo để hướng dẫn người dùng thiền định một cách cá nhân hóa. Người dùng có thể đặt câu hỏi, nhận hướng dẫn từng bước và thậm chí được nhắc nhở về thời gian thiền định phù hợp với lịch trình cá nhân.

AI giúp vượt qua ranh giới địa lý, đưa giáo pháp đến với những người ở các khu vực khó tiếp cận. Ví dụ, các cộng đồng Phật giáo tại Châu Phi và Nam Mỹ – nơi trước đây giáo lý Phật giáo chưa thực sự phổ biến – nay đã có thể tiếp cận các khóa học trực tuyến và tài liệu kinh điển nhờ vào các công cụ AI. Tổ chức Buddhist Global Relief[13] đã sử dụng AI để tạo ra các tài liệu học tập bằng nhiều ngôn

---

8  Buddhist Digital Resource Center (BDRC), trước đây là Tibetan Buddhist Resource Center (TBRC), là một tổ chức phi lợi nhuận chuyên bảo tồn và số hóa các kinh văn Phật giáo, đặc biệt là từ truyền thống Tây Tạng. Thành lập năm 1999 bởi học giả E. Gene Smith, trung tâm đã sử dụng công nghệ OCR tích hợp AI để quét và lưu trữ hơn 20 triệu trang kinh điển, tạo điều kiện cho các nhà nghiên cứu và Phật tử trên toàn cầu tiếp cận kho tàng văn hóa này. (Nguồn: www.bdrc.io)

9  OCR (Optical Character Recognition): Công nghệ nhận dạng ký tự quang học, sử dụng thuật toán AI để quét và chuyển đổi hình ảnh chứa văn bản (viết tay hoặc in ấn) thành dạng văn bản số. Trong bảo tồn kinh điển Phật giáo, OCR giúp số hóa các văn bản cổ, đặc biệt là những văn bản viết bằng tay với các ngôn ngữ phức tạp như Tây Tạng, Sanskrit, và Hán cổ. Công nghệ này hỗ trợ nhận diện ký tự nhanh, chính xác, đồng thời bảo tồn và mở rộng khả năng truy cập tài liệu quý giá.

10 Fo Guang Shan và Google Cultural Institute là một tổ chức Phật giáo quốc tế lớn, thành lập năm 1967 tại Đài Loan bởi Đại sư Tinh Vân (Hsing Yun). Tổ chức nổi bật với việc sử dụng công nghệ hiện đại để số hóa kinh điển, tổ chức giảng dạy trực tuyến, và bảo tồn di sản văn hóa Phật giáo. Fo Guang Shan đã hợp tác với Google Cultural Institute để số hóa và giới thiệu các tài liệu kinh điển, mở rộng khả năng tiếp cận giáo pháp trên nền tảng kỹ thuật số. (Nguồn: www.fgs.org.tw, Google Cultural Institute)

11 Buddhism AI: Một chatbot Phật giáo phát triển tại Nhật Bản, được thiết kế để trả lời các câu hỏi liên quan đến giáo lý, thiền định, và lịch sử Phật giáo. Ứng dụng này tích hợp công nghệ AI để cung cấp thông tin cá nhân hóa, giúp người dùng tiếp cận giáo pháp một cách dễ dàng và hiệu quả.

12 Meditation Chatbot là một công cụ ứng dụng trí tuệ nhân tạo được phát triển tại Đại học Stanford, tích hợp công nghệ xử lý ngôn ngữ tự nhiên (NLP) để cung cấp hướng dẫn thiền định cá nhân hóa. Chatbot này được thiết kế nhằm hỗ trợ người dùng ở mọi cấp độ, từ người mới bắt đầu đến những người có kinh nghiệm, với khả năng trả lời các câu hỏi, hướng dẫn thiền từng bước và nhắc nhở lịch trình thiền định. Dự án nhấn mạnh tính tương tác và dễ tiếp cận, tạo điều kiện để người dùng thực hành chánh niệm một cách linh hoạt trong đời sống hiện đại.

13 Buddhist Global Relief là một tổ chức phi lợi nhuận quốc tế, thành lập vào năm 2008 bởi thiền sư Bhikkhu Bodhi, tập trung vào việc giảm nghèo đói và bất bình đẳng trên toàn cầu. Hoạt động của tổ chức bao gồm cung cấp thực phẩm, hỗ trợ giáo dục, cải thiện sinh kế và ứng phó với biến đổi khí hậu, với trọng tâm là mang lại lợi ích bền vững cho các cộng đồng dễ bị tổn thương. Buddhist Global Relief hợp tác với nhiều tổ chức địa phương tại các khu vực Châu Á, Châu Phi, Châu Mỹ và Hoa Kỳ.

ngữ, giúp người dân tại những vùng này có cơ hội tiếp cận giáo pháp dễ dàng hơn.

Hệ thống AI như EdTech Buddha[14] sử dụng các thuật toán học máy để phân tích phong cách học tập của từng người dùng, từ đó đề xuất các bài giảng phù hợp. Ví dụ, nếu một người học có xu hướng tìm kiếm các bài giảng về từ bi, hệ thống sẽ gợi ý những bài kinh hoặc video liên quan, đồng thời đề xuất các khóa học thiền định liên quan đến lòng từ.

Với AI, việc bảo tồn kinh điển và tổ chức các khóa học trực tuyến trở nên dễ dàng hơn, tiết kiệm nhiều chi phí nhân sự và tài chính. Tại Trung tâm Phật giáo Nalanda[15], một dự án tích hợp AI đã giúp giảm hơn 50% thời gian và chi phí dành cho việc biên soạn tài liệu giảng dạy.

Một số thuật toán AI chưa đủ tinh vi để xử lý ngữ nghĩa trong các văn bản trừu tượng. Chẳng hạn, trong quá trình dịch một đoạn kinh văn Pali về vô ngã (anatta), AI đã dịch sai ngữ cảnh, khiến nội dung bản dịch trở nên mâu thuẫn với giáo lý gốc. Để khắc phục, cần có sự giám sát chặt chẽ của các học giả Phật giáo trước khi phát hành các bản dịch chính thức.

Nhiều ứng dụng thiền định như Headspace[16] và Insight Timer[17] đã góp phần đưa thiền định đến với đại chúng, nhưng đồng thời cũng làm dấy lên mối lo ngại về việc thương mại hóa thực hành tâm linh. Các tính năng cao cấp được thu phí và doanh thu từ các ứng dụng này đã đạt hàng triệu USD, làm giảm đi tinh thần giải thoát vô vụ lợi vốn là cốt lõi của thiền định trong Phật giáo. Báo cáo từ Statista[18] (2023) cho thấy, ngành công nghiệp thiền định trực tuyến dự kiến đạt hơn 4 tỷ USD doanh thu toàn cầu vào năm 2025. Vị Sư Phật giáo Bhikkhu Bodhi[19] đã cảnh báo: "Thiền định không phải là hàng hóa. Nếu không cẩn thận, sự

---

14 EdTech Buddha là một nền tảng giáo dục ứng dụng trí tuệ nhân tạo (AI) nhằm cá nhân hóa trải nghiệm học tập Phật giáo. Hệ thống sử dụng các thuật toán học máy để phân tích thói quen, sở thích học tập của người dùng, từ đó gợi ý các tài liệu kinh điển, bài pháp thoại, và khóa học thiền định phù hợp. Nền tảng này nổi bật với khả năng tạo lộ trình học tập tùy chỉnh, hỗ trợ người học ở mọi cấp độ tiếp cận giáo lý một cách hiệu quả.

15 Trung tâm Phật giáo Nalanda: Một trung tâm học thuật và tâm linh nổi tiếng ở Ấn Độ, từng là một trong những đại học cổ đại lớn nhất thế giới (thế kỷ 5-12). Nalanda chuyên giảng dạy Phật giáo, triết học, y học, và các môn khoa học khác, thu hút học giả từ khắp châu Á. Hiện nay, Trung tâm Nalanda đã được tái thiết dưới tên Đại học Nalanda, kết hợp nghiên cứu Phật học với các ngành khoa học hiện đại, đóng vai trò quan trọng trong việc bảo tồn và truyền bá giáo lý Phật giáo.

16 Headspace: Một ứng dụng thiền định và chánh niệm phổ biến, ra mắt năm 2010, được đồng sáng lập bởi Andy Puddicombe và Richard Pierson. Headspace cung cấp các bài hướng dẫn thiền theo nhiều chủ đề như giảm căng thẳng, cải thiện giấc ngủ và tăng cường tập trung. Ứng dụng đã thu hút hàng triệu người dùng toàn cầu nhờ giao diện thân thiện và nội dung dễ tiếp cận, dù đôi khi bị phê phán về xu hướng thương mại hóa thực hành thiền định truyền thống. (Nguồn: www.headspace.com)

17 Insight Timer: Một ứng dụng thiền định nổi tiếng, cung cấp các bài hướng dẫn thiền, âm thanh chánh niệm và pháp thoại từ nhiều truyền thống khác nhau. Với hơn 100.000 bài thiền từ các giáo thọ và chuyên gia trên toàn thế giới, ứng dụng này đã thu hút hàng triệu người dùng, nhấn mạnh vào tính cộng đồng và việc thực hành thiền định cá nhân hóa. (Nguồn: https://insighttimer.com)

18 Statista: Một nền tảng trực tuyến cung cấp dữ liệu thống kê và nghiên cứu thị trường toàn cầu, tập trung vào nhiều lĩnh vực như kinh tế, công nghệ, truyền thông, và tiêu dùng. Statista được đánh giá cao nhờ cơ sở dữ liệu phong phú, cập nhật liên tục và nguồn gốc đáng tin cậy, phục vụ cho các nhà nghiên cứu, doanh nghiệp, và tổ chức học thuật.

19 Bhikkhu Bodhi (sinh năm 1944, tên khai sinh Jeffrey Block) là một tu sĩ Phật giáo người Mỹ thuộc truyền thống *Theravāda*. Ông được biết đến như một học giả lỗi lạc và dịch giả uy tín của kinh điển Pali sang tiếng Anh, với các tác phẩm nổi bật như In the Buddha's Words và bản dịch The Middle Length Discourses of the Buddha (Majjhima Nikaya). Bhikkhu Bodhi cũng là người sáng lập tổ chức Buddhist Global Relief, tập trung vào các dự án từ thiện và xóa đói giảm nghèo. Các đóng góp của ông không chỉ giới hạn trong học thuật mà còn mở rộng đến việc ứng dụng giáo lý Phật giáo vào các vấn đề xã hội và môi trường hiện đại.

phổ biến này sẽ làm mất đi chiều sâu tâm linh của thực hành này."

Đối với cộng đồng Phật giáo, việc sử dụng AI cần đảm bảo rằng các nguyên tắc đạo đức và sự tôn trọng quyền riêng tư luôn được đặt lên hàng đầu.

Trong lịch sử, Phật giáo đã luôn linh hoạt thích nghi với các bối cảnh văn hóa và xã hội khác nhau để lan tỏa giáo pháp. Việc ứng dụng AI cũng không nằm ngoài tinh thần đó, miễn là công nghệ này được sử dụng như một công cụ hỗ trợ chứ không thay thế các giá trị truyền thống.

Dù AI mang lại nhiều tiện ích, vai trò của tăng đoàn và các vị giáo thọ vẫn không thể thay thế. Ở một số tự viện lớn như Wat Phra Dhammakaya[20] ở Thái Lan hoặc Fo Guang Shan ở Đài Loan, AI được sử dụng để cung cấp thông tin cơ bản, nhưng các buổi pháp thoại, nghi lễ và giảng dạy giáo lý vẫn luôn do các vị sư đảm nhiệm. Điều này bảo tồn mối liên kết giữa con người và giáo pháp, tránh việc AI trở thành một "người thầy" thay thế.

Một ví dụ thú vị là dự án Digital Monk[21] tại Hàn Quốc, nơi AI được sử dụng để tái hiện hình ảnh một vị tăng sĩ nổi tiếng từ triều đại Joseon[22] nhằm giảng giải giáo pháp thông qua các bài giảng trực tuyến. Dù vậy, dự án này cũng nhấn mạnh rằng AI chỉ là "cầu nối", còn trải nghiệm thực tế với tăng đoàn mới mang lại sự thấu hiểu sâu sắc.

Một số tự viện như Yakushi-ji[23] ở Nhật Bản đã thử nghiệm việc sử dụng robot được tích hợp AI để thực hiện nghi lễ tụng kinh và giảng dạy giáo pháp cơ bản. Ví dụ, robot Mindar, được mô phỏng theo hình ảnh của Bồ Tát Quán Thế Âm, đã thu hút sự quan tâm của giới trẻ khi tham gia các buổi nghi lễ. Tuy nhiên, các nhà sư ở đây nhấn mạnh rằng robot chỉ mang tính biểu tượng và hỗ trợ lan tỏa giáo pháp đến một thế hệ mới, chứ không thay thế sự thực hành nghiêm túc trong đạo Phật.

Để khai thác tối đa tiềm năng của AI mà không làm mất đi giá trị cốt lõi của Phật giáo, các tổ chức cần đầu tư vào việc đào tạo đội ngũ chuyên gia vừa có kiến thức sâu sắc về giáo pháp, vừa thành thạo công nghệ. Các tổ chức như Nalanda University ở Ấn Độ đã bắt đầu triển khai các chương trình đào tạo kết hợp giữa học thuật Phật giáo và công nghệ thông tin. Điều này vừa đảm bảo chất lượng của các ứng dụng AI mà vừa giúp kiểm soát rủi ro trong quá trình phát triển.

Sự hợp tác giữa các tổ chức quốc tế là chìa khóa để mở rộng quy mô các dự án AI trong Phật giáo. Một ví dụ điển hình là sự hợp tác giữa Fo Guang Shan và Google Cultural Institute[24], nơi các kinh điển và hiện vật Phật giáo được số hóa và giới thiệu trên nền tảng trực tuyến. Sự hợp tác này giúp lan tỏa giáo pháp và tạo điều kiện cho việc nghiên cứu liên văn hóa và bảo tồn các giá trị tinh thần.

AI không nên chỉ là công cụ do một nhóm nhỏ

---

20 Wat Phra Dhammakaya: Một ngôi chùa Phật giáo lớn tại Pathum Thani, Thái Lan, được thành lập vào năm 1970 bởi thiền sư Luang Por Dhammajayo. Wat Phra Dhammakaya nổi tiếng với kiến trúc hiện đại và các hoạt động thiền định quy mô lớn, thu hút hàng ngàn người tham dự. Ngôi chùa còn là trung tâm truyền bá Pháp môn Dhammakaya, nhấn mạnh thực hành thiền định và phát triển tâm linh dựa trên giáo lý Phật giáo truyền thống.

21 "Digital Monk" là một dự án tại Hàn Quốc sử dụng trí tuệ nhân tạo (AI) để tái hiện hình ảnh các vị tăng sĩ nổi tiếng từ triều đại Joseon, nhằm giảng giải giáo pháp thông qua các bài giảng trực tuyến. Dự án mang mục tiêu giáo dục và giới thiệu Phật giáo đến giới trẻ, kết hợp giữa công nghệ hiện đại và tinh thần truyền thống.

22 Triều đại Joseon (1392–1897): Triều đại quân chủ kéo dài hơn 500 năm ở bán đảo Triều Tiên, được sáng lập bởi vua Taejo. Joseon nổi tiếng với sự phát triển mạnh mẽ của Nho giáo, đồng thời là giai đoạn đạt được nhiều thành tựu văn hóa, nghệ thuật, và khoa học. Bộ luật Gyeongguk Daejeon được xây dựng để tổ chức xã hội theo nguyên tắc Nho giáo. Hệ thống chữ viết Hangul do vua Sejong phát minh vào thế kỷ 15 là một đóng góp quan trọng cho ngôn ngữ và văn hóa Hàn Quốc.

23 Yakushi-ji, một ngôi chùa Phật giáo cổ kính tại Nara, Nhật Bản, đã sử dụng Robot Mindar, mô phỏng hình ảnh Bồ Tát Quán Thế Âm, để giảng dạy giáo lý và thực hiện các nghi lễ tụng kinh. Mindar, được trang bị trí tuệ nhân tạo, không nhằm thay thế các nhà sư mà đóng vai trò như một công cụ hiện đại thu hút thế hệ trẻ và những người mới tìm hiểu Phật giáo. (Nguồn: A-Lab Co., Yakushi-ji Temple Official Website.)

24 Google Cultural Institute: Một nền tảng trực tuyến do Google phát triển, cung cấp quyền truy cập vào các di sản văn hóa trên toàn cầu thông qua công nghệ số hóa. Tổ chức này hợp tác với các viện bảo tàng, thư viện, và tổ chức văn hóa để lưu trữ và trưng bày các hiện vật, tư liệu lịch sử, nghệ thuật và văn hóa. Trong lĩnh vực Phật giáo, Google Cultural Institute đã số hóa nhiều kinh điển, hiện vật và di sản liên quan, giúp lan tỏa giáo pháp và bảo tồn giá trị văn hóa qua các công cụ hiện đại.

quản lý, mà cần được phát triển dưới dạng mã nguồn mở để các cộng đồng Phật tử trên toàn thế giới tham gia đóng góp và giám sát. Ví dụ, dự án Open Buddhism NLP[25] đã sử dụng công nghệ Hugging Face NLP Framework[26] để phân tích hơn 500.000 cụm từ trong các văn bản Pali, Sanskrit, và Tây Tạng. Dự án này không chỉ tạo ra từ điển thuật ngữ đa ngữ đầu tiên, mà còn mở ra cơ hội cộng tác toàn cầu thông qua các nền tảng mã nguồn mở như GitHub. Việc kết nối cộng đồng giúp đảm bảo sự minh bạch và tăng tính chính xác cho các ứng dụng AI trong phiên dịch và giảng dạy giáo pháp.

*Ai Generiert Frau Meditation - Nguồn hình: Pixabay*

Chẳng hạn, dự án Open Buddhism NLP cho phép cộng đồng toàn cầu tham gia xây dựng cơ sở dữ liệu từ vựng và thuật ngữ Phật giáo, từ đó cải thiện độ chính xác của các hệ thống AI trong phiên dịch và giảng dạy.

Khi công nghệ trở thành công cụ chính trong việc học tập giáo pháp, có nguy cơ một số người sẽ hiểu Phật giáo theo lối lý thuyết thuần túy mà không thực hành. Ví dụ, việc tham gia các khóa học thiền trực tuyến hoặc nghe pháp thoại qua chatbot có thể giúp người học tiếp cận giáo pháp, nhưng lại thiếu sự trải nghiệm cá nhân hóa và hướng dẫn trực tiếp từ các vị thầy. Để khắc phục, các tự viện và trung tâm Phật giáo cần khuyến khích người học kết hợp giữa công nghệ và thực hành trực tiếp, ví dụ như tham gia các khóa tu ngắn ngày tại chùa.

Một số ứng dụng thiền định như Headspace và Insight Timer đã thương mại hóa việc giảng dạy thiền định, khiến nó trở thành một sản phẩm thay vì một thực hành tâm linh. Nếu AI trong Phật giáo bị lạm dụng theo hướng thương mại hóa, nó có thể làm mất đi tính chân thực và chiều sâu của giáo pháp. Để tránh điều này, các tổ chức cần xây dựng những nguyên tắc đạo đức rõ ràng trong việc phát triển và sử dụng AI.

Trong tương lai, sự kết hợp giữa AI và Phật giáo có thể tạo ra những bước đột phá đáng kể. Chẳng hạn, việc sử dụng công nghệ thực tế ảo (VR)[27] và tăng cường thực tế (AR) có thể mang lại trải nghiệm sâu sắc hơn trong việc học tập và thực hành giáo pháp. Người học có thể tham gia vào các buổi pháp thoại ảo tại các tự viện lịch sử hoặc tham gia thiền định trong môi trường được tái hiện chân thực.

Công nghệ AR/VR đang mở ra những cách tiếp cận giáo pháp mới mẻ và sâu sắc hơn. Ngoài dự án Virtual Nalanda, các tự viện như Fo Guang

---

**25** Open Buddhism NLP: Một dự án mã nguồn mở phát triển hệ thống xử lý ngôn ngữ tự nhiên (NLP) dành riêng cho các văn bản Phật giáo. Dự án này cho phép cộng đồng đóng góp dữ liệu, xây dựng cơ sở thuật ngữ Phật giáo đa ngôn ngữ và cải thiện độ chính xác của các công cụ dịch thuật tự động. Mục tiêu chính là bảo tồn kinh điển, hỗ trợ nghiên cứu, và tạo điều kiện để giáo pháp tiếp cận dễ dàng hơn trên toàn cầu.

**26** Hugging Face NLP Framework: Một nền tảng mạnh mẽ và phổ biến để xử lý ngôn ngữ tự nhiên (NLP), cung cấp thư viện mã nguồn mở như Transformers, giúp truy cập hàng trăm mô hình AI đã được huấn luyện sẵn, bao gồm BERT, GPT, và T5. Framework này hỗ trợ các tác vụ như phân loại văn bản, dịch máy, tổng hợp văn bản, và phân tích ngữ nghĩa, với khả năng tương thích cao với PyTorch, TensorFlow, và JAX. Hugging Face nổi bật nhờ tính dễ sử dụng, cộng đồng mạnh mẽ, và kho tài nguyên phong phú cho nghiên cứu và ứng dụng thực tế.

**27** VR (Virtual Reality): Công nghệ tái hiện môi trường ảo sống động, được ứng dụng trong Phật giáo để tái hiện không gian tu học cổ đại và hướng dẫn thiền định, giúp tăng tính tương tác và tiếp cận giáo pháp, đặc biệt thu hút thế hệ trẻ, nhưng vẫn cần cân nhắc về chiều sâu trải nghiệm tâm linh thực tế.

Shan (Đài Loan) và Wat Phra Dhammakaya (Thái Lan) cũng đã tiên phong ứng dụng công nghệ này.

*Fo Guang Shan:* Sử dụng AR để tái hiện các bức tranh tường Phật giáo cổ đại, mang đến trải nghiệm trực quan và sống động về lịch sử Phật giáo.

*Wat Phra Dhammakaya:* Dùng VR để thiết kế không gian thiền định ảo, nơi người học trên toàn cầu có thể tham gia các khóa thiền trực tuyến mà vẫn cảm nhận được không khí trang nghiêm như tại chùa.

Những ứng dụng này sẽ giúp bảo tồn di sản văn hóa và còn khơi dậy sự quan tâm của thế hệ trẻ đối với Phật giáo, tạo điều kiện tiếp cận giáo pháp theo cách gần gũi và hấp dẫn hơn.

Người dùng có thể "tham quan" các lớp học, nghe pháp thoại từ các vị thầy trong không gian ảo, từ đó kết nối sâu sắc hơn với lịch sử và giáo lý Phật giáo.

**Thay lời kết:**

Trong kỷ nguyên công nghệ, trí tuệ nhân tạo (AI) không chỉ là một phương tiện kỹ thuật mà còn đóng vai trò như một cánh cửa mới đưa Phật giáo bước vào giai đoạn phát triển chưa từng có. Tuy nhiên, Hòa thượng Bhikkhu Bodhi nhấn mạnh: "Công nghệ không phải là vấn đề; cách chúng ta sử dụng nó mới là vấn đề. Sự tỉnh thức không thể được lập trình, nhưng nó có thể được khuyến khích thông qua các phương tiện phù hợp."

Thiền Sư Thích Nhất Hạnh cũng từng chia sẻ: "Công nghệ là con dao hai lưỡi. Chúng ta có thể dùng nó để mang lại sự tỉnh thức, hoặc để đánh mất chính mình. Điều quan trọng là luôn thực hành chánh niệm trong từng hành động."

Hai nhận định này gợi mở một bài học quan trọng: công nghệ chỉ thực sự hữu ích khi được sử dụng với tinh thần trách nhiệm và tỉnh thức, phù hợp với cốt lõi từ bi và trí tuệ của Phật giáo.

Tuy nhiên, sự ứng dụng AI trong Phật giáo không đơn giản là câu chuyện của hiệu quả hay sự lan tỏa, mà sâu xa hơn, đó là bài toán cân bằng giữa việc bảo tồn giá trị truyền thống và thích nghi với nhịp sống hiện đại.

Phật giáo, với nền tảng là trí tuệ và từ bi, đã chứng minh sự linh hoạt trong suốt lịch sử khi tiếp xúc với nhiều nền văn hóa và công nghệ khác nhau. Việc ứng dụng AI, nếu được định hướng đúng, sẽ là minh chứng sống động cho tinh thần này. Từ việc số hóa các kinh văn cổ cho đến dịch thuật và truyền bá giáo pháp qua các nền tảng trực tuyến, AI đã làm sáng tỏ con đường tiếp cận Phật giáo đến hàng triệu người – không phân biệt ngôn ngữ, văn hóa, hay khoảng cách địa lý.

Tuy nhiên, trong khi AI có thể xử lý thông tin và tạo ra các giải pháp nhanh chóng, nó không thể thay thế trải nghiệm sống động của sự thực hành tâm linh và sự hiện diện của con người. Giáo pháp Phật giáo không đơn giản nằm trong từ ngữ hay khái niệm, mà còn là sự trải nghiệm cá nhân hóa, sự chuyển hóa nội tâm qua thiền định, tụng kinh và hành thiện. Trong bối cảnh này, AI chỉ nên là một người bạn đồng hành, hỗ trợ chứ không bao giờ thay thế được vai trò của tăng đoàn, các bậc thầy và sự thực hành cá nhân.

Câu chuyện về robot Mindar ở Nhật Bản thực hiện các nghi lễ tại chùa Yakushi-ji là một ví dụ. Dù công nghệ này mang tính giáo dục cao, nhưng chính các nhà sư tại chùa đã nhấn mạnh rằng robot chỉ là phương tiện giúp thế hệ trẻ tiếp cận Phật giáo, trong khi giá trị thực sự của giáo pháp vẫn nằm ở mối liên kết giữa con người với con người – một sự kết nối đầy nhân văn mà không công nghệ nào có thể thay thế.

Sự phát triển của AI trong Phật giáo cần được dẫn dắt bởi một trí tuệ tập thể. Đây không phải là nhiệm vụ của riêng các nhà phát triển công nghệ hay các học giả Phật giáo, mà cần sự tham gia của cả cộng đồng tăng ni và cư sĩ. Chỉ khi có sự cộng tác chặt chẽ này, AI mới có thể phục vụ một cách đúng đắn các mục tiêu tinh thần, tránh khỏi sự thương mại hóa hoặc bóp méo giáo pháp.

Các sáng kiến mã nguồn mở như Open Buddhism NLP là minh chứng cho tinh thần cộng đồng này. Bằng cách cho phép các Phật tử trên toàn thế giới tham gia đóng góp dữ liệu và giám sát chất lượng, dự án không chỉ tối ưu hóa việc ứng dụng AI mà còn đảm bảo sự minh bạch và tính xác thực trong việc truyền bá giáo lý.

Để AI trở thành một phần tích cực trong sự phát triển của Phật giáo, điều cần thiết là duy trì một thái độ chánh niệm khi sử dụng công nghệ. Điều này đồng nghĩa với việc ứng dụng AI một cách có đạo đức, luôn ý thức rõ ràng về mục tiêu cao cả là mang lại sự an lạc, trí tuệ và giải thoát cho chúng sinh.

Các dự án như Virtual Nalanda, sử dụng công nghệ thực tế ảo (VR) để tái hiện không gian tu học, đã cho thấy tiềm năng lớn của việc kết hợp công nghệ với chánh niệm. Trong tương lai, những sáng kiến như thế này có thể giúp các thế hệ trẻ tiếp cận giáo pháp một cách gần gũi hơn, mà vẫn duy trì chiều sâu của tinh thần Phật giáo.

Sự ứng dụng AI cũng đặt ra nhiều thách thức lớn, đặc biệt về mặt đạo đức và bảo tồn giá trị nguyên bản của giáo pháp. Tuy nhiên, trong tinh thần Phật giáo, những thách thức này chính là cơ hội để mỗi cá nhân và cộng đồng nhìn lại mình, thực hành từ bi và trí tuệ một cách sâu sắc hơn.

Khi đối diện với những nguy cơ như sự phụ thuộc vào công nghệ hoặc sự thương mại hóa thiền định, chúng ta có thể học cách sử dụng AI như một công cụ để nâng cao khả năng tự quán chiếu, đưa chánh niệm vào từng bước sử dụng công nghệ. Đây cũng là một bài học quan trọng trong thời đại hiện đại, nơi sự tỉnh thức vốn nằm ở thiền định, nhưng còn cần được thể hiện qua cách chúng ta đối diện với những phát triển công nghệ.

Tương lai của Phật giáo trong kỷ nguyên AI không phải là sự đối đầu giữa truyền thống và hiện đại, mà là sự hòa hợp, nơi cả hai cùng tồn tại để làm phong phú thêm trải nghiệm tâm linh của con người. Trong Phật giáo, khái niệm "tự lực" và "tha lực" luôn là những yếu tố bổ trợ lẫn nhau. AI có thể đóng vai trò "tha lực" – một công cụ hỗ trợ bên ngoài, nhưng chính "tự lực" – sự thực hành cá nhân và chuyển hóa nội tâm, mới là yếu tố quyết định trên hành trình giác ngộ.

Như kinh Pháp Cú đã dạy:

"Chỉ có mình làm điều xấu, chỉ có mình làm điều lành; chính mình, không ai khác, làm thanh tịnh hay hoen ố chính mình."

Trí tuệ nhân tạo có thể hỗ trợ chúng ta lan tỏa trí tuệ và từ bi, nhưng ánh sáng chân thực vẫn đến từ chính trái tim tỉnh thức và ý chí hướng thượng của mỗi người.

Trí tuệ nhân tạo sẽ là cầu nối đưa Phật giáo lan tỏa đến những nơi xa xôi nhất, trong khi sự hiện diện của con người và thực hành trực tiếp sẽ giữ cho ánh sáng của giáo pháp luôn sống động.

Như một ngọn đèn soi sáng trong đêm tối, AI có thể hỗ trợ Phật giáo trong việc lan tỏa trí tuệ và từ bi, nhưng chính con người – với trái tim tỉnh thức và ý chí hướng thượng – mới là nguồn sáng không bao giờ tắt. Hành trình ứng dụng AI trong Phật giáo sẽ là sự đổi mới công nghệ, đồng thời là cơ hội để mỗi người thực hành sự cân bằng, trách nhiệm và tỉnh thức trong mọi hành động. ∎

(Phật Việt 4, Hoằng Pháp)

THƠ

Tịnh Bình

# MẸ LÀ XUÂN...

*Từ trong cổ tích bước ra*
*Vẫn là cô Tấm hiền hòa đấy thôi*
*Từ trong giấc ngủ đầu nôi*
*Giấc mơ thơ bé mẹ tôi dịu dàng*
\*

*Ca dao ngày cũ vương mang*
*Cái cò cõng bóng xuân sang ngậm ngùi*
*Tảo tần héo hắt xuân tươi*
*Mẹ ngồi mặc cả nụ cười gió đông*
\*

*Quanh năm buôn bán long đong*
*Đàn con thơ dại gánh gồng nặng vai*
*Nghe như tiếng gió thở dài*
*Mùa xuân của mẹ lạc ngoài xa xăm*
\*

*Rẽ trời mùa én về thăm*
*Vui con chim hót một năm mới về*
*Bao la đất mẹ tình quê*
*Buộc vào nỗi nhớ triền đê cánh diều*
\*

*Tháng Ba hoa gạo thắp chiều*
*Dáng quen bậu cửa đăm chiêu mẹ ngồi*
*Mẹ là xuân của riêng tôi*
*Bà tiên ông Bụt tinh khôi khoảng trời...*

Tâm Nhãn

# GIÁO LÝ KHÔNG PHẢI CÔNG THỨC TOÁN HỌC CÓ SẴN

❝ Bạn phải luôn ý thức về cảm xúc của mình – nếu bạn sợ hãi thì đó là điều tự nhiên nhưng đừng bao giờ để sự hoảng sợ xâm chiếm, nếu không bạn sẽ bị tê liệt." Đó là lời phát biểu của bà Beatriz Flamini, 50 tuổi, vận động viên thể thao mạo hiểm của Tây Ban Nha đã trải qua 500 ngày sống một mình dưới hang sâu (Granada) 70 mét, hoàn toàn không tiếp xúc với thế giới bên ngoài. Theo hãng tin Tây Ban Nha EFE, trải nghiệm của bà đang được nghiên cứu bởi các nhà khoa học tại các trường đại học ở Granada và Almeria, cùng một bệnh viện chuyên về giấc ngủ có trụ sở tại Madrid. Mục đích của nghiên cứu là xác định tác động của sự cô lập xã hội và tình trạng mất phương hướng cực độ tạm thời đối với nhận thức của con người về thời gian, những thay đổi về tâm thần và nhận thức có thể xảy ra khi con người ở dưới lòng đất, cũng như tác động đến nhịp sinh học và giấc ngủ (bbc.com).

Thời gian đầu, khi mới đến đất khách quê người, tâm trạng của tôi bắt đầu nao núng, nhiều lúc muốn đầu hàng số phận, bởi ngôn ngữ bất đồng, nhiều thứ tự lực… Nỗi sợ của tôi lúc này là không sợ chết mà sợ tiếp xúc với người lạ, cảm giác như bị lạc vào một một hành tinh khác. Tôi nghĩ, đây cũng một phần tai hại của những tu sĩ sống quá lâu trong vành đai an toàn của nhà chùa bao bọc, mọi thứ xung quanh luôn được đàn-na thí chủ lo liệu, chưa bao giờ học pháp khổ, kiến thức giáo lý chỉ trên sách vở. Vấn đề tu học cần được thực chứng hay trải nghiệm, như trong luận Câu-xá có một thuật ngữ gọi là "khổ pháp trí" (duḥkhe dharmajñāna), tức trí tuệ phát sinh do quán chiếu, nhận thức, suy luận từ nỗi khổ của Dục giới. Đây là trí tuệ vô lậu (anāsrava-jñāna), đi từ tối sơ nhận thức tính chân thật của hiện thực khổ.

Nếu bạn chưa từng bị ai hại mình thì làm sao biết được thật sự mình có lòng từ bi tha thứ cho họ. Nếu bạn chưa đối diện với tử thần thì làm sao biết được mình xem cái chết nhẹ như lông hồng. Nếu bạn chưa từng cầm bạc vàng trong tay, rồi tập buông bỏ, thì làm sao học pháp: xem của cải là phù vân…

Như một độc giả nào đó, thưởng lãm trong tập thơ *"Thiên lý độc hành"* của thầy Tuệ Sỹ, đôi khi suy đoán, chắc thầy tâm hồn lai láng chữ nghĩa, đặt bút là thành thơ. Đâu biết rằng, suốt chặng đường thầy đi, trải qua đèo Bảo Lộc, đèo Prenn, đèo Khánh Lê, gặp lúc mưa như thác đổ, nước tuôn mạnh theo hướng đổ đèo, thân già gầy guộc, thầy phải ngồi xuống, đi theo thế ngồi, tránh thế nước xô mình… Từ trải nghiệm pháp khổ, mới có chất liệu để phơi bày ra văn tự:

*"Bóng tối sập, mưa rừng tuôn thác đổ*
*Đường chênh vênh vách đá dọa nghiêng trời*
*Ta lầm lũi bóng ma tròn thế kỷ*
*Rủ nhau đi cùng tận cõi luân hồi*
*Khắp phố thị ngày xưa ta ruổi ngựa*
*Ngang qua đây ma quỷ khóc thành bầy*

"Chiêm ngưỡng thế giới, đối mặt với hiểm nguy, nhìn ra phía trước; tiến lại gần hơn, tìm thấy nhau và cảm nhận chúng. Đó chính là ý nghĩa của cuộc sống". Đây là lời thoại trong bộ phim "The Secret Life of Walter Mitty", Ben Stiller đạo diễn, Steve Conrad viết kịch bản, bộ phim ra mắt công chúng vào năm 2013. Tôi không bình gì về bộ phim này, chỉ thấy câu nói có ý nghĩa, tạm vay mượn làm kết luận và khâm phục những con người luôn tìm hiểm nguy đối thoại.

*Mùng 8 tháng 9 năm Quý mão.*

Tiểu Lục Thần Phong

# KINH NGHIỆM NIỆM PHẬT TRONG ĐỜI THƯỜNG

Với người Việt ta thì Phật giáo bắc truyền là chủ yếu, chịu ảnh hưởng lớn nhất. Người Phật tử Việt đa phần đều biết đến danh hiệu của đức Phật A Di Đà và pháp môn Tịnh Độ, nhiều người không phải Phật tử cũng biết và nói đến bốn chữ A Di Đà Phật, có thể nói hình ảnh và danh hiệu của đức Phật A Di Đà biến cùng khắp và sâu rộng.

Pháp môn Tịnh Độ căn cứ vào ba kinh: Kinh A Di Đà, kinh Vô Lượng Thọ và kinh Quán Vô Lượng Thọ. Đức Phật A Di Đà với bốn mươi tám đại nguyện độ sanh. Tông chỉ của pháp môn là: Tin sâu, nguyện thiết, hành chuyên; cõi Sa Bà đầy ngũ trược cần phải chán bỏ để vãng sanh về cõi Cực Lạc thanh tịnh của Phật A Di Đà. Niệm Phật là nghĩ, nhớ, tưởng đến dung quang tướng hảo của đức Phật, công đức của đức Phật, cõi nước thanh tịnh của đức Phật. Niệm Phật là phải làm theo những lời dạy của Phật, ăn chay, giữ giới, làm thiện, bố thí, phóng sanh… Làm tất cả việc thiện, không làm việc ác, thân tâm thanh tịnh… chứ không phải chỉ ngồi niệm suông!

Tôi học Phật, đến với Phật pháp cũng bắt đầu từ Tịnh Độ. Ông tôi, ba tôi và tôi vẫn thường thầm niệm danh hiệu Phật A Di Đà. Ngoài công khóa mỗi cuối tuần, tôi vẫn thầm niệm danh hiệu Phật suốt trong quá trình làm việc, sinh hoạt trong đời sống, tất nhiên là những lúc nào có thể và những lúc nhớ, lúc giữ được chánh niệm. Niệm Phật chẳng cản trở gì công việc hoặc đời sống, thậm chí còn lợi ích và thuận tiện hơn nữa là khác (cũng còn tùy tính chất công việc). Thầm niệm và nhớ danh hiệu Phật giúp mình kiềm chế bớt những cảm xúc mạnh (quá giận hay quá phấn khích), giúp mình quan sát các căn…

Không chỉ niệm Phật trong lúc làm việc, tôi còn niệm thầm danh hiệu Phật cả trong lúc tập thể thao, chạy bộ. Khi chú tâm vào câu Phật hiệu làm cho các căn bớt chụp bắt những cảnh trần bên ngoài. Có những lúc niệm quá nhập tâm làm quên đi cái mệt và vượt qua một quãng đường khá dài mà không hay biết. Cứ mỗi bước chân tương ứng với một chữ trong danh hiệu và đến khi chạy tăng tốc lên thì chỉ còn câu Phật hiệu chứ không còn đếm bước chân. Những hôm nào không chạy mà đi bơi thì cũng áp dụng niệm Phật trong lúc bơi, cứ mỗi sải tay là một câu Phật hiệu, nhờ thế mà bơi vừa quên thời gian vừa đạt khoảng cách lớn. Nhân đây cũng xin mở rộng thêm một tí về kinh nghiệm cá nhân: Tôi bị bệnh viêm quanh khớp vai đã lâu, mỗi khi trở bệnh thì vai đau lắm, đau không nhấc cánh tay lên nổi, bác sĩ cũng bó tay, chỉ cho thuốc giảm đau hoặc kháng viêm mà thôi. Bác sĩ còn bảo không thể chữa hết. Qua một thời gian đi bơi, tôi vô tình phát hiện ra một sự kỳ diệu lạ thường, cứ như là phép mầu vậy! Trong nhiều lần sau khi bơi về thì thấy hết đau, từ đó cứ mỗi khi vai đau thì tôi đi bơi, chỉ cần bơi hai buổi là cơn đau gần như biến mất, tay cử động dễ dàng, tất nhiên là khi bơi những mét đầu tiên thì vươn vai rất khó chịu, nhưng khi đã bơi vài trăm mét trở đi thì cảm giác khó chịu hết, nếu muốn có hiệu quả thì phải bơi ít nhất ba miles. Nhờ đi bơi (và thầm niệm Phật trong lúc bơi) mà căn bệnh đau vì viêm khớp vai của tôi đã không còn trở ngại và tôi cũng không còn phải uống thuốc giảm đau. Nói thì khó tin nhưng đây là sự thật! Tôi chẳng có lý do gì phải nói dối hay xạo sự để nhận lấy quả báo xấu sau này. Tuy nhiên hiệu quả và lợi ích của bơi lội có thể còn tùy từng cơ địa và nhân duyên của mỗi người.

Cuộc sống vẫn đều đều trôi qua, tôi vẫn ngày ngày đi làm, tập thể thao và vẫn thầm niệm Phật. Tôi cố gắng ở mức tốt nhất mà tôi có thể, tất nhiên là vẫn có lúc thất niệm và để thân tâm lăn theo dòng đời. Khoan nói vội đến chuyện: "nhất tâm bất loạn" hay "vãng sanh". Niệm Phật thật sự có ích lợi lớn trong cuộc sống của tôi, giúp tôi bớt bốc đồng, kiềm chế được thân tâm, sống lạc quan và nhẹ nhàng hơn, giảm khá nhiều ham muốn đua đòi... Niệm Phật làm cho tín tâm tăng trưởng và kiên cố, tin sâu vào nhân quả, tin vững vào Phật pháp... Hàng đêm, trước khi ngủ cũng niệm thầm một lát, thế là đi vào giấc ngủ nhanh, dễ và êm.

Gần đây tôi nghe pháp và gặp một số tu sĩ lẫn cư sĩ công kích pháp môn Tịnh Độ, bài xích việc niệm Phật, thậm chí xuyên tạc: "làm gì có chuyện réo gào tên Phật để được Phật cứu độ!". Các vị ấy cho Tịnh Độ không phải chánh pháp, do người Tàu chế ra... Niệm Phật là nghĩ, nhớ, tưởng đức tướng công hạnh của Phật chứ đâu phải réo gào tên Phật! Niệm Phật là làm theo lời Phật dạy: "Chư ác mạc tác, chúng thiện phụng hành, tự tịnh kỳ ý..." chứ đâu phải réo tên Phật để được độ! Tất nhiên là mình học Phật không chỉ niệm Phật, mình phải biết căn bản cốt lõi đức Bổn sư dạy gì, nói gì, tỷ như: Tứ niệm xứ, Tứ diệu đế, Bát chánh đạo... Ngay cái chữ "Độ" cũng cần phải nói cho rõ ràng, độ là chỉ đường, chỉ phương pháp, chỉ cách hành trì để đi đến bớt khổ, giảm khổ, hết khổ... Mình phải dấn thân mới đi đến được chứ không phải ông Phật chìa tay ra vớt hay kéo mình. Nếu những ai tinh tấn đến độ tự thân thoát hết phiền não, ràng buộc... thì coi như đến cõi tịnh ngay trong lúc còn sống vậy!

Ban đầu khi nghe những người nói pháp công kích và bác bỏ Tịnh Độ tôi cũng có hoang mang, sợ mình đi sai đường, không đúng chánh pháp. Ba tôi cũng đem vấn đề này ra bàn với tôi, may thay, nhờ Phật gia hộ chúng tôi vượt qua những hoang mang của mình và vẫn tiếp tục niệm Phật trong đời. Tôi cũng vui vì có được chút ít an lạc trong công việc và đời sống hàng ngày. Tôi và ba tôi vẫn tin tưởng ở Phật pháp và tiếp tục niệm Phật trong đời sống thường ngày.

THƠ
NGUYỄN CHÍ TRUNG

# Từ Từ Biến Đi

Từ Đất Khác, ta sinh ra
Nhưng cưu mang ta, lại là Đất Đây
Trên mặt đất thương tích đầy
Làm người có nghĩa là ngày thức nhìn
Mặc cho sâu bọ chung quanh
Đang ngậm nhấm trong điêu linh mộ này
Và giữ trong mắt rách dài
Những vì sao ở bên ngoài vẫn đang
Từ từ biến đi sâu dần
Vào trong vũ trụ vô ngần ngoài kia

# Tối Tăm

Chúng ta ngụ mùa đông nào
Tối tăm trong đó bao lâu nữa giờ
Khi trên sa mạc mặt trời
Của vô tội màu vàng ngời để cho
Tất cả phân hủy cần khô

Thành chính thật của căn cơ trong, thuần
Căn cơ uyên nguyên vô ngần
Và cũng nơi đó trời gần Quê Hương

# Bài Không - Thơ Đã Đạt Đến

Em đi trong những ngọn gai
Đang đâm tim não cả hai chúng mình
Chúng ta đạt đến tử phần
Bên ngoài giấc mộng vô ngần mãi sau
Chúng ta đau khổ ra sao
Hai đôi mắt nhìn vào nhau thế nào
Trong tự-yêu trắng xóa màu
Vẫn luôn là cái bóng mờ của ta

Đại dương thương nhớ bao la
Làm sao để thỏa. Để hòa vào nhau

Bác sĩ Đỗ Hồng Ngọc

# MỘT NGÀY KIA… ĐẾN BỜ

> Tùy bút gồm 26 tiểu mục "Một Ngày Kia… Đến Bờ" là những bài Pháp thoại giá trị dễ hiểu & lý luận khoa học [NXB Đà Nẵng, 2023]. Tất cả sẽ được dịch sang tiếng Đức và lần lượt trích đăng song ngữ ở Báo Viên Giác, với sự đồng ý của tác giả - BBT VG.

➢ "Khai thị" là để "Ngộ nhập".
➢ Duyên ở đâu khởi?

---

➢ **"Khai thị" là để "Ngộ nhập".**

Một hôm, bớt đau lưng, uống xong một tách trà, Phật kêu các Đại Bồ-tát đệ tử đến bên mình, nói: *Ta già rồi, ta sắp nhập Niết bàn, các ông muốn hỏi thì gì hỏi ngay đi, đừng có để thắc mắc trong lòng không hay* (kinh Pháp Hoa). Lâu nay theo ta đi đây đó tưởng ta không chết ư? Không đau bệnh ư? Không bực mình ư? Nếu không ta đâu phải khuyên mọi người nhẫn nhục, thiền định… nếu không ta đâu khuyến khích mọi người đạt trí tuệ, dù biết "vô trí diệc vô đắc"!

Ai đời các vị Đại Bồ-tát nhao nhao hỏi có cách nào cho **mau** thành Phật không? Tưởng là Phật sẽ bực mình. Nhưng không, Phật cười bảo, có đó. Rất dễ, rất mau. Đó là… phải nhập vào "Vô lượng nghĩa xứ định" rồi mới thấy biết.

"Vô lượng nghĩa xứ" là gì? "Định" là gì? Đó là cái Định, cái Tam muội (Samadhi)… ở trong Vô lượng nghĩa xứ, không chỉ ở con người, mà ở trong tất cả hữu tình và vô tình chúng sanh. Trong cọng cỏ, trong cái hoa, trong cánh chim, trong con sâu cái kiến và trong các… Đại Bồ-tát, Thanh Văn, trong tất cả chúng sanh đều có… cái "xứ" đó. Trong cái "Vô lượng nghĩa xứ" đó, mới thấy được như Huệ Năng: *bổn lai vô nhất vật*. Xưa nay không có cái gì cả. Cho đến cái hạt, cái sóng… cũng không, để tạo sinh thì vật chất cũng không. Tại sao con vịt khác con gà, bông hồng khác bông cúc? Tại sao núi Tu-di to đùng kia nhét vào được trong hạt cải, tại sao bốn biển mênh mông kia nhét vào vừa cái lỗ chân lông… Tại sao trong mỗi lỗ chân lông có vô số cõi Phật, vô số các vị Phật, Bồ tát… Nghĩa là nhập vào Định đó, biết cái pháp môn "vô lượng nghĩa" chỉ có một pháp duy nhất là "vô tướng". Muốn vào trong Định đó, phải bố thí thân mạng mỗi ngày nhiều như cát sông Hằng… mà cát sông Hằng (hằng hà sa số), vô lượng vô biên. Thân mạng ở đâu mà nhiều vậy? Có đó. Không khó khi vào được cái Không. Lúc đó, ta có sự "vô ngại" nhờ Bát Nhã, *chân Không*.

➢ **Duyên ở đâu khởi?**

Nhưng chỉ dừng lại ở đó thì thấy toàn là không, toàn là vô, thì… vô duyên hết sức. Phật không hề muốn ta vô duyên. Muốn ta có duyên. Duyên… phải khởi lên. Có duyên mới sinh ra đủ thứ chuyện. Cho nên Phật nhắc lại chuyện xưa. Ta ở trong Định vô lượng nghĩa xứ này nhởn nhơ vui thú cùng Như Lai, rồi bị Như Lai… đẩy ra ngoài, bắt ta "hiện tướng" thành một "ông Phật" này đó. Đây chỉ là một "giả tướng" thôi nhé. Ta mang thân Như Lai dù chẳng phải Như Lai. Trước khi thuyết giảng, ta ở trong Định thường xuyên, lâu lâu xuất hiện trò chuyện chút vậy thôi. Nói khác đi, ta sống trong "thực tướng". Nhớ nhe, Như Lai thì vô tướng, nhưng vô tướng ở đây nghĩa là vô tướng mà chẳng phải vô tướng, chẳng phải vô tướng mà vô tướng! "Thực tướng" là ta vừa vô tướng vừa hữu tướng. Vô tướng

vì hiểu Bát Nhã, hiểu *chân Không*. Hữu tướng vì ta biết cái duyên sinh, với vô vàn hình tướng, cái *diệu Hữu* (Hoa Nghiêm). Cho nên "Sự sự vô ngại" đó thôi. Hữu mà vô, vô mà hữu thiệt là sảng khoái! Bóng nguyệt lòng sông. Ta nhởn nhơ bay lượn, không còn dính mắc, chấp trước chi nữa. Ung dung, tự tại, an nhiên. Nó vậy là nó vậy. Chẳng vì ta mà hoa nở, hoa tàn. Chẳng vì ta mà gió mát trăng thanh. Nhưng ta biết thưởng thức. Ta "enjoy" cuộc sống của mình trong từng giây phút. "Khai thị" là để "Ngộ nhập". ∎

*(còn tiếp số tới)*

## EINES TAGES... DAS ANDERE UFER ERREICHEN

Übersetzt ins Deutsche von
Nguyên Đạo & Prof. Beuchling

> Diese 26 Essays in „Eines Tages... das andere Ufer erreichen" sind wertvolle, leicht verständliche und wissenschaftlich fundierte Dharma-Vorträge. Sie werden mit Zustimmung des Autors alle ins Deutsche übersetzt und zweisprachig in der Zeitschrift Viên Giác veröffentlicht − Die Redaktion.

➢ **„Khai thị" bedeutet „Erkenntnis erlangen"** - ["Khai thị" là để "Ngộ nhập"]

Eines Tages, als seine Rückenschmerzen nachließen und er einen Tee beendet hatte, rief der Buddha seine großen Bodhisattva-Schüler zu sich und sagte: Ich bin alt geworden, ich werde bald ins Nirvana eintreten. Wenn ihr etwas fragen wollt, dann fragt jetzt, lasst keine Zweifel in euren Herzen (aus dem Lotus-Sutra). Dachtet ihr all die Zeit, die ihr mit mir verbracht habt, ich würde nicht sterben? Keine Krankheiten haben? Nicht verärgert sein? Wenn nicht, hätte ich die Menschen nicht zu Geduld und Meditation ermahnt... hätte ich die Menschen nicht dazu ermutigt, Weisheit zu erlangen, obwohl ich wusste „ohne Wissen kein Gewinn"!

Die großen Bodhisattvas fragten eifrig, ob es einen **schnellen Weg** gäbe, ein Buddha zu werden. Man könnte meinen, dass der Buddha verärgert wäre. Aber nein, der Buddha lächelte und sagte, es gibt einen solchen Weg. Sehr einfach, sehr schnell. Das ist... man muss in den „Zustand des Unendlichen Sinnes" eintreten, um Erkenntnis zu erlangen.

Was ist der „Unendliche Sinn"? Was ist „Zustand"? Das ist der Zustand, die Samadhi... im Unendlichen Sinn, nicht nur im Menschen, sondern in allen fühlenden und nicht-fühlenden Wesen. In einem Grashalm, in einer Blume, in einem Vogelflügel, in einem Wurm, einer Ameise und in den... großen Bodhisattvas, den Arhats, in allen Lebewesen gibt es... diesen „Ort". In diesem „Unendlichen Sinn" sieht man, wie Huineng es sah: von Anfang an gibt es nichts. Von Anfang an gab es nichts. Selbst das Atom, die Welle... auch nicht, um Leben zu schaffen, gibt es kein Materielles. Warum unterscheidet sich eine Ente von einem Huhn, eine Rose von einer Chrysantheme?

Warum passt der riesige Tu-di-Berg in einen Senfkorn, warum passen die vier riesigen Meere in eine Pore... Warum gibt es in jeder Pore unzählige Buddha-Welten, unzählige Buddhas, Bodhisattvas... Es bedeutet, in diesen Zustand einzutreten, die einzige Methode des „unendlichen Sinnes" zu erkennen, ist „Formlosigkeit". Um in diesen Zustand einzutreten, muss man täglich so viele Leben wie Sand am Ganges spenden... und der Sand des Ganges (hằng hà sa số), unermesslich und unendlich. Wo gibt es so viele Leben? Sie existieren. Es ist nicht schwer, in den Zustand der Leere zu gelangen. Dann hat man „Unbehindertheit" durch Prajna, wahre Leere.

> **Wo beginnt das Bedingte? - [Duyên ở đâu khởi?]**

Aber wenn man nur dort stehen bleibt und alles als leer und nichtig sieht, dann ist das... völlig bedingungslos. Der Buddha wollte nicht, dass wir bedingungslos sind. Er wollte, dass wir Bedingungen haben. Bedingungen... müssen entstehen. Nur mit Bedingungen entstehen alle Arten von Geschichten. Deshalb erinnerte der Buddha an eine alte Geschichte. Ich war in diesem Zustand des Unendlichen Sinnes fröhlich und vergnügt mit dem *Tathāgata*, dann wurde ich vom *Tathāgata*... herausgestoßen und gezwungen, eine „Erscheinung" als dieser „Buddha" zu werden. Das ist nur eine „scheinbare Erscheinung". Ich trage den Körper des *Tathāgata*, obwohl ich nicht der *Tathāgata* bin. Bevor ich predigte, war ich oft in diesem Zustand der Samadhi, erschien nur gelegentlich, um ein wenig zu plaudern. Mit anderen Worten, ich lebte im „wahren Wesen". Denkt daran, der *Tathāgata* ist formlos, aber die Formlosigkeit hier bedeutet formlos, aber nicht formlos, nicht formlos, aber doch formlos! „Wahres Wesen" bedeutet, ich bin sowohl formlos als auch mit Form. Formlos, weil ich die wahre Leere (Prajna) verstehe. Mit Form, weil ich die bedingte Entstehung kenne, mit unzähligen Formen, der wunderbaren Existenz (Avatamsaka). Deshalb ist alles „ungehindert". Sein und Nichtsein, das ist wirklich erfrischend! Der Mond spiegelt sich auf dem Fluss. Ich fliege fröhlich umher, ohne Anhaftung oder Vorurteile. Gelassen, frei, friedlich. So ist es. Nicht wegen mir blühen die Blumen, nicht wegen mir weht der kühle Wind, leuchtet der klare Mond. Aber ich weiß, wie man es genießt. Ich „genieße" mein Leben in jedem Moment. ∎

*(fortsetzen in der nächsten Ausgabe)*

**THƠ**

Nguyễn Sỹ Long

# CHỈ XIN EM NỬA BỜ MÔI MỈM CƯỜI

*Cho em về thuở thanh bình*
*Đứng trên bờ ruộng nghiêng mình soi trăng*
*Cho em mười ngón búp măng*
*Dẫn trâu qua xóm tung tăng nô đùa*

*Cho em đám cỏ sau vườn*
*Để em hong má những trưa nắng hè*
*Cho em đi giữa bờ đê*
*Nghe mùi lúa chín tóc thề nhẹ bay*

*Cho em diều lướt qua mây*
*Ca dao em hát trầu cay anh mời*
*Đây em trầu nhớ têm vôi*
*Cau tươi vừa hái bên trời xuân đang*

*Cho em ánh mắt mơ màng*
*Cho môi em đỏ giữa ngàn tơ duyên*
*Cho em giấc ngủ dịu hiền*
*Để em mơ những nàng tiên tuyệt vời*

*Cho em sóng vỗ xa khơi*
*Ngân trong khúc hát bao lời yêu thương*
*Cho em qua vạn nẻo đường*
*Trong lòng quê mẹ muôn vườn hoa xinh*

*Cho em ngày tháng an bình*
*Đêm trăng giã gạo bình minh ra đồng*
*Cho em tắm mát ven sông*
*Tre xanh mắc võng trong lồng chim ca*

*Cho em dưa mắm đậm đà*
*Quanh năm ngô lúa ớt cà đầy sân*
*Cho em dĩa muối chấm gừng*
*Lọng che áo cưới rượu mừng duyên đôi*

*Cho em tất cả em ơi*
*Chỉ xin em nửa bờ môi mỉm cười.*

**Tịnh Ý Giới thiệu**

**TRUYỆN CỔ PHẬT GIÁO SONG NGỮ VIỆT - ĐỨC**

# OAI NGHI CỦA NGƯỜI CON PHẬT

Truyện kể rằng, thuở Phật còn tại thế, có một vị Tỳ kheo trẻ vào thành khất thực. Buổi sáng mùa Đông trời lạnh, thời gian đi cũng đã lâu, thầy ấy quá muốn tiểu mà đường toàn san sát nhà nối tiếp nhau, không tìm ra được một lùm cây hay chỗ vắng. Ngó trước ngó sau không thấy người qua lại, thầy đành nép sau một gốc cây bên đường để đi tiểu. Bất chợt có đám người đi tới. Thấy thầy ấy đứng tiểu nơi trống trải, người thì che mặt cười, người thì vội tránh qua bên kia đường… ai cũng chê bai.

Họ nói rằng, xưa nay các thầy Sa môn đệ tử của Phật ai nấy oai nghi đều nghiêm trang đầy đủ, phép tắc rõ ràng, thậm chí đi đứng, nằm ngồi đều nhiếp tâm trong chánh niệm làm sao lại có một sa môn đứng tiểu bên vệ đường, điều mà cư dân bình thường cũng còn cảm thấy xấu hổ?

Lúc ấy cũng có một Bà-la-môn phái Ni Kiền Tử cùng đi sau đám đông đó. Vị ấy nghe được những lời dân chúng trên đường chê cười thầy Tỳ kheo kia thì vừa đi vừa suy nghĩ: Chúng ta thuộc gia đình Ni Kiền Tử, thân thể trần truồng đi suốt năm tháng giữa phố xá đông người vậy mà không ai để ý đến. Cũng chẳng có ai ai cười chê, trách cứ. Nay chỉ một thầy Tỳ kheo trẻ nhỏ, đứng tiểu giữa đường thì bị mọi người cười chê. Tại sao vậy? - chắc hẳn xưa nay họ thấy chúng ta không biết phép tắc, nên không cười. Nhưng đệ tử của Phật thì phép tắc lễ nghi rõ ràng từng li từng tí nên họ mới bàn tán. Vị Bà-la-môn ấy lòng cảm thấy xấu hổ rảo bước tránh xa những người kia đi về trú xứ của mình.

Sáng hôm sau, thức dậy thật sớm vị ấy tắm rửa sạch sẽ, ra nghĩa địa cuối làng tìm nhặt những tấm vải cũ của người chết, rủ sạch bụi bùn, quấn ngang mình rồi tìm đến rừng nơi đức Thế tôn đang ở để xin Phật thâu nhận làm đệ tử của Ngài.

Đức Phật hỏi qua duyên cớ. Sau khi nghe ông trình bày, Ngài dạy: "*Tỳ kheo là thầy của mọi người, giống như sư tử là vua của loài thú, nên ăn nói phải đúng phép, đi đứng nằm ngồi phải có uy nghi, để làm phép tắc, gương mẫu cho mọi người noi theo, không được tự khinh. Tự khinh là tự huỷ mình, là làm nhục tiền hiền…*"

\* Lược kể từ *Tổng tập Văn Học Phật giáo Việt Nam - Cựu tạp thí dụ kinh*. Lê Mạnh Thát biên soạn. Nxb Tp HCM, 2001

\* Tên truyện do người giới thiệu đặt.

\* *Cựu tạp thí dụ kinh, Lục độ tập kinh* là hai cuốn kinh xưa nhất của Phật giáo Việt Nam còn lưu lại, có mặt trên đất nước ta từ hai nghìn năm trước. Hai cuốn kinh tập hợp các truyện kể lấy từ nhiều kinh điển Pali và Phạn văn khác nhau rồi được cải biên để thích nghi với truyền thống văn hoá địa phương ( dẫn theo Gs Lê Mạnh Thát sđd).

**Lời bàn:**

\* Những việc vệ sinh cá nhân là nhu cầu căn bản của mọi người, kể cả người tu. Thầy Tỳ kheo trong truyện bị dân chúng qua đường chê cười chỉ vì thầy đã tiểu tiện không đúng nơi, đúng lúc, do cơ thể thầy không "nán đợi" được nữa! Điều này không chỉ là khó khăn cho thầy Tỳ kheo ở đất nước Ấn độ hơn hai nghìn sáu trăm năm trước mà cũng là vấn nạn của mọi người ở các thành phố hiện nay trên thế giới. Thực ra nếu thầy để ý cơ thể (niệm thân) một chút, thì trước đó cả tiếng đồng hồ, thế nào thầy chẳng gặp được chỗ tốt hơn là gốc cây bên vệ đường, nơi đông người qua lại?

\* Các thầy Bà-la-môn Ni Kiền Tử suốt cuộc đời tu của họ, thân thể trần truồng, mà không có ai cười chê. Nhưng một thầy tu trẻ của Phật, hành xử không đúng phép thì dân chúng lại chê cười.

Đức Thế tôn đã nói rõ: "*Tỳ kheo là thầy của mọi người, giống như sư tử là vua của loài thú, nên ăn nói phải đúng phép, đi đứng nằm ngồi phải có uy nghi, để làm phép tắc, gương mẫu cho mọi người noi theo, không được tự khinh. Tự khinh là tự huỷ mình, là làm nhục tiền hiền…*"

Bởi, Giáo đoàn của Phật đã đặt ra những giới luật và uy nghi cụ thể, giúp cho mọi người đi trên đường Thánh, kể cả giới "Bạch y-Phật tử".

Người con Phật bước vào Thánh đạo trước hết bằng Niệm Phật, niệm Pháp, niệm Tăng và niệm Giới. Niệm Giới cũng là niệm Thân, bởi tự thân có trang nghiêm thanh tịnh thì khi niệm Phật, Pháp Tăng mới thanh tịnh, mới "cảm ứng đạo giao" được. Thực tập oai nghi là bước đầu của thực tập Giới.

\*Hiểu được tầm quan trọng của oai nghi như vậy, người con Phật, nhất cử nhất động, tâm tâm niệm niệm cần quán sát mọi hành vi cử chỉ của mình. Không chỉ là ngoài đường phố, thôn ấp làng mạc mà cả trong tự viện, đạo tràng là nơi cần giữ gìn và thực tập trang nghiêm và thanh tịnh. Bởi vậy, không phải do kinh tụng nhiều, không phải vì lễ vật cúng dường sang quý mà do Giới và Oai nghi của người con Phật đẹp đẽ như vậy nên thầy Bà-la-môn kia mới tìm đến xin làm đệ tử của Đức Thế tôn. ∎

Alte buddhistische Geschichten
Tịnh Ý stellt vor – Mỹ Đình überträgt ins Deutsche

# WÜRDE UND VERHALTENSREGELN EINES BUDDHA-ANHÄNGERS

Es wird erzählt, dass zu der Zeit, als der Buddha noch lebte, ein junger Mönch in die Stadt ging, um Almosen zu sammeln. An einem kalten Wintermorgen war er bereits eine Weile unterwegs, als er dringend zur Toilette musste. Doch die Straße war gesäumt von dicht an dicht stehenden Häusern, und er konnte keinen Baum oder abgelegenen Ort finden. Da er vor und hinter sich niemanden sah, entschied er sich, hinter einem Baum am Straßenrand seine Notdurft zu verrichten.

Plötzlich kam eine Gruppe von Menschen vorbei. Als sie sahen, dass der Mönch an einer offenen Stelle urinierte, bedeckten einige ihr Gesicht vor Lachen, andere wechselten hastig die Straßenseite. Alle kritisierten ihn.

Sie sagten: „Die Schüler des Buddha, die ehrwürdigen Sa môn, sind doch immer von Würde und Ernsthaftigkeit geprägt. Ihre Verhaltensregeln sind klar und streng, selbst beim Gehen, Stehen, Liegen oder Sitzen sind sie in Achtsamkeit vertieft. Wie kann es sein, dass ein Sa môn am Straßenrand uriniert – eine Handlung, die selbst gewöhnliche Menschen als beschämend empfinden würden?"

Zu jener Zeit war unter der Menge auch ein Brahmane aus der Schule der Ni-Kiền-Tử (Jain). Als er die Worte der Menschen hörte, die den jungen Mönch verspotteten, dachte er bei sich:

„Wir, die der Familie der Ni-Kiền-Tử angehören, gehen das ganze Jahr hindurch nackt durch belebte Straßen, und niemand beachtet uns. Niemand lacht oder kritisiert uns. Doch hier steht nur ein junger Bhikkhu (Tỳ kheo) am Straßenrand und uriniert, und die Leute machen sich lustig über ihn. Warum ist das so? Sicherlich liegt es daran, dass die Menschen uns für unhöflich und ohne Regeln halten, weshalb sie nichts sagen. Aber die Schüler des Buddha sind bekannt für ihre präzisen Verhaltensregeln und ihre strenge Disziplin, deshalb wird darüber geredet."

Der Brahmane fühlte sich beschämt, entfernte sich rasch von der Menge und kehrte zu seinem eigenen Aufenthaltsort zurück.

Am nächsten Morgen stand er früh auf, wusch sich gründlich, ging zum Friedhof am Dorfrand und suchte alte Stoffstücke, die von den Toten zurückgelassen worden waren. Er reinigte sie von Staub und Schmutz, wickelte sie um seinen Körper und begab sich in den Wald, wo der Erhabene verweilte. Dort bat er den Buddha, ihn als Schüler aufzunehmen.

Der Buddha fragte nach den Hintergründen. Nachdem er den Bericht des Mannes gehört hatte, lehrte er:

„Ein Bhikkhu ist ein Lehrer für alle Menschen, so wie der Löwe der König der Tiere ist. Deshalb muss er sich stets an die Regeln halten: Seine Rede muss korrekt sein, und sein Gehen, Stehen, Liegen und Sitzen sollten Würde und Disziplin ausstrahlen, um ein Vorbild für andere zu sein. Er darf sich nicht selbst gering schätzen. Sich selbst zu unterschätzen bedeutet, sich selbst zu zerstören und die Weisheit der alten Weisen zu beschämen."

*[Kurz erzählt aus der Gesamtausgabe der vietnamesischen buddhistischen Literatur - Cựu Tạp thí dụ kinh. Zusammengestellt von Lê Mạnh Thát. Verlag HCMC, 2001. Der Titel der Geschichte wurde von der einführenden Person hinzugefügt.*

*Die* **Cựu Tạp thí dụ kinh** *und* **Lục độ tập kinh** *sind die ältesten überlieferten Schriften des vietnamesischen Buddhismus, die vor etwa zweitausend Jahren in unserem Land Vietnam eingeführt wurden. Diese Schriften enthalten Erzählungen, die aus verschiedenen Pali- und Sanskrit-Sutras übernommen und an die lokale Kulturtradition angepasst wurden (zitiert nach Prof. Lê Mạnh Thát)].*

**Kommentar:**

Persönliche Hygiene ist ein grundlegendes Bedürfnis für alle Menschen, auch für Mönche. Der Bhikkhu (Tỳ kheo) in der Geschichte wurde von den Passanten verspottet, weil er an einem ungeeigneten Ort und zur falschen Zeit urinierte – ein Umstand, der seiner körperlichen Dringlichkeit geschuldet war, da er „nicht länger warten konnte". Dieses Problem war nicht nur für den Tỳ kheo im Indien vor mehr als 2600 Jahren eine Herausforderung, sondern betrifft auch heute Menschen in Städten weltweit. Hätte der Bhikkhu etwas mehr Achtsamkeit gegenüber seinem

Körper (Körperbewusstsein) geübt, hätte er sicher bereits eine Stunde zuvor einen geeigneteren Ort gefunden als den Baum am Straßenrand, wo viele Menschen vorbeikommen.

Die Brahmanen der Ni-Kiền-Tử-Schule lebten ihr gesamtes Leben nackt, und dennoch wurden sie nicht verspottet. Doch ein junger Mönch des Buddha wird für unangemessenes Verhalten von der Öffentlichkeit kritisiert.

Der Erhabene hat dies klar erklärt:

„Ein Bhikkhu ist ein Lehrer für alle Menschen, so wie der Löwe der König der Tiere ist. Deshalb muss er sich an die Regeln halten: Seine Rede soll korrekt sein, und sein Gehen, Stehen, Liegen und Sitzen müssen Würde und Disziplin ausstrahlen. Er sollte ein Vorbild sein, an dem sich andere orientieren können. Er darf sich nicht selbst gering schätzen. Sich selbst zu unterschätzen bedeutet, sich selbst zu zerstören und die Weisheit der alten Weisen zu beschämen."

Denn die Gemeinschaft des Buddha hat klare Regeln und Verhaltensweisen aufgestellt, die allen, die den Heiligen Pfad beschreiten – einschließlich der „Laien-Buddhisten"–, Orientierung geben.

Ein Anhänger des Buddha betritt den Heiligen Pfad zunächst durch das Gedenken an den Buddha (Niệm Phật), die Lehre (Niệm Pháp), die Gemeinschaft (Niệm Tăng) und die Disziplin (Niệm Giới). Das Gedenken an die Disziplin (Niệm Giới) ist zugleich ein Gedenken an den Körper (Niệm Thân), denn nur wenn der eigene Körper würdevoll und rein ist, können auch das Gedenken an Buddha, die Lehre und die Gemeinschaft rein sein und die Verbindung zu den heiligen Prinzipien „gefühlt und wahrgenommen" werden. Das Üben von Verhaltensregeln ist der erste Schritt zur Übung der Disziplin.

Wer die Bedeutung von würdigem Verhalten versteht, wird als Anhänger des Buddha jede Handlung und jeden Gedanken sorgfältig beobachten. Nicht nur auf öffentlichen Straßen, in Dörfern oder in Städten, sondern besonders in Klöstern und Meditationszentren, wo Würde und Reinheit besonders gepflegt werden müssen, ist dies essenziell. Es sind nicht viele rezitierte Sutras oder wertvolle Opfergaben, die den Unterschied ausmachen – sondern die Schönheit der Disziplin und des würdevollen Verhaltens eines Buddha-Anhängers. Deshalb hat der Brahmane in der Geschichte den Wunsch verspürt, Schüler des Erhabenen zu werden.

## Thi Thi Hồng Ngọc

# GIA ĐÌNH MÌNH LÀ CON PHẬT

*Chuyện Ngắn Thiếu Nhi*

### KHIÊM TỐN

*Tranh: Cát Đơn Sa*

Sân chùa ngày Tết đầy các hàng quán bán đồ chay ngon lành, đông vui, nhộn nhịp, nhưng nhà chùa vẫn nấu các món riêng miễn phí mời tất cả mọi người. Gia đình nhà bé Thảo Hiền hôm nay cũng đến làm công quả, các con đứng giúp mẹ và các cô múc cơm, thức ăn mời các vị khách đi ngang qua. Chợt mọi người đều ngừng lại vì Sư Ông đang đến. Các bé rất vui vì Sư Ông xoa đầu khen ngoan, lại ân cần hỏi chúng ăn cơm chưa? Ăn chay có ngon không? Sau đó Sư Ông tiếp tục đi vòng quanh chùa, chắp tay ân cần chào hỏi, chúc mọi người ăn ngon, hành động từ hoà của Sư Ông làm ai cũng cảm động. Thảo An quay sang mẹ thắc mắc hỏi tại sao Sư Ông là "Người lớn nhất chùa" cần gì phải làm thế? Mẹ nhẹ nhàng đáp: "Con có thấy ai cũng cung kính chào và đều hoan hỷ khi gặp Sư Ông không? Các con nhớ nha: dù sau này mình có làm chức quyền dù lớn đến đâu mà muốn được mọi người yêu mến thì hãy học bài học mà Sư Ông vừa dạy, đó là KHIÊM TỐN".

## ĐỐ CHỮ

Ngày mùng bốn Tết, ba bảo các con đem hết trái cây từ bàn thờ xuống để cả nhà dùng sau bữa cơm. Thảo Hiền nhanh tay cầm ngay quả quýt mời ba:

- Ba ơi! Con CẮT Quýt cho ba.

Thảo Mai lật đật sửa lại:

- Em nói sai rồi, không phải là "Cắt quýt" mà là "Gọt quýt"

Thảo An lắc đầu phản đối:

- Chả ai nói thế cả, có lần chị nghe bà nội bảo lấy vỏ ngoài quả chuối ra thì gọi là LỘT.

Khi mấy chị em phải nhờ đến sự giải thích cuối cùng, ba mới mỉm cười vừa chỉ những hình ảnh minh họa vừa giảng:

- Từ vựng trong tiếng Việt của mình rất phong phú. Để diễn tả một hành động là lấy vỏ ngoài của một loại trái cây, củ quả nào đó cũng có rất nhiều từ diễn tả, này nhé, các con xem:

* Các loại quả mà vỏ và ruột rất dễ rời ra như bưởi, quýt thì dùng chữ BÓC.
* Loại quả vỏ ngoài cứng, bên trong có từng múi như: sầu riêng, mít thì dùng chữ TÁCH.
* Loại có vỏ ngoài mỏng sát nhau từng lớp như: bắp, hoa chuối thì dùng chữ LỘT.
* Loại quả có vỏ rất cứng như Dừa thì dùng chữ BỔ.
* Loại có vỏ mỏng, ruột cứng như: cà rốt, củ cải trắng thì dùng chữ BÀO.
* Loại quả vỏ mỏng sát ruột như: xoài, hồng xiêm, ổi, cóc thì dùng chữ GỌT.
* Loại vỏ rất mỏng trong các thứ đậu xanh, đậu đỏ, đậu nành… thì dùng chữ ĐÃI.
* Loại vỏ ở những cây cứng như mía thì dùng chữ RÓC.

Ngừng lại một lát nhìn vẻ ngạc nhiên, thú vị của các con, ba hài lòng hỏi:

- Nào, bây giờ ai trong tụi con có thể ghép đúng từ mà ba giảng nãy giờ thì sẽ có quà thưởng?

Thảo Mai và Thảo Hiền nghẹo đầu cười chịu thua, Thảo An hớn hở:

- Con nói nha ba: Bóc quýt, Tách sầu riêng, Lột bắp, Bào cà rốt, Bổ dừa, Gọt xoài, Róc mía, Đãi đậu xanh.

Cả nhà đồng vỗ tay hoan hô cô học sinh xuất sắc nhất của buổi học "từ tiếng Việt".

## THƯƠNG HAY KHÔNG THƯƠNG

Từ bé, mẹ của Thảo An đã huấn luyện các con làm việc nhà theo khả năng và sức lực của mình. Chị em Thảo An đều thành thạo dọn phòng, giặt giũ, lau nhà, làm vườn, nấu ăn….

Tuy ban đầu có làm chậm hay hư hỏng, mẹ vẫn không la rầy, chỉ ân cần chỉ bảo và luôn khuyến khích sự chăm chỉ của các con dù rất nhỏ nhặt. Một lần Mia, bạn của Thảo An đến nhà chơi, cô bé 10 tuổi này rất ngạc nhiên và khâm phục khi thấy bạn mình biết làm rất nhiều việc trong gia đình, cô bảo bạn:

- Mẹ tôi làm hết tất cả mọi thứ cho tôi, mẹ thương tôi lắm chả cho tôi động đến việc gì.

Thảo Hiền hỏi:

- Thế khi mẹ bạn ốm, mệt vì phải đi làm nhiều, ai sẽ lo cho hai mẹ con? Sau này bạn lớn, đi xa, bạn phải mang theo mẹ đi vì bạn chẳng biết làm gì, có phải không? Vậy thì rõ ràng là mẹ thương và lo cho bạn, còn bạn đối với mẹ mình thế nào?

Mia im lặng, ngày hôm sau đi học, cô bé đến gặp Thảo An, thỏ thẻ:

- Hôm qua, tôi dọn phòng của mình rất sạch đẹp, sáng nay thì dậy sớm làm bánh mì, mẹ tôi rất cảm động, tôi lại nói rằng: "Mẹ ơi! Con thương mẹ nhiều lắm!"

■

Thi Thi Hồng Ngọc

## UNSERE FAMILIE SIND BUDDHISTEN
### Kinderkurzgeschichten
Mỹ Đình überträgt ins Deutsche

**DEMUT.**

Am Tempelhof herrschte an den Neujahrstagen eine lebhafte Atmosphäre mit zahlreichen Ständen, die köstliche vegetarische Speisen anboten. Doch der Tempel bereitete weiterhin eigene Gerichte zu, die kostenlos allen angeboten wurden. Auch die Familie der kleinen Thảo Hiền kam heute, um ehrenamtlich mitzuhelfen. Die Kinder standen an der Seite ihrer Mutter und der anderen Helfer, um Reis und Speisen zu schöpfen und den vorbeigehenden Gästen anzubieten.

Plötzlich hielten alle inne, denn Sư Ông (der Hoch-Ehrwürdige Meister) erschien. Die Kinder waren begeistert, als Sư Ông ihnen liebevoll den Kopf tätschelte, sie lobte und fürsorglich fragte, ob sie schon gegessen hätten. „Schmeckt euch das vegetarische Essen?" fragte er freundlich. Danach setzte Sư Ông seinen Rundgang im Tempel fort, legte die Hände zum Gruß zusammen und begrüßte alle mit aufrichtiger Herzlichkeit. Er wünschte ihnen einen guten Appetit und rührte mit seinem sanften und friedvollen Verhalten alle zutiefst.

Thảo An wandte sich fragend an ihre Mutter: „Warum macht Sư Ông das? Er ist doch der ‚Größte im Tempel', das müsste er doch gar nicht tun!" Die Mutter antwortete sanft: „Hast du gesehen, wie respektvoll alle Sư Ông grüßen und wie glücklich sie sind, ihn zu treffen? Denkt daran, meine Kinder: Egal, wie hoch eure Stellung einmal sein mag, wenn ihr von allen gemocht werden wollt, dann lernt die Lektion, die Sư Ông euch gerade beigebracht hat – das ist **Demut**.

### WORTSPIEL

Am vierten Tag des Neujahrsfestes bat der Vater die Kinder, das gesamte Obst vom Altar herunterzunehmen, damit die Familie es nach dem Essen genießen konnte. Thảo Hiền schnappte sich schnell eine Mandarine und bot sie ihrem Vater an: „Papa! Ich *schneide* die Mandarine für dich."

Thảo Mai widersprach hastig: „Das ist falsch gesagt, man sagt nicht ‚schneide die Mandarine', sondern ‚schäle die Mandarine'."

Thảo An schüttelte den Kopf und protestierte: „Das sagt doch keiner! Oma hat mal gesagt, wenn man die Schale von einer Banane entfernt, nennt man das *abziehen*."

Da die Geschwister sich nicht einigen konnten, wandten sie sich schließlich an den Vater. Der Vater lächelte, zeigte auf einige Abbildungen und erklärte: „Unser vietnamesischer Wortschatz ist unglaublich reichhaltig. Um die Handlung zu beschreiben, bei der man die äußere Schale eines Obstes oder Gemüses entfernt, gibt es viele verschiedene Begriffe. Schaut mal, so ist es:

* Bei Früchten, bei denen die Schale und das Fruchtfleisch leicht voneinander zu lösen sind, wie bei einer Grapefruit oder Mandarine, sagt man *schälen (Bóc)*.

* Bei Früchten mit einer harten Schale, die in Segmente unterteilt sind, wie Durian oder Jackfrucht, sagt man *trennen (Tách)*.

* Bei Dingen mit einer dünnen Schicht, die in Schichten anliegt, wie Maiskolben oder Bananenblüten, sagt man *abziehen (Lột)*.

* Bei Früchten mit sehr harter Schale, wie Kokosnüssen, sagt man *öffnen (Bổ)*.

* Bei Obst oder Gemüse mit dünner Schale und festem Inneren, wie Karotten oder Rettich, sagt man *schälen (Bào)*.

* Bei Obst mit dünner, eng anliegender Schale, wie Mangos, Sapotillen, Guaven oder Sauerkirschen, sagt man *schälen (Gọt)*.

* Bei sehr dünnen Schalen, wie bei grünen Bohnen, roten Bohnen oder Sojabohnen, sagt man *abpellen (Đãi)*.

* Bei Pflanzen mit harter Rinde, wie Zuckerrohr, sagt man *entfasern (Róc)*."

Nach einer kurzen Pause, in der er das erstaunte und interessierte Gesicht seiner Kinder betrachtete, fragte der Vater zufrieden: „So, wer von euch kann jetzt die richtigen Begriffe anwenden? Es gibt auch eine Belohnung für denjenigen!"

Thảo Mai und Thảo Hiền neigten den Kopf und gaben lachend auf. Thảo An hingegen rief voller Begeisterung:

„Ich weiß es, Papa: Schälen Mandarine (Bóc quýt), Trennen Durian (Tách sầu riêng), Abziehen Mais (Lột báp), Schälen Karotte (Bào cà rốt), Öffnen Kokosnuss (Bổ dừa), Schälen Mango (Gọt xoài), Entfasern Zuckerrohr (Róc mía), Abpellen grüne Bohnen (Đãi đậu xanh)."

Die ganze Familie klatschte begeistert für die beste Schülerin der kleinen „Vietnamesisch-Wortkunde-Stunde"

### LIEBEN ODER NICHT LIEBEN

Seit ihrer Kindheit hat die Mutter von Thảo An ihre Kinder dazu erzogen, im Haushalt mitzuhelfen, entsprechend ihren Fähigkeiten und ihrer Kraft. Thảo An und ihre Geschwister beherrschen das Zimmeraufräumen, Wäschewaschen, Bodenwischen, die Gartenarbeit und das Kochen mühelos.

Obwohl sie anfangs langsam arbeiteten oder Fehler machten, schimpfte die Mutter nie. Stattdessen zeigte sie ihnen geduldig, wie es richtig geht, und ermutigte sie immer, auch kleine Aufgaben mit Fleiß zu erledigen.

Einmal kam Mia, eine zehnjährige Freundin von Thảo An, zu Besuch. Sie war sehr erstaunt und bewunderte Thảo An dafür, dass sie so viele Arbeiten im Haushalt erledigen konnte. Sie sagte zu ihrer Freundin: „Meine Mutter macht alles für mich. Sie liebt mich so sehr, dass sie mich nichts anfassen lässt". Daraufhin fragte Thảo Hiền: „Aber wenn deine Mutter krank ist oder müde von der vielen Arbeit, wer kümmert sich dann um euch beide? Und später, wenn du erwachsen bist und fortgehst, musst du dann deine Mutter mitnehmen, weil du nichts selbst machen kannst? Es ist klar, dass deine Mutter dich liebt und sich um dich kümmert, aber wie kümmerst du dich um sie?"

Mia schwieg. Am nächsten Tag in der Schule kam sie zu Thảo An und flüsterte: „Gestern habe ich mein Zimmer ganz sauber aufgeräumt. Heute Morgen bin ich früh aufgestanden und habe ein Sandwich gemacht. Meine Mutter war sehr gerührt, und ich habe ihr gesagt: ‚Mama, ich liebe dich so sehr!'" ∎

Trần Gia Phụng

# PHAN CHÂU TRINH
## VÀ VIỆC GIÁO DỤC

[Trình bày tại Lễ Giỗ thứ 98 chí sĩ Phan Châu Trinh tại Santa Ana, California do Hội Cựu Học Sinh Trung Học Phan Châu Trinh Đà Nẵng tổ chức ngày Thứ Bảy 23-3-2024]

*Nguồn hình: Bảo tàng Lịch sử Quốc gia*

Trong chúng ta, hầu như ai cũng đã từng nghe hai câu thơ đã được phổ nhạc: *"Rằng xưa có gã từ quan / Lên non tìm động hoa vàng ngủ say…"* Thơ nhạc là chuyện văn chương văn nghệ. Trong đời thường, tại Quảng Nam, cũng có người từ quan, nhưng *"không lên non tìm động hoa vàng ngủ say"*, mà lại dấn thân hoạt động văn hóa, chính trị. Người đó chính là chí sĩ Phan Châu Trinh, người mà trường chúng ta được hân hạnh mang tên.

Là học sinh trường Trung học Phan Châu Trinh Đà Nẵng, chúng ta đã học, đã đọc nhiều về vị chí sĩ này. Hôm nay, nhân lễ giỗ thứ 98 của ông, chúng tôi xin nhấn mạnh ba điểm đáng chú ý về ông:

**Thứ nhất**, Phan Châu Trinh từ quan năm 1904, hoạt động **được bốn năm**, thì ông bị nhà cầm quyền Pháp bắt ở Hà Nội, và bị đày ra hải đảo Côn Lôn năm 1908.

**Thứ hai**, khi ra đi tranh đấu năm 1904, Phan Châu Trinh chủ trương bất bạo động. Tuy nhiên, khi nói đến bất bạo động, nhiều. Thực ra, Phan Châu Trinh tranh đấu bất bạo động sớm hơn Gandhi. Vì vậy, với người Việt chúng ta, **Phan Châu Trinh mới đúng là biểu tượng của chủ trương bất bạo động**.

**Thứ ba**, Phan Châu Trinh đề nghị cải cách văn hóa chính trị thẳng đến dân chúng, không thông qua triều đình, nghĩa là bằng hành động cụ thể, Phan Châu Trinh chủ trương đề cao dân chủ ngay từ khi bắt đầu hoạt động.

Trong bốn năm hoạt động, Phan Châu Trinh đã vào Phan Thiết, ra Hà Nội và thăm các tỉnh lân cận, lên Yên Thế,[1] qua Trung Hoa và đến Nhật Bản để tìm hiểu tình hình.

Tận mắt nhìn thấy sự tiến bộ và phát triển của Nhật Bản, khi về lại Việt Nam, Phan Châu Trinh diễn thuyết tại Hà Nội năm 1907, đã nhấn mạnh rằng: *"Tôi chỉ có một lời để nói với đồng bào: **Không gì bằng học**"*. (Báo *Tiếng Dân*, Huế: số 613 năm 1933). Không gì bằng học có nghĩa là trước hết phải lo vấn đề giáo dục quần chúng, tức "giáo

---

1 Phan Châu Trinh nhờ Ông Ích Đường hướng dẫn lên Yên Thế thăm Hoàng Hoa Thám cuối năm 1905 đầu năm 1906. Ông Ích Đường là con của Ông Ích Kiền, và Kiền là con của Ông Ích Khiêm. Tại Yên Thế, dưới quyền của Hoàng Hoa Thám có Ông Ích Thọ, con của Ông Ích Khiêm với một người vợ Hà Đông và là em cùng cha khác mẹ với Ông Ích Kiền, nghĩa là Thọ là chú của Ông Ích Đường. Vì vậy, khi Phan Châu Trinh và Ông Ích Đường đến Yên Thế, Ông Ích Đường đem theo gia phả để Ông Ích Thọ nhận ra bà con (chú-cháu), và giới thiệu hai bên Hoàng Hoa Thám với Phan Châu Trinh. (Theo lời kể của cụ Ông Ích Bật, con của Ông Ích Đường cho người viết tại Đà Nẵng vào cuối thập niên 60 thế kỷ trước.) Nhân câu chuyện này, người viết có hỏi cụ Ông Ích Bật về tuổi của Ông Ích Đường qua câu ca dao Quảng Nam: "Cậu Đường mười tám tuổi đầu/ Dẫn dân công ích xin xâu dưới toà". Cụ Ông Ích Bật cho biết câu này không đúng. Cụ Ông Ích Bật theo lời kể của các chú bác trong gia đình, khi Ông Ích Đường bị Pháp xử tử năm 1908, Ông Ích Đường 25 tuổi, và Ông Ích Bật đã được 6 tuổi.

dân", rồi mới tạo điều kiện cho dân làm ăn sinh sống tức "phú dân". Điều này ngược lại kế hoạch trị quốc của Khổng Tử là "phú dân" trước rồi mới "giáo dân" sau.[2]

Nhà cầm quyền Pháp thấy rõ những hoạt động của Phan Châu Trinh tuy bất bạo động, nhưng về lâu về dài nguy hiểm cho sự thống trị của người Pháp. Vì vậy, nhân cuộc biểu tình xin xâu chống thuế của dân chúng Quảng Nam ngày 11-3-1908, thì Pháp bắt Phan Châu Trinh ngày 31-3-1908, dầu lúc đó ông đang ở Hà Nội, chẳng liên hệ gì đến biến cố ở Quảng Nam. Pháp đưa Phan Châu Trinh về Huế, giao cho triều đình Việt Nam xét xử.

Theo lệnh của Khâm sứ Pháp ở Trung kỳ, triều đình tuyên án tử hình Phan Châu Trinh. Nhờ hội Nhân Quyền Pháp can thiệp, án tử hình đổi thành án khổ sai chung thân đày Côn Lôn (Côn Đảo). Tiến trình vụ án chỉ diễn ra trong ba tuần, từ 31-3-1908 đến 17-4-1908. Khi ra Côn Lôn, Phan Châu Trinh còn bị cách ly, sống riêng biệt, không bị giam chung với các chính trị phạm khác.[3] Tất cả những điều này cho thấy người Pháp rất quan ngại hoạt động của Phan Châu Trinh, nên gấp rút cô lập ông ngoài hải đảo xa xôi.

Hội Nhân Quyền Pháp tiếp tục can thiệp, nên hai năm sau, Phan Châu Trinh ra khỏi tù năm 1910, và bị chỉ định cư trú tại Mỹ Tho (Nam kỳ), thuộc địa do người Pháp cai trị. Tuy nhiên, vẫn có nhiều người biết tin và thăm viếng ông, nên Pháp đưa Phan Châu Trinh ra khỏi nước, theo phái đoàn dạy Hán văn qua Pháp năm 1911,[4] sống trong một xã hội xa lạ, tách ông khỏi hẳn quần chúng Việt Nam.

Đến Pháp, Phan Châu Trinh viết ngay bài "Trung kỳ dân biến thỉ mạt ký", tố cáo chế độ thực dân hà khắc, khiến dân chúng đói khổ, nổi lên biểu tình chỉ để xin giảm xâu hạ thuế.

Khi thế chiến thứ nhất (1914-1918) bùng nổ, chính quyền Pháp nghi ngờ Phan Châu Trinh liên lạc với Đức, nên bắt giam ông vào ngục thất La Santé ở Paris tháng 9-1914. Tuy nhiên, vì không có bằng chứng, Pháp trả tự do cho ông vào tháng 7-1915. Thơ văn ông sáng tác trong thời gian ở Pháp góp chung thành *Santé thi tập*. Ngoài ra, Phan Châu Trinh còn phỏng dịch một trường thiên tiểu thuyết bằng thơ, dài trên 7.000 câu, nhan đề là *Giai nhân kỳ ngộ diễn ca*.[5]

Cuối cùng già yếu và bệnh tật, Phan Châu Trinh trở về Việt Nam năm 1925. Người Pháp đưa ông về Sài Gòn, vì Sài Gòn là thủ phủ thuộc địa của Pháp ở Đông Dương, do người Pháp trực tiếp cai trị. Sau hai cuộc diễn thuyết ở Sài Gòn, Phan Châu Trinh từ trần ngày 24-3-1926.

Tóm lại, Phan Châu Trinh là một Phó bảng Nho học, vận động bãi bỏ cựu học, cổ xúy tân học. Ông hoạt động trong 4 năm (1904-1908) thì khi bị tù và bị đưa ra nước ngoài. Tuy những hoạt động của ông không mang tính bùng nổ vang dội, nhưng đã góp phần không nhỏ trong việc thúc đẩy mạnh mẽ chuyển biến xã hội Việt Nam vào đầu thế kỷ 20.

Trân trọng cảm ơn anh chị em đã lắng nghe và xin kính chào anh chị em. Kính chúc tất cả một buổi họp mặt thân tình, vui vẻ. ∎

---

[2] Khổng Tử, Luận ngữ, Nguyễn Hiến Lê dịch, Nxb. Văn Nghệ, California, 1994, thiên 13, tr. 163, có đoạn viết như sau: "Khổng Tử tới nước Vệ. Nhiễm Hữu [học trò] đánh xe [xe ngựa]. Khổng Tử nói: "Dân đông nhỉ". Nhiễm Hữu hỏi: "Dân đông rồi thì phải làm gì thêm nữa?". Đáp: "Làm cho dân giàu". Hỏi: "Dân đã giàu rồi, phải làm gì thêm nữa?". Đáp: "Giáo hoá dân". [Ý nghĩa: "phú dân" trước, "giáo dân" sau].

[3] Mời xem Huỳnh Thúc Kháng, Thi tù tùng thoại, Sài Gòn, Nxb. Nam Cường 1951.

[4] Theo Nghị định ngày 31-10-1908, chính phủ Pháp quyết định thành lập ban giảng huấn chữ Hán tại Pháp. Năm 1911, phủ toàn quyền Đông Dương cử một đoàn giáo dục chữ Hán ở Việt Nam qua Pháp, Phan Châu Trinh cùng con là Phan Châu Dật đi trong phái đoàn này.

[5] Giai nhân kỳ ngộ diễn ca nguyên gốc là một tiểu thuyết Nhật Bản, được Lương Khải Siêu (Trung Hoa) dịch qua Hán văn bằng văn xuôi. Phan Châu Trinh theo bản dịch của Lương Khải Siêu, viết lại câu chuyện bằng thơ lục bát, dài trên 7.000 câu. Tác giả Lê Văn Siêu ấn hành tác phẩm này tại Sài Gòn năm 1958.

Nguyên Trí Hồ Thanh Trước

# Năm Ất Tỵ Nói CHUYỆN RẮN

12 Con Giáp trong Cung Hoàng Đạo tử vi Đông phương, **rắn** được xếp vào hàng thứ 6, và được gọi là **Tỵ**. Năm Dương lịch 2025 thuộc về năm Ất Tỵ theo Âm lịch. Chúng ta thử tìm hiểu về con vật mang đầy tánh cách mâu thuẫn gây không ít tranh cãi này.

**Động Vật Học**

Ngành Động Vật Học xếp loại «Rắn» thuộc nhóm bò sát liên quan đến thằn lằn thuộc bộ Squamata. Tất cả loài này đều có đặc điểm là thân hình tương đối dài, mỏng và không có chân. Rắn có thể phân biệt rõ ràng với tất cả các loài động vật khác và hầu hết các loài bò sát khác như cá sấu, rùa và thằn lằn. Tuy nhiên, với một số nhóm thằn lằn, sự khác biệt không rõ ràng.

Khoảng 3.950 loài rắn khác nhau, trong đó khoảng 15% là rắn độc. Rắn luôn di chuyển bằng bụng và da được phủ đầy vảy. Các đặc điểm điển hình khác là không có mí mắt cử động và sự phân đôi của phổi và thận hầu thích nghi với thân dài và mỏng.

Rắn được tìm thấy gần như trên toàn thế giới và các loài khác nhau sống ở môi trường sống khác nhau. Vì là loài máu lạnh nên hầu hết các loài sống ở vùng ấm hơn. Một số loài thích nghi với cuộc sống ở môi trường cực kỳ khô hạn, chẳng hạn như sa mạc. Tuy nhiên, cũng có những loài rắn sống và đào bới dưới lòng đất hoặc có khả năng thích nghi với cuộc sống ở môi trường nhiều nước như sông, hồ và thậm chí cả biển.

Rắn, do lối sống và hành vi bị hiểu lầm từ lâu và bị cho là biểu tượng của cái ác vì nọc độc, nhưng độc tính của nó thường bị đánh giá quá cao một cách sai lầm.

Nhiều người sợ rắn, mặc dù chỉ một tỷ lệ nhỏ trong số các loài rắn là nguy hiểm. Một số loài bò sát lớn hơn như trăn được coi là nguy hiểm. Khoảng mười lăm phần trăm rắn là độc và nguy hiểm cho con người.

Mỗi năm có 5,5 triệu người bị rắn cắn, khoảng một nửa trong số đó bị nhiễm nọc độc và khoảng 125.000 người chết; trong số nạn nhân này có khoảng 100.000 người ở châu Á. Rắn cắn thường do tai nạn, chẳng hạn như khi chúng ta đạp lầm rắn.

Trong thực tế, rắn, thường săn các loài gặm nhấm làm thực phẩm chính yếu, vì vậy rắn là loài động vật khá hữu ích giúp cho nhà nông không bị mất năng suất vì các loài gặm nhấm phá hại mùa màng. Ngoài ra rắn cũng đóng một vai trò trong văn hóa, tôn giáo.

**Rắn là biểu tượng trong ngành Y, Dược**

Y khoa với biểu tượng *'Cây gậy của thần Asclepius'*, tuy có thay đổi đôi chút nhưng biểu tượng này được sử dụng trong đại đa số các quốc gia, kể cả tổ chức y khoa Liên Hiệp Quốc.

*Biểu tượng Dược khoa 'Rắn với ly của thần Hygieia' (Bowl of Hygieia)*

Có nhiều huyền thoại giải thích về biểu tượng rắn trong Y, Dược. Tuy nhiên, cách giải thích theo trong Kinh thánh: – Nehushtan là một con rắn bằng đồng trên một cây cột mà Đức Chúa Trời gọi Moïse dựng lên để bảo vệ những người Israel khi nhìn thấy nó khỏi bị chết vì bị cắn về «con rắn rực lửa», mà Đức Chúa Trời đã sai đến để trừng phạt họ vì đã chống lại Ngài và Moïse. Nhiều học viên Kinh thánh đã tạo ra mối liên hệ giữa cây gậy của Asclepius và Nehushtan, nơi cây gậy và con rắn được kết hợp với nhau trong sự kiện chữa lành bệnh hàng loạt trong Kinh thánh. Có lẽ đây là lý do tại sao người xưa bắt đầu sử dụng con rắn theo truyền thuyết này.

**Rắn trong tôn giáo**

Theo Kinh thánh (Bible), biểu tượng của rắn là tri thức, biểu tượng của điều thiện khi được sử dụng một cách thiện lành như các thiên thần, hoặc biểu tượng của cái ác như ma quỷ. Quỷ Satan được thể hiện như con rắn trong Kinh thánh Genesis nói về nguồn gốc của Vũ Trụ.

Một con vật đầy cám dỗ. Nếu có một con vật gần gũi với con người, một nghịch lý, đó lại là con rắn! Mối liên hệ này có thể gây ngạc nhiên, nhưng nếu chúng ta hiểu Kinh thánh theo nghĩa đen, thì đầu tiên rắn xuất hiện cùng với Eva trong Kinh thánh Genesis như một con vật tự mãn, thông minh và đầy cám dỗ, chứ không phải là một loài bò sát nguy hiểm cần tránh xa như chúng ta hiểu sau này. Và chính bằng thủ đoạn gian xảo mà rắn mời Eva ăn trái của cây mà Thiên Chúa đã ngăn cấm.

Trong Phật giáo, rắn được nhắc đến trong nhiều truyền thuyết.

**Mucalinda, rắn thần Naga**

Sự tích này kể về «Bảy tuần lễ đầu tiên sau khi Đức Phật thành đạo»; tuần lễ thứ sáu, khi Ngài đang tọa thiền dưới cội Bồ Đề (Bodhi) thì một cơn mưa trái mùa như trút nước dội xuống thân thể Ngài, đúng lúc đó Mucalinda, một vị rắn thần Naga, liền bò ra khỏi nơi trú ẩn của mình, cuộn mình thành bảy vòng tròn, nâng Đức Phật lên khỏi dòng nước đang chảy xiết và dùng chiếc đầu của mình làm thành một chiếc lọng che chở cho Đức Phật. Rắn có mặt tốt, mặt xấu nhưng nhờ đức cảm hóa của Đức Phật mà đã đi theo con đường thiện.

*Ảnh: Tuần lễ thứ sáu tại Bồ Đề Đạo Tràng*

Theo Phật giáo những nguy hiểm mà một hành giả tu tâm phải đối mặt giống như rắn, lửa và trộm – chúng ngày đêm rình rập để gây tai họa cho ta: cướp của, giết chết và tước đoạt của cải quý giá, phẩm hạnh của chúng sanh. «Rắn» ở đây tượng trưng cho tham, sân và si, đầy chất độc gây đau đớn cho tâm trí của phàm phu.

**Sự lợi ích của rắn**

Bản thân rắn không bao giờ có độc, vì đúng ra chỉ nọc rắn là độc nên chúng ta thường gọi rắn có nọc là rắn độc. Về nguyên tắc, việc nuốt phải nọc rắn không có hại nếu không có vết thương nào trong miệng hoặc trong đường tiêu hóa. Chỉ khi đi vào máu thì chất độc mới đặc biệt hiệu quả và trong một số trường hợp có thể đe dọa đến tính mạng con người. Tuy nhiên, chức năng chính của nọc rắn không phải là tiêu diệt kẻ thù mà là tiêu hóa con mồi hiệu quả hơn. Nọc rắn bao gồm phần lớn các hợp chất phá vỡ protein. Điều này khiến rắn trở thành một trong số ít loài động vật có khả năng bắt đầu quá trình tiêu hóa con mồi bên ngoài cơ thể, ngay cả trước khi con mồi bị ăn thịt.

Họ rắn độc nổi tiếng nhất là họ viper (Viperidae), bao gồm tất cả các loài rắn lục và rắn đuôi chuông. Tất cả rắn mamba, rắn san hô và rắn hổ mang đều thuộc họ Elapidae. Một số loài rắn Colubridae có độc nhưng nhìn chung chúng không gây nguy hiểm cho con người, ngoại trừ loài rắn Dispholidus typus sống trên các cây. Rắn biển sống ở các vùng ven biển trên biển, số lượng lớn có nhiều loài có độc.

Nọc độc của rắn có đặc tính mô (tissue biology) và chỉ tác động lên một số mô nhất định, không ảnh hưởng đến các cấu trúc khác. Các loài khác có nọc độc làm tê liệt các cơ phận chức năng của hệ thống thần kinh. Những đặc tính này và nhiều đặc tính khác của nọc rắn là lý do khiến nọc rắn được sử dụng làm nguyên liệu thô cho nhiều loại thuốc khác nhau. Một ví dụ là cardiotoxin sarafotoxin, xuất phát từ các loài thuộc họ rắn stiletto tương đối ít được biết đến. Sarafotoxin được biến chế trong dược khoa để điều trị một số tình trạng bệnh lý bao gồm viêm khớp, bệnh tim mạch và di căn tế bào ung thư.

Nọc rắn cũng được dùng để sản xuất thuốc chống nọc độc rắn cắn. Trước khi phát hiện ra thuốc chống nọc độc, vết cắn của một số loài rắn hầu như luôn luôn gây tử vong. Bất chấp những tiến bộ đáng kể trong các phương pháp điều trị khẩn cấp, thuốc chống nọc độc thường là phương pháp điều trị hiệu quả duy nhất chống lại nọc độc. Thuốc chống nọc độc đầu tiên được bác sĩ người Pháp Albert Calmette chế tạo ra vào năm 1895 để điều trị vết cắn của rắn hổ mang Ấn Độ. Thuốc chống nọc độc được tạo ra bằng cách chích một lượng nhỏ nọc độc vào động vật (thường là ngựa hoặc cừu) để tạo ra phản ứng miễn dịch. Các kháng thể tạo ra từ phản ứng này sau đó sẽ được thu thập trong máu động vật.

Thuốc chống nọc độc được chích vào tĩnh mạch và hoạt động bằng cách trung hòa các enzym trong nọc độc. Tuy nhiên, nó không thể sửa chữa những tổn thương đã xảy ra trong cơ thể và do đó phải được chích sau khi bị rắn cắn càng sớm càng tốt.

**Giai thoại về rắn trong văn hóa Việt Nam**

*Trong tác phẩm Đoạn Trường Tân Thanh của Nguyễn Du, câu 2016 *'Miệng hùm **nọc rắn** ở đâu chốn này'* nói về việc ghen của Hoạn Thư với Kiều.

**'Công rắn cắn gà nhà'* thành ngữ này, rắn biểu tượng cho kẻ xấu, độc ác hại người, và hiểu rộng ra là kẻ thù, là bọn giặc. Điều đó cũng dễ hiểu, bởi trong ý thức của nhân gian, rắn bao giờ cũng được liên hệ với cái độc ác, nham hiểm.

*Bài thơ của Lê Quý Đôn với đề tài «Rắn».

RẮN ĐẦU BIẾNG HỌC
*Chẳng phải liu điu cũng giống nhà
Rắn đầu biếng học quyết không tha
Thẹn đèn hổ lửa đau lòng mẹ
Nay thét mai gầm rát cổ cha
Ráo mép chỉ quen tuồng lếu láo
Lằn lưng chẳng khỏi vết roi cha
Từ nay Trâu Lỗ xin siêng học* [1]
*Kẻo hổ mang danh tiếng thế gia.*

Điểm đặc biệt là danh từ «Rắn» trong bài thơ mang hai nghĩa hoàn toàn khác biệt:

- Rắn theo nghĩa thông thường là một sinh vật trong bài viết trên đây.
- Trong quốc âm Nôm – Việt, danh từ «Rắn» còn mang một ý nghĩa là *'cứng'* như *'cứng đầu'* hay *'cứng rắn, rắn chắc'* (không dễ gãy).
- Trong Hán – Việt rắn là **xà** 蛇

Theo tự điển Việt – Pháp của Đào Đăng Vỹ xuất bản năm 1956, danh từ Nôm – Việt «rắn» được dịch sang: – Pháp ngữ: dur, solide. Và *'rắn đầu, rắn mặt'* = têtu,

Tự điển Việt – Anh của Lê Bá Khanh, Lê Bá Kông tái bản năm 1968: – *Rắn* = hard; *rắn đầu, rắn mặt* = stubborn.

Hai danh từ Nôm Việt này cùng một chữ viết, cùng một cách phát âm lại mang hai nghĩa hoàn toàn khác nhau do nguồn gốc từ đâu không rõ. Tuy nhiên, sang năm Ất Tỵ 2025, xin kính chúc quý độc giả giữ vững tinh thần một cách *'rắn chắc'* luôn luôn hướng về Phật pháp hầu vượt qua mọi khó khăn, mọi hoàn cảnh trong cuộc sống hàng ngày. ■

**Tài liệu tham khảo**
- leven der dieren / Deel VI: Reptielen. Het Spectrum, Utrecht. ISBN 9789027486264.
- Việt – Pháp Tự điển Đào Đăng Vỹ 1956
- Anh – Việt – Anh Lê Bá Khanh, Lê Bá Kông 1968
- Encyclopedia Britannica
- Wikipedia

[1] (Trâu thành thị thời kỳ Chiến quốc, 戰國時期 鄒城市 quê quán Mạnh tử)

THƠ

Trần Đan Hà

# Chiếc Áo Màu Quê

*Sau vườn xuân nắng lụa
thêu áo màu thiên thanh
nhìn ngoài xa đồng lúa
trải thảm màu quê xanh

Gió đong đưa cành hoa
những nụ cười hàm tiếu
dưới ánh nắng chan hòa
đẹp như lòng niên thiếu

Lộc non khoe màu nõn
bướm vờn lá hoa rung
trong nhà ra ngoài ngõ
khoe áo mới rộn mừng

Con người và thiên nhiên
chan hòa cùng nắng mới
trên trời én chao nghiêng
mang tin xuân mở hội

Màu hoa vừa tắm nắng
chập chờn hư ảo xuân
dấu yêu còn đọng lắng
thơm côi lòng bao dung

Yêu chiếc áo màu quê
khoác vào lòng nhân ái
nghe ấm áp muốn về
hồn xưa mong tìm lại

Xin màu xuân đọng mãi
cho bát ngát lòng người
cho vàng thêm bông cải
xanh bóng mẹ bên trời !*

Cả nhà ông Tư đang hớn hở dạo quanh khu thương xá Phúc Lộc Thọ vào dịp Tết nguyên đán, chợt bé Minh Châu giật giật chéo áo ông nội chỉ tay về một hướng, reo lên:

- Ông nội ơi! Ông Lý đằng kia kìa! Ông Lý hôm nay mặc đồ đẹp quá!

Cả nhà nhìn theo và thấy ông Lý đang trang trọng trong bộ quốc phục áo dài khăn đóng ngồi trước một bàn viết chữ Nho, trên bày la liệt mực tàu giấy đỏ. Bên cạnh ông treo một bức thư pháp với một chữ Phúc thật to, nét bút sắc sảo, xuất thần. Tân quay sang nói với ông Tư:

- Thôi, hôm nào bác Lý rảnh rỗi thì mình qua thăm chứ bây giờ thì… ba thấy không, cả một hàng dài người ta đang chờ bác ấy.

Tuần sau, vừa đến nhà ông Lý, ông Tư đã chào hỏi bằng câu đùa vui:

- Chào ông Đồ! Sao rồi? Sau mấy ngày "Bày mực tàu giấy đỏ/ Bên phố đông người qua", bác cảm thấy thế nào?

Ông Lý đùa lại:

- Thôi bác ơi! "Những người muôn năm cũ/ Hồn ở đâu bây giờ?"[1]

Hai ông thấm ý cùng cười vang. Sau tách trà thơm làm đầu câu chuyện, ông Tư thắc mắc hỏi:

- Hôm ấy tôi thấy bác chỉ viết một chữ Phúc thật to để trưng bày, phải chăng chữ này có nghĩa "cát tường" trong ngày Tết?

Ông Lý gật đầu:

- Đúng vậy! Phúc là một trong những văn tự cổ xưa nhất, thuộc chữ hội ý, liên quan đến nghi thức trang nghiêm tế tự như: cầu phúc, tứ phúc, thụ phúc, tiếp phúc, vạn phúc du đồng… những từ ngữ sớm được miêu tả trong Kinh Thi. Phúc 畐 (nghĩa gốc) xuất hiện trên Giáp cốt văn, hình dạng bộ Dậu 酉 (chữ Tửu 酒 xưa kia) là một vò rượu tượng trưng cho sự cát tường như mưa thuận gió hoà, sự vật tốt đẹp, cơm no áo ấm, của cải sung túc. Khi sang thời Tây Chu, trên Kim văn ghép thêm bộ Thị 示 tạo thành chữ Phúc 福, có hình tượng một người dùng hai tay thành kính dâng rượu cúng tế để cầu an lạc, giàu có, gia đình hoà thuận. Còn giải thích theo tính nghệ thuật tạo hình nghĩa chữ: Bộ Thị 示 bên trái vốn là chữ chỉ về hoạt động cầu khẩn bởi nên nghĩa của chữ gắn liền với thần linh, lễ bái, thờ phượng… Ở đây, Thị chỉ cho tế đàn (bàn thờ lớn ngoài trời) để tế Thần Đất, kính bái Thượng Thiên. Thời trước, bên phải của chữ Phúc 福 là 畐, hình văn tương đương sơ khai của chữ "phúc" 腹, phần trên chữ "phúc" này là một gạch ngang bộ Đầu 亠, giữa là Khẩu 口, và Cảnh 頸 (cái cổ của con người), dưới cùng là cái bụng 腹, (ý nói khi no bụng rồi thì không còn lo gì nữa, tức là phúc 福).

Phúc theo kinh sách Tiên hiền chư tử trước thời Tiên Tần có những nghĩa như sau:

* Nhĩ Nhã, phần Thích Hỗ: Lộc, chỉ, lí, tiễn, phất, hi, ti, hỗ, phúc dã 祿, 祉, 履, 戩, 祓, 禧, 褫,

---

[1] Bài thơ "Ông Đồ" của Vũ Đình Liên.

Lâm Minh Anh
ĐẦU XUÂN BÀN VỀ
CHỮ *PHÚC*

*Nguồn hình: Internet*

祜, 福 也 (Những văn tự này đều hàm nghĩa nếu thực hiện tế tự lễ cúng ấy là phúc), và phần Thích Huấn: Nhương nhương (nhương) phúc dã 穰穰福也 (Nghĩa đen của Nhương nhương là bông lúa nặng trĩu hạt, suy rộng ra phàm vật gì tốt nhiều gọi là phúc).

* *Kinh Dịch*, phần Chu Dịch: Vu thực hữu phúc 于食有福 (trong nhà đủ thức ăn là phúc); Thụ tư giới phúc 受茲介福 (thường xuyên lễ cúng là phúc).

* *Kinh Lễ*, Lễ Ký, thiên Tế Thống: Phúc giả, lưu dã; lưu giả, bách thuận chi danh dã. Vô sở bất thuận giả, vị chi lưu 福者, 留也, 留者, 百順之名也, 無所不順者, 謂之留 (Khi có phúc trong đời sống thì trăm sự đều thuận lợi). Cũng trong thiên này: Hiền giả chi tế dã, tất thụ kỳ phúc 賢者之祭也, 必受其福 (Bậc Hiền đức có lòng tế tự, tất sẽ nhận được ơn trên ban phúc).

* *Kinh Thi*, Lục Tiêu 蓼蕭
Phần Chúc Tụng:

| Chung cổ hoàng hoàng, | 鐘鼓喤喤 |
| Khánh quản tương tương, | 磬管將將 |
| Giáng phúc nhương nhương | 降福穰穰 |
| Giáng phúc giản giản. | 降福簡簡 |

Tạm dịch:
Chuông rung trống gióng âm vang vang,
Khánh reo sáo thổi hòa nhịp nhàng,
Mong trời giáng xuống cho vạn phúc,
Cát tường tận hưởng cõi trời ban.

Phần Đại Nhã, Văn Vương Chi thập tam chi nhất:

| Vô niệm nhĩ tổ, | 無念爾祖 |
| Duật tu quyết đức, | 聿修厥德 |
| Vĩnh ngôn phối mệnh, | 永言配命 |
| Tự cầu đa phúc. | 自求多福 |

Tạm dịch:
Không quên tổ tiên,
Tu thân tạo đức,
Thuận theo mệnh trời,
Tự cầu đa phúc.

Bài thơ hàm ý: Phúc và họa đều do con người tự tạo ra. Nguyễn Công Trứ cũng có câu đối Xuân rất hóm hỉnh như sau: "Chiều ba mươi nợ hỏi tít mù, co cẳng đạp thằng Bần ra cửa/ Sáng mùng một rượu say luý tuý giơ tay bồng ông Phúc vào nhà". Một số câu chúc Phúc được ưa chuộng vào ngày Tết như: Nghinh xuân chúc phúc 迎春祝福, Khai môn tiếp phúc 開門接福… nhằm mong muốn năm mới bình an, gặp nhiều may mắn.

* *Tả Truyện, Trang Công thập niên*, Tả Khâu Minh viết: Tiểu tín vị phu, thần phất phúc dã 小信未孚, 神弗福也 (Người mà không đủ đức tin sâu dày, thần chẳng ban phúc cho đâu). Lại viết: Phúc, hựu dã 福, 佑也 (Có thần linh bảo hộ thì việc dữ cũng hoá lành). Người xưa gọi Thần là Bảo Hựu 保祐.

* *Tuân Tử, thiên Đại Lược*: Thiên tử tất vị chi thời, thượng khanh yếu hướng kỳ tiến ngôn: Năng trừ hoạn tắc vi phúc, bất năng trừ hoạn tắc vi tặc (Vua mới lên ngôi, quần thần trình tấu: Có thể trừ được họa loạn ấy là Phúc, không trừ được ấy là giặc). Ở đây Tuân Tử đặt nghĩa chữ Phúc trên lãnh vực chính trị, ổn định trật tự xã hội.

* *Hàn Phi Tử, thiên Giải Lão*: Tất thành công, tắc phú dữ quý, toàn thọ phúc quý chi vị phúc 必成功, 則富與貴, 全壽福貴之謂福 (Muốn thành công việc gì cần phải có phú quý: nhưng phú quý lại thêm tuổi thọ thì mới gọi là có phúc).

Theo tín ngưỡng dân gian khi nói về phúc, phần đông người xưa thường nghĩ đến phúc phần 福分, phúc khí 福氣, hàm nghĩa có ơn trên an bài. Người được an bài sẽ gặp trăm điều Phúc lành: sống khỏe mạnh; Phúc nhương 福穰: của trời ban cho; Phúc vận 福運: gặp may mắn, mọi việc thuận lợi; Phúc tiển 福戩, Phúc chỉ 福祉: sự việc tốt đến nhà; Phúc hỗ 福祜: thần linh phù hộ; Phúc phất 福祓: tai họa, tật bệnh qua khỏi nhờ lễ cúng bên sông để xua tà khí. Tuy nhiên ý nghĩa Phúc trên, chưa hẳn được nhiều người ngày nay tán đồng, họ cho rằng: Phúc là phúc lộc 福祿: tiền tài bổng lộc; Phúc thọ 福壽: sống lâu; Phúc hy 福禧: vui hưởng; Hạnh phúc 幸福: gia đình hoà thuận êm ấm. Đây chính là điều kiện thực tế vật chất sung túc trong sinh hoạt xã hội. Thậm chí có người đặt của cải là trên hết, cho rằng: Chữ Phúc tương đương với chữ Phú 富. Bởi lẽ: Lễ Ký, Giao Đặc Sanh, từng viết: Phú dã giả, phúc dã 富也者, 福也 (Giàu có là phúc). Và Mao Thi Cố Huấn Truyện, cũng viết:

Phú, phúc dã 富, 福也 (Giàu là phúc). Xuyên qua lịch sử phát sinh những từ ngữ mới, chữ Phú tìm thấy đời Xuân Thu trong" Hầu Mã Minh Thư" 侯馬盟書, hình dạng "Dậu" 酉 (vò rượu), biểu thị giàu có bởi thời xưa trong nhà có dư lúa gạo mới làm được rượu. Theo chiết tự, phần trên chữ Phú là Miên 宀 (mái nhà), giữa là Khẩu 口 (cái miệng), dưới cùng là Điền 田 (ruộng). Hàm nghĩa có nhà để ngủ nghỉ, trong nhà có tiếng nói cười, có ruộng vườn thu hoa lợi thì gọi là Phú. Tóm lại, Phú hay Phúc là mơ ước ngàn đời của con người, hình ảnh sung túc này gợi lên cảnh sống động được phản ảnh qua quan điểm tư tưởng triết lý chính trị trong đối thoại giữa Khổng Tử và Nhiễm Hữu. Luận ngữ, thiên Tử Lộ: Nhiễm Hữu viết: Kí thứ hỹ, hựu hà gia yên? Viết: Phú chi. 冉有曰: 既庶矣, 又何加焉? 曰: 富之 (Nhiễm Hữu hỏi: Dân số đông lên rồi, cần phải làm gì? Khổng Tử đáp: Phải làm cho họ giàu lên).

Nói đến đây ông Lý chợt nhớ đến loại trà mới mà ông được tặng hôm Tết có tên "Trà Vạn Phúc", vốn được trồng trên vùng Tây Bắc Việt nam, liền đem ra pha mời bạn, ông Tư tấm tắc khen ngon rồi tiếp tục câu chuyện:

- Nãy giờ bác giải thích về nghĩa của chữ Phúc đơn lẻ, nhưng theo tôi được biết còn có những từ ghép như Tam Tinh Phúc, Tứ Cát Phúc, Ngũ phúc... Mong bác vui lòng nói qua cho!

Ông Lý cười dễ dãi, suy nghĩ một lát rồi nói:

- Tam Tinh Phúc là ba vị Phúc tinh, còn gọi là Phúc thần: Phúc, Lộc, Thọ. Tứ Cát Phúc là Phúc, Lộc, Thọ, Hỷ, còn Ngũ Phúc là trích dẫn một trong những thiên Hồng Phạm Cửu Trù của Kinh Thư, tức Ngũ Phúc Lâm Môn Lục Cực▯: (1) Thọ, (2) Phú, (3) Khang Ninh, (4) Du hảo đức, (5) Khảo chung mệnh. Tuy nhiên vì lý do kỵ húy đời Đông Hán, Hoàn Đàm trong "Tân Luận Ly Sự" thứ 11 có chút thay đổi: (1) Thọ, (2) Phú quý, (3) An lạc, (4) Đa tử đa tôn, (5) Thiện chung. Về sự liên hệ giữa năm phúc trên, có người biện giải rằng: Đầu tiên phải thọ mạng lâu dài thì mới hưởng được phúc. Kế tiếp phải phú quý mới tránh được cảnh hoạn nạn vì nghèo khó. Sau đó phải có sức khỏe để không bị đau ốm làm khổ. Sau nữa nên hết lòng làm nhiều điều thiện lành để cuối cùng được thanh thản lìa đời. Nhưng thiên Hồng Phạm lại viết: Vô hảo đức, nhữ tuy tứ chi phúc, kỳ tác nhữ dụng cữu 無好德, 汝雖賜之福, 其作汝用咎 (Người không có đạo đức thì dù trời có ban phúc cũng chẳng nhận được, thậm chí còn trở thành tai họa).

Lại nữa, cũng trong thiên này: Dư hảo đức, nhữ hảo chi phúc 予好德, 汝好之福 (Người có lòng tốt thì phúc đã chứa sẵn bên trong).

Về sự tương quan giữa Phúc, Đức và Mệnh có những nghĩa như sau:

* *Sử Ký Tư Mã Thiên*, Tống Vi Tử thế gia: Hưởng dụng ngũ phúc, uy dụng lục cực 饗用五福, 畏用六極 (Biết khéo hành xử năm phúc thì khỏi sợ sáu tai họa về sau).

* *Sách Quốc Ngữ*, Tả Khâu Minh viết: Phu đức, phúc chi cơ dã 夫德, 福之基也 (Đức là cơ bản của phúc). Còn viết: Biết tích đức thì sinh mệnh kéo dài.

* *Liễu Phàm Tứ Huấn*, đời Minh chỉ rõ Phúc, Đức và Mệnh không thể cầu khẩn, không phải là không thể cải đổi, tất cả do tâm mình tạo đức mà chuyển họa thành phúc, theo đúng như câu của thiền sư Vân Cốc dạy: "Mệnh do ngã tác, phúc tự kỷ cầu" 命由我作, 福自己求.

* Chu Hy trong "Chu Tử Ngữ Loại": Phúc tại gia bao gồm:

1. Có bậc cao niên làm thân giáo, khuyên dạy con cháu đạo Ngũ Thường.

2. Có phụ nữ đức hạnh: biết quán xuyến, cần kiệm, kính trọng người trên, quý mến kẻ dưới.

3. Giao du với bạn tốt, học hỏi điều hay, tránh bạn xấu, và đem tiếng thị phi vào làm xáo trộn gia đình.

* Ngô Tăng, đời Tống, trong "Năng Cải Tế Mạn Lục", quyển 13, trích câu nói của Phạm Trọng Yêm: Bất vi lương tướng; Nguyện vi lương y...vi bách tính mưu lợi tạo phúc 不為良相願為良醫... 為百姓謀利造福. (Không làm tướng giỏi; Nguyện làm vị thầy thuốc tốt... vì trăm họ mà dốc lòng làm phúc).

* Hải Thượng Lãn Ông, vị danh y thời Lê, Trịnh trong *Y Huấn Cách Ngôn*: "Khi tôi còn trẻ, bỏ nghiệp Nho, theo nghề thuốc, 10 năm đèn sách, nghiên cứu ngày đêm, trau giồi nghề nghiệp, chỉ nghĩ một lòng làm phúc giúp người".

* Tư Mã Quang, Tứ Khố Toàn Thư, trong Chiêm Bỉ Nam Sơn Thi: Quân tử vạn niên, phủ hữu tứ hoang thụ lộc 君子萬年, 撫有四荒受祿... (Quân tử tạo phúc cho ngàn năm sau là khuyến dụ kẻ phản loạn, giặc cướp hối cải để hưởng lộc thái hoà).

Hai ông lại nhâm nhi tách trà Vạn Phúc, tận hưởng mùi thơm thanh thoát, nhẹ nhàng, ngắm nghĩa lại chữ Phúc mà ông Lý viết hôm Tết, ông Tư nảy ra câu hỏi hóm hỉnh:

- Thế còn chữ Phúc đảo ngược thì sao bác Lý?

Ông Lý tươi cười nói ngay:

- Theo truyền thuyết, đời Thanh dưới triều vua Quang Tự, vào dịp cận Tết, 24 tháng chạp là ngày Tảo nhật (Ngày quét dọn), trong cung Từ Hi thái hậu cho treo đèn kết hoa, trưng bày chữ Phúc để đón năm mới. Có người hầu không biết chữ nên treo ngược chữ Phúc. Từ Hi cả giận toan trị tội, may thay thái giám Lý Liên Anh khéo léo can gián: "Phúc đảo 倒 tức phúc đáo 到 (bởi hai từ đồng âm), kẻ này làm như thế là mang phúc đến cho Thái hậu đấy chứ". Từ Hi nghe qua hoá vui, liền tha tội cho người ấy.

Ông Tư gật đầu, tiếp tục gợi ý:

- Bác có thể nói thêm về chữ Phúc trong các lĩnh vực khác hay không?

Ông Lý từ tốn nói:

- Trong bộ môn Phong Thủy, chữ Phúc chẳng những được treo trước cổng nhà, trong sảnh đường mà còn gắn vào hai bên cánh cửa. Tập tục này theo truyền thuyết bắt nguồn từ khi Châu Vũ Vương đi chinh phạt nhà Ân Thương. Theo "Mộng Lương Lục" của Ngô Tự Mục (1161-1237) đời Nam Tống ghi lại: Thời gian tốt nhất gắn chữ Phúc là chiều 30 cuối năm, trước khi mặt trời lặn. Sau này bởi chữ Phúc đồng âm với Con dơi (Biên bức 蝙蝠) nên người ta hay vẽ "năm con dơi" bao quanh chữ Phúc tượng trưng cho "ngũ phúc". Phúc là một trong những chữ được ưa thích nhất trong văn hoá dân gian Á đông, đặc biệt vào năm mới.

Bây giờ tôi xin nói sơ qua về ý nghĩa của chữ Phúc qua góc nhìn của Nho, Lão:

* Khổng Tử trong "Khổng Tử Gia Ngữ", chương Biện Chính: Phu hiền giả, bách phúc chi tông dã… 夫賢者, 百福之宗也… (Nhà có bậc hiền đức chính là trăm phúc của tổ tông). Chương Quán Châu: Quân tử thành năng thận chi, phúc chi căn dã 君子誠能慎之, 福之根也 (Bậc quân tử có đức tính chân thành và cẩn trọng là gốc rễ của phúc). Kinh Dịch, thiên Hệ Từ, thượng: Vi thiện giả, thiên báo chi dĩ phúc, vi bất thiện giả, thiên báo chi dĩ họa 為善者, 天報之以福、為不善者, 天報之以禍 (Người làm việc thiện, báo ứng phúc trời ban, người làm việc bất thiện, báo ứng họa trời giáng). Thiên Hệ Từ, hạ: Thiện bất tích, bất túc dĩ thành danh, ác bất tích, bất túc dĩ diệt thân 善不積不足以成名、惡不積不足以滅身 (Không tích thiện thì làm sao có danh thơm, không tích ác thì đâu có gây họa vong mạng).

* Lão Tử viết: Phúc hề họa chi sở phục; Họa hề phúc chi sở ỷ 福兮禍之所伏, 禍兮福之所倚 (Trong phúc ẩn chứa họa, trong họa khởi mầm mống của phúc), đây là triết lý phúc họa đi liền với nhau theo lẽ tự nhiên. Câu chuyện "Tái Ông Thất Mã" là một ví dụ minh chứng cho lời nói này. Lại viết: Kiến tố bảo phác, thiểu tư quả dục 見素抱樸、少私寡欲 (Đời sống giản dị, mộc mạc, không ích kỷ, bớt tham muốn ấy chính là tạo phúc cho mình). Thành ngữ có câu: "Phúc bất trùng lai, họa vô đơn chí", xuất xứ từ Thuyết Uyển, chương Quyền Mưu của Lưu Hướng đời Hán, viết: "Phúc bất trùng chí, họa bất trùng lai" 福不重至, 禍不重來 (May mắn không đến nhiều lần mà tai họa lại cứ nối tiếp nhau). Trên bình diện trị quốc, Lão Tử viết: Dân chi nan trị, dĩ kỳ trí đa. Cố dĩ trí trị quốc, quốc chi phúc 民之難治、以其智多。故以智治國、國之福 (Lãnh đạo dân chúng rất khó, phải có trí sáng, cho nên biết cách dùng trí để hướng dẫn quần chúng ấy là phúc của nước nhà).

Thấy ông Tư tủm tỉm cười như đang có ý gì vui vui muốn bày tỏ, ông Lý ngưng lời hỏi, ông Tư đáp:

- Bác nói đến đây làm tôi nghĩ về câu "Có trời mà cũng có ta; Tu là cõi phúc, tình là dây oan" trong *Truyện Kiều*, có lẽ Phúc ở đây ít nhiều có liên quan đến đạo Phật, bác có ý kiến gì không?

Ông Lý nhấp thêm tách trà rồi nói:

- Hầu hết các tôn giáo đều nói về chữ Phúc với nhiều nội dung và hình thức khác nhau. Riêng về Phật giáo, dân gian có câu ca dao tục ngữ: "Dù xây chín bậc phù đồ, chẳng bằng làm phúc cứu cho một người". Điều này bàng bạc trong rất nhiều kinh Phật như:

* *Kinh Địa Tạng Bổn Nguyện*, phẩm 10, So Sánh Nhân Duyên Công Đức Của Sự Bố Thí, Phật dạy rằng: …Gặp những người già yếu tật bệnh và kẻ phụ nữ sinh đẻ, nếu trong khoảng chừng một niệm sinh lòng từ lớn đem thuốc men, cơm nước, giường chiếu bố thí, làm cho những kẻ ấy được an vui, phúc đức đó không thể nghĩ bàn đến được…

* *Kinh Quán Vô Lượng Thọ* nêu ra ba điều trọng yếu để tạo phúc: 1/Hiếu dưỡng cha mẹ, phụng sự sư trưởng 2/ Từ tâm bất sát 3/Tu thập thiện nghiệp.

* *Kinh Hoa Nghiêm* nói về Phúc điền 福田 có ba loại: (1) Kính điền 敬田: cung kính Phật, Pháp, Tăng; (2) Ân điền 恩田: báo đáp phụ mẫu và sư trưởng; (3) Bi điền 悲田: Thương xót kẻ nghèo khó và bệnh tật. Kinh còn dạy Phúc điền không rời Tâm điền 心田 cho nên phải thường xuyên vun trồng căn lành, tu tập thiện pháp thì sẽ gặt được phúc báo.

* *Kinh Kim Cang*, phẩm 11: Vô Vi Phúc Thắng 無為福勝 viết: Dĩ thất bảo mãn nhĩ sở hằng hà sa số. Tam thiên đại thiên thế giới. Dĩ dụng bố thí. Đắc phúc đa phủ. Nghĩa là: Dùng thất bảo để bố thí

nhiều như cát sông Hằng đến tam thiên đại thiên thế giới sẽ được đại phúc không thể nghĩ bàn.

* *Kinh Tạp Bảo Tạng*, quyển 2 có câu chuyện rất hay về Phúc báo tự thân như sau. Vua Ba Tư Nặc có một công chúa xinh đẹp, tư chất thông minh tên là Thiện Quang vốn rất tín tâm Phật Pháp, vua rất cưng chiều con gái và bảo rằng chính phúc phần mà cô có được hiện nay là nhờ ông ban cho. Công chúa không thừa nhận, thưa rằng phúc báo kiếp này do chính cô tạo ra từ tiền kiếp đã cúng dường Đức Phật. Vua cha nổi giận tuyên bố gả công chúa cho một gã ăn mày nghèo mạt hạng để xem cô sẽ sống ra sao. Kết quả là một thời gian sau, ông được tin vợ chồng công chúa trở thành đại phú gia của kinh thành, vì họ đào được rất nhiều hũ vàng dưới nền đất trong căn nhà tồi tàn mà họ bị đày đến cư ngụ.

Ông Tư gật đầu kết luận:

- Câu chuyện này là một sự khuyến tấn người học Phật cần Văn, Tư, Tu theo lời Phật dạy trong *Kinh Nhân Quả Ba Đời*: Dục tri quá khứ nhân, kim sanh thụ (thọ) giả thị. Dục tri lai tri quả, kim sanh tác giả thị. 欲知過去因，今生受者是。欲知來知果，今生作者是 (Muốn biết nhân đời trước, xem quả nhận đời này. Muốn biết quả đời sau, xem tạo nhân đời này).

Chợt có tiếng kêu của mấy con vịt đi lạc từ hồ nước ngoài công viên gần nhà, ông Lý mỉm cười ý nhị nói:

- Bác thấy không? Ngay cả những con vịt ở đây, cũng tạm gọi là có phúc phần vì nếu sinh ra ở một nơi nào đó thì làm gì có cơ hội "dạo chơi" an nhàn như thế này. Đôi khi hạnh phúc là một điều rất đơn giản trong cuộc sống sờ sờ ngay trước mặt mà người ta chẳng nhận ra, lại cứ mãi mơ mộng đâu đâu, thật đáng tiếc lắm thay!

Ông Tư gật gù đồng tình:

- Bác nói làm tôi lại nhớ đến câu thơ rất chí lý của cụ Trạng Trình Nguyễn Bỉnh Khiêm:

**Phúc** do trong sạch lòng người,
**Đức** từ kiên nhẫn sống đời yêu thương.

THƠ

Thu Chi Lệ

# ƯỚC MỘT MÙA XUÂN

*Xuân ngại ngùng về bên lối nhỏ*
*Trời còn đẫm ướt những cơn mưa*
*Cánh én về đâu chiều viễn xứ*
*Hay còn tiếc nuối một mùa xưa*

*Đã xa rồi mùa xuân năm ấy*
*Xa rồi cánh bướm lượn bên song*
*Còn đâu nữa chiều xưa thơ mộng*
*Mảnh tàn phai lạc giữa hư không*

*Bao năm lưu lạc giữa trần ai*
*Còn lại gì cho đến hôm nay*
*Một đời đã nếm bao khổ lụy*
*Không phải mình ta chẳng riêng ai*

*Đêm về khẽ niệm câu kinh Phật*
*Bỏ hết ngoài tai chuyện thế gian*
*Tìm nơi an tịnh lòng thanh thản*
*Một cõi Chân Như chốn bình an*

*Ta nguyện ước mùa xuân mới tới*
*Đâm chồi nảy lộc những màu xanh*
*Trái tim nồng ấm tình sương khói*
*Thơ dẫu u hoài vẫn nét thanh…*

(Tháng 01. 2025)

Tượng thờ Anh hùng dân tộc Nguyễn Trãi và Lễ nghi học sỹ Nguyễn Thị Lộ trong Đền Lệ Chi Viên, xã Xuân Lai, huyện Gia Bình, tỉnh Bắc Ninh. (Ảnh: Thanh Thương/TTXVN)

### Chúc Thanh
# Ôn cố: Vụ thảm án Lệ Chi Viên năm xưa

Năm Giáp Thìn đầy sóng gió qua đi.

Năm Ất Tỵ đang về, hy vọng nhiều đổi mới cho loài người.

Tết, mùa xuân.

Mùa xuân mang lại nhiều thay đổi. Thay đổi của đất trời và của cả lòng người. Tuyết tan đi và mưa lũ ngừng rơi trên ngàn lá. Lộc non đâm chồi. Trăm sắc hoa đua nhau nở rộ. Chào đón tết. Tết không riêng ở sự thay đổi khí hậu. Tết đem mưa dịu, gió hòa mang hơi ấm mùa xuân. Mùa hy vọng trở về. Hy vọng một năm mới an vui hơn… theo sự tuần hoàn của vũ trụ. Nghĩa là xuân đến, xuân lại về, xuân về theo lời mời gọi và chào đón của nhân sinh. Xuân về phơi phới, vui và hy vọng, kể từ đầu tháng chạp (12) tới đầu tháng giêng (1/2025) con rồng hình ảnh cao to, vĩ đại và mang nhiều biểu tượng thiêng liêng, tưởng tượng, mơ hồ đến có lúc như thần thoại mơ hồ, dị đoan.

Con rắn đến gần hơn, vì nhỏ hơn con rồng, có lẽ. Và thêm nữa, người ta đã ít nhiều nhìn thấy con rắn trong đời sống, thấy rắn bán ở các chợ người Miên hay người thiểu số, thấy rắn trong rừng rậm, thấy rắn trong các hũ rượu thuốc tàu ngâm lâu ngày… nghĩa là chúng ta thấy rắn ở mọi nơi, rắn có thật trong đời sống. Có nhiều loại rắn: rắn nước, rắn hổ, rắn cạp nong, rắn mãng xà…

Hình ảnh con rắn có lúc gây dễ sợ vì nó trườn trườn trên mặt đất và như có thể phun nọc độc giết người… làm người ta sợ hơn là yêu thích. Tuy nhiên, có nơi am miếu thờ tự, người ta cũng thờ thần rắn như một vị thần bảo hộ.

Dù gì con rắn - khác con rồng, ở chỗ rắn hiện diện trong đời sống con người. Rắn ăn thịt người và cũng có những người đã ăn thịt rắn. Nghĩa là có sự trao đổi qua lại dù hơi gớm ghê!

Con rắn cũng hiện diện trong lịch sử ít nhiều, nhứt là qua vụ án, vụ thảm án tru di tam tộc của ông Nguyễn Trãi, một đại công thần nhà Lê, hậu Lê, mà người khai sáng là vua Lê Thái Tổ (Lê Lợi).

Ông Nguyễn Trãi; được coi như một vị anh hùng dân tộc, người theo phò vua Thái Tổ Cao Hoàng Đế nhà Lê từ khi còn luyện gươm mài kiếm đến lúc cuộc khởi nghĩa Lam Sơn đại thắng quân nhà Minh, giành lại độc lập cho nước Nam. Khởi từ năm Mậu Tuất 1418 Thái Tổ khởi binh ở Lam Sơn, cho đến năm Đinh Mùi 1427, người Minh (Tàu) phải cầu hòa rút quân về nước, trong bao năm chinh chiến, ông Nguyễn Trãi giúp vua về quân sự, chính trị, chỉ huy tướng sĩ ngoài mặt trận tới bày mưu kế, thảo hịch, trao đổi văn từ mệnh qua lại giữa hai bên giao chiến. Ngài là một vị văn thần kiêm võ thần khéo léo, cứng cỏi giữa cơn binh lửa rộn ràng giúp vua Lê tới đại thành công. "Lê Lợi vi quân, Nguyễn Trãi vi thần" là do ý đó mà ra.

Sau gần 20 năm binh lửa, tới năm 1428, Bình Định Vương lên ngôi, đặt niên hiệu là Thuận Thiên, ngài sai quan Hàn Lâm Thừa Sĩ, kiêm Lại Bộ Thượng Thư Nguyễn Trãi làm bài *Bình Ngô Đại Cáo* mà bố cáo với bàn dân thiên hạ nước Nam rằng:

"Thay trời làm việc, Hoàng thượng dạy rằng:

Việc nhân nghĩa cốt ở an dân

Quân điếu phạt trước lo trừ bạo

Nước Đại Việt ta

Nền văn hiến cũ

Non nước bờ cõi đã khác

Bắc Nam phong tục vẫn riêng.

Cơ đồ gây dựng trải: Triệu, Đinh, Lý, Trần!

Để tranh bá tranh hùng cùng Hán, Đường, Nguyên, Tống.

Tuy mạnh yếu từng khi có khác

Nhưng hào kiệt chẳng thuở nào không.

Cho nên:

Lưu Cung tham công mà phải thua,

Triệu Tuyết muốn lớn càng mau mất

Toa Đô đã bị bắt ở cửa Hàm Tử

Ô Mã lại phải chết ở sông Bạch Đằng

Xét lại việc xưa

Hãy còn chứng cũ" …

Ông Nguyễn Trãi phò vua Lê Thái Tổ đánh giặc Minh, lập cơ đồ, sau bao nhiêu năm loạn ly, chỉnh đốn lại việc nước, vua Lê phong cho ông chức Lại Bộ Thượng Thư kiêm Quản Công Cơ Mật Viện. Ông Nguyễn Trãi là rường cột, là nhân vật trọng yếu trong miếu đường. Văn, bài, chiếu, biểu vua lịnh cho ông soạn thảo, còn phần lớn ghi lại trong Văn tập Ức Trai.

Năm 1433 năm Thuận Thiên thứ sáu, vua Thái Tổ mất, vua Thái Tông lên ngôi, ông Nguyễn trãi vẫn được dùng ở ngôi cao trọng. Vua Thái Tông lên ngôi, niên hiệu là Thiệu Bình. Năm Thiệu Bình thứ II, có cái án bảy tên kẻ cướp xảy ra, toàn là người trẻ, đáng tội xử trảm. Vua hỏi ý quan Lại Bộ Thượng Thư thừa chỉ Nguyễn Trãi, ông liền thưa rằng: "Xưa nay pháp lệnh không bằng nhân nghĩa. Đó là ý nghĩa của việc Thịnh Đức có trong kinh thư".

Vua nghe lời khuyên, can gián của ông Nguyễn Trãi, mà giảm án cho các bị can, vua khen ông là người có nhân nghĩa, có thể cảm hóa kẻ ác thành người thiện được.

Vua Lê Thái Tông còn ít tuổi, nhưng ngài đã sai ông Nguyễn Trãi soạn ra quyển *Địa Dư Chí* mà ngài rất khâm phục. Nhà vua và ông Nguyễn Trãi Bao giờ cũng tỏ ra lưu ý đến đường phúc lợi của toàn dân.

Sau vì có Quan Giám Sát Lương Đăng định ra các lối âm nhạc, nhạc nhã, nhạc công mà ông Nguyễn Trãi không đồng ý cho lắm, nên ông xin với vua cho về hưu trí trên núi Côn Sơn, là quê nhà tổ phụ của ông khi xưa, nhưng thỉnh thoảng ông vẫn về kinh thành tham dự, góp ý việc triều chính.

Năm 1442 gặp khoa thi hội, vua Thái Tông ngự điện thân ra đầu bài thi văn sách, các quan ngồi chầu vua, đọc các quyển bài để định cao thấp, Quan Hành Khiển Nguyễn Trãi là người ngồi giám khảo.

Nguyễn Trãi vẫn được vua tin dùng, tuy có lúc đã về hưu dưỡng ở Côn Sơn, nhưng vẫn năng lui tới triều đình giúp vua giúp nước, thi triển tài kinh bang tế thế những mong dân nước Đại Việt được cái nền thịnh trị của Đường, Ngu, tam đại thời xưa. Về Côn Sơn, ông lập ra một trang trại trồng nhiều cây vải, sống với một người hầu thiếp còn trẻ là bà Nguyễn Thị Lộ, bà Nguyễn Thị Lộ và ông thường đàm đạo văn chương thi phú rất tương đắc hợp ý.

Bà là con nhà nho, có học thức văn chương thi phú tài giỏi, vua Thái Tông biết tiếng, mến tài, cho phép bà vào cung điện dạy học các cung nhân và phong cho bà chức Lễ Nghi Nữ Học Sĩ. Như vậy bà không xa lạ gì với việc ra vào nơi triều đình.

Vua Thái Tông có nhiều bà phi, nhưng có một số bà phi được sủng ái vì có sắc đẹp, có tài, có hoàng nam để hy vọng kế vị ngôi thiên tử sau này. Những bà phi nổi tiếng được kể ra như: Bà phi Nguyễn Thị Anh là thân mẫu của hoàng thái tử Bang Cơ, con thứ của vua, dự trù sẽ lên ngai vàng. Bà phi Nguyễn Thị Anh không ưa phe cánh ông Nguyễn Trãi và bà Nguyễn Thị Lộ. Nhà vua lại rất quý mến bà Nguyễn Thị Anh.

Lý do vì sao bà Nguyễn Thị Anh ghét cay đắng ông Nguyễn Trãi và bà Nguyễn Thị Lộ?

Thì câu chuyện do là đồng thời với bà phi Nguyễn Thị Anh, có bà phi khác là bà Tiệp Dư Ngô Thị Ngọc Dao cùng thời điểm đó mang thai, bà Ngô Thị Ngọc Dao nói rằng có thiên đế mách bảo có một vị tiên đồng giáng sanh qua bà. Bà phi Nguyễn Thị Anh sợ rồi đây con bà Tiệp Dư sẽ tranh giành ngôi báu với Bang Cơ (con bà) nên bà tìm cách vu tội vạ xui vua đuổi bà Tiệp Dư đi. Bà Nguyễn Thị Lộ thấy việc oan trái, liền ra tay giúp đỡ cưu mang mẹ con bà Ngô Thị Ngọc Dao. Bà Nguyễn Thị Lộ mang bà Ngọc Dao về nuôi ở chùa Hoa Văn. Gạo và tiền lương thực thường xuyên được ông Nguyễn Trãi sai người mang tới chu cấp. Đủ ngày tháng, bà Tiệp Dư sanh ra hoàng nam Tư Thành, là vua Lê Thánh Tông sau này. Vì việc mẹ con bà Tiệp Dư mà bà Nguyễn phi thù ghét ông Nguyễn Trãi và bà Nguyễn Thị Lộ, chỉ đợi dịp để trả thù. Nhưng trước hoàng tử Tư Thành và Bang Cơ, vua Lê còn có người con trưởng là Nghi Dân, nhưng vì mẹ của Nghi Dân phạm thượng điều chi đó mà Nghi Dân và mẹ bị giáng chức, Nghi Dân không được nối ngôi vua, chỉ được phong một chức nhỏ là Lạng Sơn Vương.

Như vậy, kể như vua Thái Tôn có ba con trai: Nghi Dân, Bang Cơ, Tư Thành, do ba bà phi khác nhau sanh ra. Ở vào thời điểm vua Lê Thái Tôn còn rất trẻ, ngoài đôi mươi, thì ông Nguyễn Trãi đã gần 60 tuổi bà Thị Lộ ước độ 40 hay 50 tuổi.

Khi vừa về hưu trí ở vườn vải Lệ Chi Viên, Côn Sơn; thì có một dịp đó, vua đi tuần vũ, duyệt binh ở Chí Linh, cách Côn Sơn không bao xa. Chiều tới, ngài ngự có ý ghé thăm Nguyễn Trãi, Nguyễn Thị Lộ ở Lệ Chi Viên. Ngài nghỉ đêm và chẳng may bị cảm hàn, băng hà trong đêm đó ngay tại Lệ Chi Viên của Nguyễn Trãi.

Bà Phi Nguyễn Thị Anh và triều thần Lê Sát, Lương Đăng và đám quan nịnh thần quy kết tội cho Nguyễn Thị Lộ đã đầu độc chết vua và Nguyễn Trãi là tòng phạm, và cũng là chủ mưu. Biến cố Lệ Chi Viên một sớm một chiều xảy ra, vua Thái Tông mất đi đột ngột mà gia cảnh ông Nguyễn Trãi lâm vào thảm họa tru di tam tộc.

Bà Nguyễn Thị Lộ bị còng giải vô ngục tối. Ông

Nguyễn Trãi cũng nằm trong nhà lao cách biệt, cửa đen cách biệt chín trùng, nghĩ không còn cách gì phơi giải oan tình này cho được, lòng ông thấm khổ đau mà than thở:

*"Cuộc thế thăng trầm mấy chục niên*
*Non xưa, suối, đá, phụ tình duyên*
*Danh suông, vạ mắc, vòng oan trái:*
*Dạ thẳng, đời bao kẻ ghét ghen!*
*Định mệnh ta đành cam lúc bĩ*
*Tư văn trời có tựa khi nên?*
*Trong bao tủi nhục trăm bề đủ,*
*Bệ ngọc khôn lường một mảnh tiên!*

Vua Lê Thái Tông mất rồi, triều thần và bà phi Nguyễn Thị Anh rước hoàng thái tử Bang Cơ mới hai tuổi lên ngôi vua. Sau lễ đăng quang của Bang Cơ, người ta mang Nguyễn Thị Lộ và đại gia đình tam tộc nhà ông Nguyễn Trãi ra xử tử hình.

Ngày 16.8.1442 (năm Nhâm Tuất) là ngày xử tội hình của toàn gia Nguyễn Trãi. Nghe đồn rằng, buổi sáng đen tối đó, gió lạnh rít se sắt từ phía Hồ Tây thổi tới, làm rung rinh răng rắc cây cành xung quanh pháp trường… Rồi pháp lệnh ban ra: tùng bi ly tùng bi ly… Oan nghiệt thay, một nhà quan hành khiển Ức Trai Nguyễn Trãi máu rơi thịt nát tan tành!

Sau khi bị hành hình, ông Nguyễn Trãi và gia đình được các học trò ông đợi lúc vắng người, tới thu lượm hình hài mang về an táng ở núi Tam Giáp, huyện Phượng Sơn, giáp quê quán của ông.

Theo sử liệu của Trúc Khê, Ngô Văn Triện, thì sau khi vua Thái Tông mất, hoàng thái tử Bang Cơ lên kế vị, tức là vua Nhân Tông. Nghi Dân bị mất ngôi, ngấm ngầm oán giận, nuôi chí thoán đạt, đến năm Kỷ Mão (1459) tháng 10, Nghi Dân tụ tập phe đảng, hơn 100 người, tràn vào hoàng cung ban đêm, giết vua Nhân Tông và bà Tuyên Từ hoàng thái hậu Nguyễn Thị Anh. Nghi Dân tự lên ngôi đặt niên hiệu là Thiên Hưng.

Năm sau đó, các quan cựu đại thần như Lê Niệm, Lê Lăng, Đinh Liệt, Nguyễn Xí bàn soạn nghị sự, rồi đem cấm binh bất ngờ đuổi phe đảng của Nghi Dân và đi đón Gia Vương về hoàng cung.

Gia Vương là Tư Thành, con của vua Thái Tông và bà Ngô Thị Ngọc Dao. Hoàng tử Tư Thành lên ngôi niên hiệu Quang Thuận, sau đổi là Hồng Đức.

Triều vua Lê Thánh Tông là một triều đại cực thịnh rạng rỡ về văn học (với Tao Đàn Nhị Thập Bát Tú). Thịnh trị về kinh tế và ổn định về chính trị.

Người đời sau có lần đặt câu hỏi là nếu không có ông Nguyễn Trãi và bà Nguyễn Thị Lộ che chở, giúp đỡ bà Tiệp Dư, thì làm sao có được hoàng thái tử Tư Thành, tức là vua Lê Thánh Tông. Vậy công lao và thuyết nhân nghĩa của ngài Ức Trai Nguyễn Trãi không phải là nhỏ đối với lịch sử hay sao?

Cũng theo sử gia Trúc Khê, có sự góp công của Hoa Bằng Hoàng Thúc Trâm góp ý thì từ đời vua Nhân Tông, vua đã biết Ức Trai mắc tội oan, nhưng vẫn cho là Nguyễn Thị Lộ có làm nên tội giết vua, nên chưa thể giải oan vụ án Lệ Chi Viên.

Phải đợi gần 20 năm sau, đến đời vua Lê Thánh Tông niên hiệu Hồng Đức, đích thân nhà vua xuống chiếu giải oan cho Ức Trai Nguyễn Trãi, truy tặng chức Kim Tử Vịnh đại phu, cho lục tìm con cháu ông còn sót lại để đền bù và lưu dùng.

Thời đại chuyên chế khi xưa của các nước Đông Phương, thật có nhiều vụ án ly kỳ, những vụ án gây ra bởi những bằng chứng mơ hồ, vô căn cứ mà giết chết nhiều mạng người vô cùng oan uổng.

Vụ án Lệ Chi Viên với thảm họa tru di tam tộc nhà ông Nguyễn Trãi, chỉ do bởi sự tranh giành ngôi báu do các quan xu nịnh bè phái mà ra.

Bên ngoài dân gian, thì người thương kẻ ghét lắm lời, và thêm vào đó là sự mê tín dị đoan và phong thủy dày đặc, tô đậm cho sự đau khổ thêm lâm ly kỳ. Óc tưởng tượng của con người quả thật phi thường!

Người ta tương truyền rằng, ông nội tổ nhà ông Nguyễn Trãi sai phá rừng lấy đất xây trường học. Lỡ phá tổ một ổ rắn, giết rắn con làm rắn mẹ bị thương nên rắn mẹ báo cho ông tổ biết sẽ báo oán tới ba đời. Trời xui khiến, ông Nguyễn Trãi gặp bà

Khu Di Tích Lệ Chi Viên

Nguyễn Thị Lộ. Mối lương duyên kỳ ngộ này, xưa nay ai ai chẳng biết qua mấy vần thơ truyền tụng từ năm nảo năm nào:

- *Nàng ở đâu ta bán chiếu gon*
*Chẳng hay chiếu ấy hết hay còn*
*Xuân xanh chừng độ bao nhiêu tuổi*
*Đã có chồng chưa được mấy con?*
- *Tôi ở Tây Hồ bán chiếu gon*
*Có chi ông hỏi hết hay còn*
*Xuân xanh tuổi được trăng tròn lẻ*
*Chồng còn chưa có có chi con!*

Những vần thơ đối chiếu nhau xứng ý và tương đắc, chắc cuộc tình của họ đẹp đậm đà… đến nỗi gì mà họ mắc vào tội báo oan gia, gỡ lâu mới ra nổi.

Bà Nguyễn Thị Lộ mặc danh mang cái lốt con rắn ác độc… giết vua Lê Thái Tông?

Chuyện hư thực sau này vua Lê Thánh Tông đã giãi bày cùng bàn dân thiên hạ rõ như ban ngày.

Còn như câu thơ: "Tôi ở Tây Hồ bán chiếu gon!" còn mang một ý nghĩa châm biếm khôi hài hơn cả chuyện bà Nguyễn Thị Lộ mặc áo rắn…

Đúng là bà đã thú thật: Tôi ở Tây Hồ và khi đại án "tùng bi li" xử xong, bà Nguyễn Thị Lộ hóa thân lẹ làng thành một con rắn lao tọt xuống Hồ Tây, chắc để cho cả bàn dân thiên hạ đều dòm thấy, đều chứng kiến cảnh rắn hóa người, rồi người hóa rắn… Khen thay cái óc tưởng tượng phi thường của cổ nhân xưa! Chuyện tức cười đến rơi nước mắt!

Sau cùng hết, thì vụ án oan của ông Nguyễn Trãi và bà Nguyễn Thị Lộ đã công khai được vua Lê Thánh Tông đích thân chấp nhận mở oan cừu, giải cứu họ, dù có đôi chút muộn màng, nhà vua cũng thừa nhận chỉ có oan sai và lòng ghen ghét là điều nguy hiểm nhất.

Mừng thay, sau này, sử cũng ghi rằng, bà Tuyên Từ Nguyễn Thị Anh cũng băn khoăn, ăn năn hối hận. Bà chăm nom săn sóc Tư Thành như con ruột và tôn Tư Thành lên làm Bình Nguyên Vương.

Vụ án Lệ Chi Viên mở ra và được khép lại với nỗi An Bình của cả triều đại Hồng Đức.

Tân xuân Ất Tỵ, xin nhớ về công đức của tiền nhân. ∎

*Paris 2024-Chúc Thanh -*
*Xuân Ất Tỵ*
*Phỏng lược theo sử liệu của các tác giả: Hoa Bằng Hoàng Thúc Trâm Trúc Khê Ngô Văn Triện Đại Nam Chính Biên Liệt Truyện*

---

Thái Công Tụng

# Chữ Tâm Trong Văn Học Việt

**1. Dẫn nhập**

Chữ Tâm tiềm tàng trong mọi áng văn Việt như trong truyện Kiều, trong Quan Âm Thị Kính, trong ca dao tục ngữ… Chữ Tâm cũng có mặt trong các kinh Phật giáo.

Tâm ở trước các chữ như tâm thần, tâm lý, tâm cảm, tâm cảnh, tâm thức, tâm tình, tâm trí v.v.

Tâm ở sau các chữ như thiện tâm, vọng tâm, nội tâm, chân tâm, thành tâm, ác tâm, thâm tâm, nhất tâm, tà tâm v.v.

Như vậy chứng tỏ nội hàm của chữ Tâm vừa đa dạng, vừa phong phú. Tâm là cảm nghĩ, cảm xúc, cảm tưởng, cảm nhận. Đó là ý nghĩ, ý tưởng. Trong *Kinh Pháp Cú*, ngay bài 1, đã có câu:

*Tâm vi pháp bổn*
*Tâm tôn, tâm sử*
*Tâm là gốc mọi pháp đời*
*Tâm cao quý nhất, tâm sai khiến làm*
(bản dịch của Trần Trọng San)

**2. Chân tâm và vọng tâm**

Trong bài ca dao:

*Con cò mà đi ăn đêm*
*Đậu phải cành mềm, lộn cổ xuống ao*
*Ông ơi, ông vớt tôi nao*
*Tôi có lòng nào, ông phải xáo măng*
*Có xáo thì xáo nước trong*
*Đừng xáo nước đục đau lòng cò con*

Bài này mượn chuyện con cò mà ngụ ý luân lý rất cao. Con cò sa xuống nước, người ta bắt được sắp đem làm thịt, mà nó vẫn xin nấu bằng nước trong, để cho chết cũng được trong sạch. Nước trong là nước không vẩn đục, không ô nhiễm. Nước đục là nước ô nhiễm, vẩn đục. Ô nhiễm đây là ô nhiễm của tâm hồn. Nước trong là **chân tâm**, nước đục là **vọng tâm**. Tâm có thể là chân tâm là tâm thanh tịnh, không sinh diệt, không dao động, thường vắng lặng. Tâm cũng có thể là vọng tâm là tâm bị ngũ uẩn làm cho mê mờ với tham ái, dục lạc, vọng tưởng; các loại hình của vọng tâm là ác tâm, tâm đố kỵ, tâm ngạo mạn, tâm hẹp hòi. Bài ca dao muốn nhắn gửi luôn giữ tấm lòng trong sáng trong ứng xử.

**3. Chữ Tâm trong truyện Quan Âm Thị Kính**

Truyện Quan Âm Thị Kính là một truyện Nôm,

như truyện Kiều, truyện Cung Oán, truyện Hoa Tiên, truyện Phan Trần v.v. Câu chuyện như sau: Thị Kính lấy chồng học trò tên là Thiện Sĩ. Một đêm chồng học quá khuya, ngủ thiếp đi, vợ ngồi khâu bên cạnh, thấy một sợi râu mọc ngược, sẵn có dao cầm tay nên toan cắt đi. Chồng giật mình tỉnh dậy, tưởng vợ có bụng hại mình, liền hô hoán lên. Cha mẹ chồng chạy tới, một mực gán cho Thị Kính tội mưu sát chồng. Nàng bị đuổi về nhà cha mẹ đẻ, vì quá buồn tủi, Thị Kính bèn giả trai đến tu ở chùa được đặt pháp danh là Kính Tâm; một hôm có lễ Chùa, trong khách thập phương có một cô rất đẹp, tính tình lẳng lơ tên là Thị Mầu, đem lòng say đắm chú tiểu đẹp trai Kính Tâm; nhưng Kính Tâm vẫn thờ ơ, Thị Mầu quyết tâm trả thù bằng cách tư thông với người tớ trai trong nhà, đẻ ra đứa con đem lại vào chùa và phao vu là con mình với chú tiểu Kính Tâm. Chú tiểu này cam chịu lời gièm pha và vẫn nuôi đứa bé. Ít năm sau, Kính Tâm bị bệnh rồi mất. Xem thư tuyệt mệnh của tiểu Kính Tâm, người nhà mới biết tội mưu giết chồng là oan ức. Khi liệm thi hài, sư, vãi trong chùa mới rõ Kính Tâm là phụ nữ. Vậy là cả hai nỗi oan đều được tháo gỡ.

Truyện Quan Âm Thị Kính cốt tả đức tính nhẫn nhục và lòng từ bi của bà Thị Kính (nhân vật chính), vì đó mà sau này bà trở thành Phật Quan Âm. Do vậy, luân lý của truyện có thể tóm lại ở câu:

*Nhân sinh thành Phật dễ đâu,*
*Tu thân, cứu khổ, rồi sau mới thành.*

Để đắc đạo, người ta không những phải chỉ chịu khổ hạnh, mà còn phải chịu những oan ức bất công nữa. Như Thị Kính, oan uổng đến vậy mà chịu nhẫn, không hề oán trách trời và số phận, chỉ lấy từ tâm mà chiến thắng cảnh ngộ.

*Chữ rằng nhẫn nhục nhiệm hòa,*
*Nhẫn điều khó nhẫn mới là chân tu.*

### 4. Chữ Tâm trong truyện thơ nôm Nhị Độ Mai (hoa mai nở hai lần)

Truyện Nhị Độ Mai cũng là một truyện Nôm khá phổ thông như truyện Kiều và truyện Lục Vân Tiên. Đây là một truyện thơ phỏng theo một chuyện bên Tàu, đời nhà Đường với nhiều nhân vật thuộc nhiều tầng lớp: vua chúa, văn thần, võ tướng, kẻ sĩ tài danh, công tử ỷ quyền cậy thế, sư sãi, nhà chài, đặc biệt có hình tượng nhà Nho nghĩa khí và người phụ nữ tài sắc, đức hạnh.

Nhị độ mai là một cuốn luân lý tiểu thuyết chủ ý khuyên người ta nên theo luân thường, nên giữ trọn những điều trung, hiếu, tiết, nghĩa. Trong truyện, bày ra một bên là những vai trung chính, dù gặp hoạn nạn cũng không đổi lòng, sau được vẻ vang sung sướng; một bên là những vai gian ác, tuy được đắc chí một thời, sau cũng phải bị tội vạ, khổ sở, để tỏ cho người đời nhận biết cái lẽ báo ứng của trời. Đặc biệt có nhân vật trong truyện đã toan quyên sinh nhưng được nhà chùa cứu vớt:

*Sư rằng: Cửa bụt thênh thênh*
*Tòng quyền hãy tạm gửi mình ở đây*
*Nhà chùa công việc cũng đầy*
*Dầu rằng lau án, tưới cây cũng là*
*Và trông ra dáng con nhà,*
*Sẵn nghiên bút viết một vài tờ xem*

Luật nhân quả cũng được đề cập đến trong đoạn thơ sau:

*Hoá nhi thăm thẳm nghìn trùng*
*Nhắc cân phúc tội, rút vòng vần xây*
*Ngàn xưa mấy kẻ gian ngay*
*Xem cơ báo ứng biết tay trời già*
*Tuần hoàn lẽ ấy chẳng xa*
*Chớ đem nông nỗi mà ngờ cao xanh*
*Trời nào phụ kẻ trung trinh*
*Dù vương nạn ấy, ắt dành phúc kia*
*Danh thơm muôn kiếp còn ghi*
*Để gương trong sách, tạc bia dưới đời*

### 5. Chữ Tâm kia mới bằng ba chữ Tài

Chữ Tâm ở đây bao gồm mọi đức tính như lịch sự, hòa đồng, cởi mở, thân thiện, nhẫn nhịn, tóm lại những điều mà ngày nay, các nhà tâm lý học gọi khi thì kỹ năng mềm (soft skills), khi thì chỉ số cảm xúc (emotional quotient). Thái độ ứng xử quan trọng đến nỗi ngày nay, khi phỏng vấn xin việc, người ta ít hỏi về bằng cấp, tốt nghiệp trường nào, ở đâu (vì họ chỉ cần điện thoại cho trường để hỏi) v.v.; họ cũng tuyệt đối không hỏi mình ở nước nào đến đây; họ chỉ phỏng vấn chính là để biết phong cách, thái độ, cách trình bày, cách ứng xử, tính tình. Thật vậy, một thái độ tích cực trong công việc không những mang lại nhiều ích lợi lớn lao cho đời sống của mỗi cá nhân, mà còn có sức lan rộng, ảnh hưởng đến cuộc sống của nhiều người chung quanh. Khi làm việc, cần cái Tâm như phải tập trung vào công việc, không **vọng tưởng**, không **vọng thức**, không **vọng niệm**, không **vọng ngôn** với các bạn đồng nghiệp, nghĩa là các thành tố của các giá trị căn bản trong cuộc sống con người giữa nhân quần xã hội.

Cụ Tiên Điền muốn nhắn nhủ con cháu cần phải chú trọng trau giồi cái phần đạo đức, cái tấm lòng ngay thẳng để mà sống cho có nhân, có nghĩa – đó là điều quan trọng cần thiết hơn nhiều so với chuyện bồi dưỡng tài năng trí tuệ ở học đường.

*Thiện căn ở tại lòng ta,*
*Chữ Tâm kia mới bằng ba chữ Tài.*

Với tâm hẹp hòi, tâm ngạo mạn, tâm đố kỵ, tâm tham lam nghĩa là *ma đưa lối, quỷ đưa đường* thì sự giao tiếp giữa người với người sẽ đem đến những kết quả tiêu cực.

Ngày nay, mọi công việc đều phải có sự hợp tác của nhiều ngành học khác nhau. Thực hiện một dự án, một công trình đòi hỏi sự điều hợp, sự phối trí nhịp nhàng giữa mọi chuyên viên trong các lĩnh vực khác nhau, do đó con người phải tập hoà đồng với người khác, có thái độ hoà nhã, tích cực với người chung quanh, không hung hãn trong ứng xử giữa người với người trong xã hội. Như vậy, sự thông minh hay cảm xúc không quyết định sự thành bại trong cuộc đời bạn, mà chính là thái độ sống. Có thái độ tích cực, vạn sự sẽ thành. Không nóng giận, không phát ngôn bừa bãi cũng chính lại là những giáo lý của nhà Phật. Giáo lý nhà Phật há chẳng phải khuyên ta giữ gìn ba nghiệp thanh tịnh. Trong Kinh Pháp Cú, Đức Phật dạy rằng tam độc "tham, sân, si" là những nguyên nhân gây ra bất hạnh và phiền não, ưu tư cho con người. Tham, sân, si có thể được tìm thấy một cách dễ dàng nơi hành động, ngôn ngữ, và ý nghĩ của chính mình cũng như của kẻ khác. Bất cứ ở đâu hay lúc nào, nếu tham sân si có mặt và ngự trị thì cuộc sống riêng hay chung đều trở nên xấu xa đau khổ.

Nghiệp do chính mình tạo ra và nghiệp trở lại chi phối mình. Cũng như Nguyễn Du nói rất đúng trong Kiều:

*Đã mang lấy nghiệp vào thân, Cũng đừng trách lẫn trời gần trời xa*

Tuy nghiệp đã mang vào thân rồi, nhưng vẫn gỡ ra được, nếu chúng ta biết ăn năn sửa chữa lỗi lầm, từ nay tránh mọi điều ác, làm mọi điều lành, giữ tâm ý luôn trong sạch, hướng thiện, chúng ta hãy mang trên thân mình toàn là nghiệp lành, hãy dệt đời chúng ta toàn bằng nghiệp lành, nghiệp thiện trong mỗi ý nghĩ, lời nói và việc làm hằng ngày. Và nhất định, hạnh phúc sẽ đến với chúng ta trong cả đời này và đời sau.

Chính chúng ta không phải một thần linh nào hết quyết định đời sống chúng ta, và chúng ta quyết định nó bằng hoạt động hàng ngày, hàng giờ, phút trong cuộc sống. Nếu tâm chúng ta hướng thiện thì chúng ta tạo nghiệp thiện, hưởng quả báo thiện trong đời này và đời sau. Quy luật nghiệp báo là quy luật nhân quả, giản dị, không có gì khó hiểu, không cần phải mượn tới sức mạnh của thần linh hay sức mạnh mù quáng của số phận để giải thích.

*Ý làm chủ, ý tạo Nếu với ý nhiễm ô*
*Nói năng hay hành động*
*Khổ não bước theo sau*
*Như chiếc xe theo chân con vật kéo*

*Nếu với ý thanh tịnh*
*Nói năng hay hành động*
*An lạc bước theo sau*
*Như bóng không rời hình.*

Thuyết nghiệp của đạo Phật không những là khoa học và công bằng, nó còn tôn vinh trách nhiệm và giá trị con người. Nó thúc đẩy con người luôn hoàn thiện mình, sống đạo đức, có lý trí và theo lẽ phải. Nó nâng cao giá trị con người chứ không hạ thấp giá trị con người. Nó khích lệ con người hành động và tiến bộ. Nó không dạy con người sống tiêu cực và yếm thế. Thuyết nghiệp của đạo Phật, nếu được lý giải đúng đắn và mọi người hiểu thấu và thực hành sẽ đem lại bao nhiêu điều tốt đẹp cho xã hội và đất nước chúng ta trong thiên niên kỷ mới sắp đến này. Quá khứ đã qua rồi, tương lai lại chưa đến, mọi người chúng ta hãy tỉnh giác và có ý thức sống trong hiện tại từng giờ, từng phút nghĩ lành, nói lành, làm lành. Đó chính là nghiệp, là thuyết nghiệp không phải trên bình diện lý thuyết mà là trong cuộc sống, trong thực hành.

Triết gia Mỹ William James, chắc là có chịu ảnh hưởng của thuyết nghiệp của đạo Phật đã nói câu: "Chúng ta đang dệt đời bằng một sợi chỉ không tháo gỡ ra được" (Nous tissions notre vie d'un qui ne se défera pas).

Biết cân bằng cảm xúc nếu như mỗi người biết thông cảm, chia sẻ, biết dung hòa trong quan hệ thì không có chuyện cự cãi dẫn đến xung đột, bạo lực. Do đó chúng ta nên biết cân bằng cảm xúc trong mọi tình huống, mọi hoàn cảnh, lấy tình thương, trách nhiệm và lòng vị tha để thay thế cho sự tức giận, bốc đồng thì nhất định mọi việc sẽ được giải quyết.

### 6. Cội nguồn cũng ở lòng người mà ra

Trong truyện Kiều, cụ Nguyễn Du cho sư cô Tam Hợp thốt ra như trên, ý nói mọi việc rốt ráo cũng do lòng người nghĩa là từ chữ tâm. Ngày nay, khoa học não bộ cho ta thấy tâm thức với buồn, vui, giận, hờn, ghét, ghen là từ hàng ngàn, hàng tỷ neuron trên não đề. Vài ví dụ: mắt là nhãn căn, mắt nhìn sự vật là nhãn trần, nhưng phải nhờ nhãn thức nằm đâu đó trên hàng tỷ neuron trên não bộ ta mới biết. Tương tự như vậy, các ngũ quan khác như tai, lưỡi cũng thế.

Nói khác đi, tâm thức bao gồm nhãn thức, nhĩ thức, thần thức tác động đến suy nghĩ, do đó Nguyễn Du còn viết thêm:

*Người buồn cảnh có vui đâu bao giờ.*

### 7. Stress hay là 4 thành tố của Stress (SUNT)

Những gì gây stress. Để ý các chữ sau:

*Sense of control:* ta có cảm tưởng như mình không kiểm soát được tình hình. Ví dụ: xe cộ ồn ào, cướp bóc, mất ngủ thường xuyên, bụi khói mù đường, lũ lụt, cháy nhà.

*Unpredictability:* chuyện bất thường xảy ra không tiên đoán, không dự trù được. Ví dụ: tai nạn, mất việc, người thân chết v.v.

*Novelty:* cái mới quá chưa bao giờ gặp nên phải quá sức ra làm, đâm ra mệt mỏi. Áp lực công sở, tư sở với các mục tiêu khó đạt được.

*Threat to the ego:* mất tự tin thường hay dẫn đến tự ti và cảm giác bất hạnh càng lúc càng ăn sâu vào tâm trí khiến căng thẳng lo âu càng nhiều. Ta chỉ muốn giữ lại mối tương giao nào mà cái huyền ngã của chúng ta được ái mộ, chiều chuộng, vuốt ve, những hành động của ta được tung hô vạn tuế. Bằng ngược lại, ta hờn, ta giỗi, ta hận đời đen bạc, than rằng sao người ta không hiểu mình, rằng sao mà mình cô đơn quá, v.v.

Căng thẳng ảnh hưởng đến thân thể như cao huyết áp, hơi thở gấp gáp, mất ngủ, và cũng ảnh hưởng đến đời sống tinh thần như suy giảm trí nhớ, mất tự tin. Ngày nay căng thẳng trong đời sống là nguyên nhân chính của các bệnh; nhiều làng Thiền với người đến tu tập trong chánh niệm với đi thiền, ngồi thiền chính là để giữ cho thân tâm an lạc. Thiền với quán nghĩa là tập trung trên bốn niệm xứ: thân, thọ, tâm, pháp; thiền với chỉ nghĩa là ngừng các vọng tâm, các loại tưởng, giúp con người tỉnh thức trong hiện tại, chánh niệm nhờ điều phục tâm qua hơi thở.

Tác giả Mike George truyền cảm hứng cho hàng chục ngàn người ở hơn ba mươi quốc gia về Nghệ thuật Thiền định giúp nhiều người phát triển tinh thần. Trong sách *Cuộc hành trình từ cái đầu đến trái tim* ông viết:

"Sống yêu thương nghĩa là chính mình
Không nên nhầm lẫn tình dục với Tình yêu
Nếu bạn biết bạn là Tình yêu
Bạn sẽ không bao giờ muốn bất cứ điều gì nữa
Bạn sẽ tự nhiên tách ra, song vẫn có sự liên hệ mật thiết với mọi vật, mọi người.
Sẽ không còn phụ thuộc vào ai hay bất cứ điều gì.
Không ai có thể làm tổn thương bạn và bạn
Không bao giờ có ý định gây hại người khác.
Và bạn sẽ nắm được bí mật để sống hạnh phúc."

"Tình yêu là năng lượng
Ánh Sáng một trái tim phi thể chất".

"Sự bình yên không có nghĩa là một nơi không có tiếng ồn ào, không khó khăn, không cực nhọc
Bình yên có nghĩa ngay chính khi ta đang trong phong ba bão táp ta vẫn cảm thấy sự yên tĩnh trong trái tim.
Đó mới chính là ý nghĩa thật sự của sự bình yên".

### 8. Kết luận

Giữa dòng đời biến động và cuộc sống đầy sức ép, tất cả những tội lỗi gây ra, đều do **tâm** chúng ta chủ động, thì phải thành tâm mà sám hối, tự trong thâm tâm. Từ đó, chúng ta phát nguyện không tái phạm, cho nên mỗi khi tâm tham, tâm sân, tâm si khởi lên, chúng ta liền biết ngay, dừng lại, không làm theo sự điều khiển, sai khiến của tham sân si, thì tội lỗi sẽ không còn tái phạm nữa. Khi tội lỗi không còn, tâm sanh diệt cũng lặng mất, con người sống trong trạng thái tịch tịnh, bình yên của tâm trí.

Đó mới thực là sự sám hối chân chánh. Hiểu quy luật vạn vật và thực hành Phật pháp giúp con người buông xả và hóa giải những năng lượng xấu như giận dữ, đố kỵ, ích kỷ để đạt cảm giác an lạc.

Thiết nghĩ, chỉ có tình yêu thương gồm có lòng bao dung, sự quảng đại, tính vị tha, tình lân tuất thương yêu kẻ nghèo khó, hoạn nạn là trên hết mọi sự trên đời, vì nó giúp ta quên được cái "NGÃ" vị kỷ thì tự khắc mình sẽ cảm thấy hạnh phúc trong đời.

*Chữ tâm độc tự thế mà hay*
*Thành bại nên hư bởi chữ này*
*Tuổi trẻ gắng lên già cố giữ*
*Cuộc đời gắn trọn cả vào đây*

Giữ cuộc sống an bình, trong gia đình trên thuận, dưới hòa. Ngoài xã hội thì không bon chen, lừa lọc. Không lợi dụng người khác. Sống đúng trách nhiệm của mình. Đó có thể là thành quả bao nhiêu kiếp mà mỗi người đã tự rèn luyện thân, tâm, thì tự nhiên cũng đã đi trên Phật Đạo, chẳng cần phải màu mè hình tướng thêm vào đó, vì hình tướng chẳng liên quan hay giúp ích gì trong việc Tu sửa cái Tâm vậy. Hạnh phúc là gì?

*Khi anh đến hai bàn tay không*
*Khi tôi đến đôi chân trụi trần*
*Ta chẳng có chút gì đeo mang*
*Sao bây giờ nặng gánh trần gian*
*Xin hãy đến cho nhau nụ cười*
*Xin hãy đến cho nhau tình người*
*Xin hãy nói yêu thương một lời*
*Xin hãy tốt với nhau cho đời nở hoa*
*Tôi chỉ muốn cuộc đời nở hoa*

Người hạnh phúc thật sự không bao giờ phủ nhận thực tế, họ luôn đối mặt với cuộc sống, mở lòng mình để cảm nhận từng hơi thở của cuộc đời. Họ cảm nhận hạnh phúc bằng nỗi hân hoan. Họ nhìn đời bằng đôi mắt lạc quan, chấp nhận hiện tại, khám phá và hướng tới tương lai với những thái độ tích cực. ∎

## Nguyễn Thị Thanh Thủy

# TẬP THỞ

Tôi ngồi xuống hít một hơi
Nén sâu lồng ngực tình đời đục trong
Tôi ngồi lặng hít sương trong
Thở ra gian dối, giữ lòng thiện ngay
Tôi ngồi yên hít nắng mai
Thắp trong u tối bóng ngày tinh khôi
Tôi ngồi hít thở bồi hồi
Trùng trùng gió hát lên lời cỏ cây
Tôi ngồi hít tiếp như say
Nghe chân giẫm đạp quan hoài trần gian
Tôi ngồi yên hít miên man
Trong tâm thức sợi tơ vàng rung ngân
Tôi ngồi hít thở ân cần
Bến mê giờ vắng bước chân phiêu bồng

Thoảng đâu hương đóa hoa hồng
Đẩy tôi về lại giữa vòng nghiệt oan!

# TRANG Y HỌC & ĐỜI SỐNG

Bác Sĩ Trương Ngọc Thanh & Dược sĩ Trương Thị Mỹ Hà phụ trách

> **WHO - Tổ chức Y tế Thế giới** định nghĩa tình trạng sức khỏe tốt là: "Sức khỏe không chỉ đơn thuần là không mắc bệnh hay tật nguyền, mà là trạng thái toàn diện về thể chất, tinh thần và giao tiếp xã hội" – "Health is a state of complete physical, mental and social well-being and not merely the absence of disease or infirmity".
> **ẤY CHÍNH LÀ TRẠNG THÁI THÂN TÂM AN LẠC**

## NHỮNG KHÁM PHÁ TÌNH CỜ TRONG Y HỌC

Bác Sĩ Trương Ngọc-Thanh &
Dược Sĩ Trương Thị Mỹ Hà

*2024 - Một năm đã đi qua.*

Nhìn lại những biến động thời cuộc gây ra do cuộc chiến giữa Nga và Ukraine đã và đang gây ảnh hưởng hủy diệt không nhỏ về mọi phương diện, đặc biệt về nhân mạng, kinh tế, chính trị. Không những chỉ ở nơi tranh chấp, mà tác dụng tệ hại của cuộc chiến này đã ảnh hưởng tiêu cực đến mọi quốc gia trên thế giới, đặc biệt là ở Châu Âu.

Sau Cơn Đại Dịch Corona 19 dai dẳng vừa qua giá cả, mọi sinh hoạt đều trở nên đắt đỏ. Các xí nghiệp phải tìm cách di chuyển ra nước ngoài hoặc phải đóng cửa do thua lỗ. Một viễn ảnh kinh tế tồi tệ, ngay cả đối với Cộng Hòa Liên Bang Đức, một trong những xứ kỹ nghệ đứng đầu Châu Âu.

„Thảm họa chiến tranh" nối tiếp theo „thảm họa vi sinh Covid-19" do con người hay do thiên tai gây ra? Câu hỏi này đã được các nhà khoa học, y dược học, chính trị gia, kinh tế gia tìm cách trả lời và biện minh, theo cái nhìn không công tâm, chỉ nghiêng về lợi ích riêng mình. Những toan tính chính trị của họ gây ra, và thiên tai đã hủy diệt mạng sống hằng triệu người và kéo theo sự suy sụp về kinh tế của không biết bao nhiêu quốc gia liên đới.

Mọi sinh hoạt chưa được hoàn toàn hồi phục sau Cơn Đại Dịch Covid-19 của Thế kỷ 21 đã kéo dài gần 4 năm đã cướp đi sinh mạng của gần 20 triệu người dân trên thế giới, theo ước tính của Tổ Chức Y Tế Thế Giới WHO. Tiếp theo là cuộc chiến ở Nga và Ukraine, thảm họa Do Thái và Palästina kéo theo sự tham chiến chính thức và không chính thức của những quốc gia theo xu hướng chính trị phe nhóm, chống đối nhau và tìm cách hủy diệt lẫn nhau.

Trong thời gian này, tuy bị chịu ảnh hưởng chung không nhỏ, nhưng y và dược học đã có những đóng góp đáng kể vào NHỮNG TIẾN BỘ Y HỌC.

**Thế giới y học đã có những thành tựu xuất chúng đến từ những khám phá tình cờ.** Được kể đến như:

- **VIAGRA®,** dược chất Sildenafil của hãng dược phẩm Pfizer tại Mỹ, được nghiên cứu chỉ với mục đích điều trị bệnh cao huyết áp, nhưng tác dụng phụ trong giai đoạn thử nghiệm thuốc được theo dõi cho thấy những người yếu sinh lý đạt được khả năng này trở lại. Một khám phá tình cờ, một tác dụng phụ của thuốc đã mang lại lợi nhuận khổng lồ cho Pfizer.

- **MOUNJARO®,** dược chất Tirzepatid của Lilly, hãng dược phẩm Mỹ, đã được nghiên cứu và đưa vào điều trị bệnh Tiểu đường Typ 2 từ 15.09.2022 cho người lớn, tỷ lệ làm giảm đường trong máu đạt được HbA1c đến hơn 2,5% điểm.

Điều đáng lưu ý là tác dụng phụ của thuốc dẫn đến trọng lượng cơ thể bị giảm đến 13 % ở người bệnh tiểu đường. Cho đến ngày 11.12.2023 thuốc này đã được cho phép điều trị làm giảm trọng lượng ở những người mập quá trọng lượng, dù không bị tiểu đường, khi chỉ số BMI lớn hơn 27 kg/m². Chi phí điều trị thuốc cho 1 năm lên đến 4500 €. Thuốc được chích dưới da, mỗi tuần 1 lần. Do thời gian bán phân hủy của thuốc kéo dài được đến 7 ngày.

Tirzepatid là nhóm thuốc có tác dụng hoạt hóa GLP-1 (Glucagon-Like-Peptide 1) và GIP-Rezeptor (Glucose dependent Insulinotropic peptide). Cả hai Inkretine này là Hormone Nội tiết có ở đường tiêu hóa. Dưới tác dụng của Mounjaro® sẽ được hoạt hóa và kích thích giúp lượng Insulin của tuyến tụy tạng được điều tiết gia tăng và lượng Glucagon giảm, cùng với việc kích thích thu nhận đường vào các mô cơ gia tăng, khi đường trong máu tăng cao.

Thuốc còn có tác dụng vào trung tâm thần kinh và kéo dài thời gian thức ăn nằm trong bao tử gây cảm giác no lâu, không đói.

Phản ứng phụ của thuốc thuộc nhóm GLP 1 này đã được biết đến từ khi cho phép trên thị trường dược phẩm làm rối loạn tiêu hóa như buồn nôn, đau bụng và tiêu chảy có thể xảy ra. Thuốc có thể gây tăng các phân hóa tố tụy tạng như Lipase,

Amylase.

Thuốc không ảnh hưởng đến tim mạch.

- **OZEMPIC®**, dược chất Semaglutid, của hãng dược phẩm Novo Nordisk Đan Mạch, thuộc nhóm GLP-1-Rezeptoragonist. Cơ chế tác dụng: như Inkretin GlukcagonPeptide 1 có tự nhiên trong đường tiêu hóa ở người. Thuốc làm tăng hoạt động nội tiết Insulin của tuyến tụy tạng và làm giảm đường lượng trong máu sau khi ăn, do thức ăn lưu lại bao tử lâu hơn. Thuốc làm giảm cảm giác đói. Thuốc được đưa vào điều trị bệnh tiểu đường ở Châu Âu từ tháng 2. 2018. Thuốc giúp giảm huyết áp và lượng mỡ trong máu và ảnh hưởng tốt đến tim mạch.

Qua theo dõi điều trị lâu dài cho thấy Ozempic® làm giảm trọng lượng cơ thể lên đến hơn 14 % ở những người bị bệnh tiểu đường.

**WEGOVY®** là tên gọi mới của Semaglutid từ tháng 6 năm 2021 sau khi thuốc chính thức được FDA, cơ quan thực phẩm và dược phẩm Hoa Kỳ cho phép dùng điều trị bệnh mập phì, với liều lượng cao, chích dưới da, mỗi tuần 1 lần. Ngày 15.07.2023 thuốc được chính thức cho phép sử dụng ở Đức. Thuốc có tác dụng tốt về tim mạch. Phản ứng phụ tiêu biểu đã biết đến như ở nhóm GPL-1.

Giá thuốc Wegovy®cao gấp đôi Ozempic® đã gây ra khủng hoảng khan hiếm thuốc Ozempic®, vì những người mập béo tìm đủ mọi cách mua.

Nhờ những khám phá bất ngờ, không chủ đích mà lợi ích kinh tế của hãng dược phẩm Novo Nordisk đã lên đến mức kỷ lục hơn 350 Tỷ Euro vào tháng 10.2023 trên thị trường chứng khoán, đứng đầu Âu Châu, cao hơn cả tất cả các cổ phần của các hãng xe hơi nổi tiếng của Đức MERCEDES, BMW và VW cộng chung lại.

Các hãng bảo hiểm y tế Đức đã tìm đủ mọi cách khước từ chi trả tiền thuốc điều trị bệnh béo mập, dù họ nhận được các khuyến cáo bệnh béo mập có thể dẫn đến tai hại về tim mạch… với các biến chứng lâu dài kèm theo, ảnh hưởng đến chi phí về điều trị kinh tế và chăm sóc xã hội dành cho nhóm bệnh nhân này

Khi phản ứng phụ của thuốc làm giảm trọng lượng cơ thể được ghi nhận, qua theo dõi lâu dài.

Elon Musk chính thức hãnh diện công khai tuyên bố, nhờ vào chích thuốc mà ông đã bớt béo phì. Chỉ với công bố này, giá trị cổ phiếu của Novo Nordisk đã tăng lên đáng kể ngay sau đó.

Wegovy® và Ozempic® đã trở nên khan hiếm toàn cầu. Hãng dược phẩm Novo Nordisk đã trở thành một trong những hãng dược phẩm lớn nhất thế giới với doanh thu kỷ lục to lớn và thành công đến bất ngờ trong điều trị bệnh Tiểu đường và bệnh mập béo.

Tuy thế chúng ta cũng cần nhớ rằng, việc điều trị bệnh tiểu đường phải luôn đi kèm với hoạt động luyện tập cơ thể, ăn uống kiêng cử và chừng mực để giữ vững, ổn định được kết quả lâu dài.

- **JARDIANCE®** với dược chất Empagliflozin, dược phẩm của hãng Boehringer Ingelheim, Tây Đức và Lilly Mỹ, đã được đưa vào điều trị bệnh Tiểu Đường Typ 2 từ tháng 5. 2023.

• Thuốc giúp hạ đường máu với chỉ số 1,5 % HbA1c nhờ vào cơ chế tái hấp thụ đường Glucose trong các tiểu quản của nang thận, cộng với sự hấp thụ đường Glucose trong ruột không bị ức chế.

Phản ứng phụ của thuốc gây giảm huyết áp, mất nước và muối Natrium. Nhiễm trùng đường tiểu và nhiễm nấm khuẩn gây ngứa, mẩn đỏ cũng có thể do thuốc gây ra.

Phản ứng phụ có lợi ích giúp giảm trọng lượng do mô mỡ được phân hủy cao,

• Từ tháng 4.2021 thuốc được đưa vào điều trị mở rộng ở những bệnh nhân bị suy yếu tim, do sức co bóp tim suy giảm để đưa máu đến các cơ quan của cơ thể.

Thuốc làm gia tăng thải muối Natrium và đường Glucose qua đường tiểu, nhờ đó huyết áp hạ thấp và khả năng co bóp cơ tim tăng lên đáng kể.

• Từ tháng 7. 2023 phạm vi điều trị của thuốc được tiếp tục mở rộng cho những bệnh nhân suy yếu thận.

Dù phát minh ban đầu chỉ để điều trị bệnh tiểu đường, nhưng qua khám phá tình cờ và những theo dõi điều trị tiếp theo cho thấy thuốc có tác dụng điều trị suy tim và yếu thận thật công hiệu, và không làm ảnh hưởng tụt thấp đường huyết ngay cả ở những người không bị tiểu đường.

Trong lần tham dự Hội Nghị về Tim Thận từ 6.-7. tháng 9 vừa qua tại Berlin, chúng tôi đã được nghe những tường trình y học qua những dữ liệu điều trị với Jardiance® với kết quả ghi nhận thật tuyệt vời.

Bệnh nhân của chúng tôi, được điều trị với Jardiance® qua theo dõi thực tế, cũng đạt được kết quả thuyên giảm rõ rệt về các biến chứng bệnh tật, sức khỏe của họ được cải thiện đến mức khó ngờ tới,

Đó là niềm vui của người thầy thuốc khi định đúng bệnh và bệnh nhân của mình được điều trị với những dược phẩm theo tiêu chuẩn y học tiên tiến.

*Minden-Hamburg 31.12.2024*

*Các Infografik về Y khoa thường thức của nhóm Bác sĩ CN St (Đức)*

## SỨC KHOẺ TÂM THẦN
### Stress kéo dài -
# Cơ thể chúng ta bị gì?

Stress đặt cơ thể chúng ta vào một tình trạng báo động.

Cơ thể phát ra các chất Hormon: **Noradrenalin**, **Adrenalin** và **Cortisol**

**Hậu quả:**
- **Tim đập** nhanh
- **Huyết áp** tăng cao
- **Hơi thở** gấp
- **Đường huyết** tăng

Nếu kéo dài → Tổn thương vĩnh viễn

**Các hành vi thường gặp** ở người bị Stress: Ăn uống không lành mạnh, lạm dụng bia rượu, thuốc lá, mất ngủ, lười vận động.

Nguồn: BMG, Thörel et al. (2022), IGA, Pega et al.(2021), Quarks, WDR          CN St

## SỨC KHOẺ TÂM THẦN
### Để giảm Stress
### Bạn có thể làm gì ?

**1**
Để giảm Stress, điều quan trọng là bạn cố gắng **giảm tốc độ sống** lại. Có vài cách bạn có thể thử như: Yoga, tập thở hoặc liệu pháp căng chùng cơ (**PMR** của BS Mỹ Jacobson).

**2**
Sau đó, lập một thời khoá biểu và sắp xếp lại **chương trình sống** là rất hữu ích. Xin chỉ làm các việc cần kíp nhất. Và khi làm thì **chỉ làm mỗi lần một việc** mà thôi.

**3**
Nhớ xen kẻ giữa các thời gian làm việc là **thời gian nghỉ ngơi** đều đặn. Nếu nhiều công việc quá thì bạn cũng **tập từ chối** khi có ai nhờ làm.

**4**
**Vận động** là một cách giảm Stress rất hiệu quả: Đi dạo một vòng, chạy Jogging, chơi thể thao thường xuyên,... làm đầu óc sảng khoái hơn. Khi đó cơ thể tiết ra **các Hormon hạnh phúc** *Dopamin, Endorphin, Serotonin*.

**5**
Cuối cùng, bạn nên **chủ động đi tìm** và xây dựng các mối **quan hệ xã hội tốt đẹp**. Một người có an lạc trong vòng tay gia đình hay trong nhóm bạn bè, sẽ chịu đựng Stress giỏi hơn. Lý do: trong quá trình tiếp xúc xã hội, Hormon *Oxytocin* được phát ra. Nó làm giảm cảm giác lo lắng và tăng sự tự tin.

Nguồn: G. Pauli, AOK, Barmer          CN St

Nguyên Hạnh HTD

# Ánh sáng nhiệm mầu

Trong cuộc sống người ta thường chọn cho mình một mục tiêu để tiến tới. Người chọn đường khoa bảng tạo dựng sự nghiệp. Người đeo đuổi ngành Nghệ thuật tiến thân. Người muốn giàu có qua ngã kinh doanh... Nhưng lại có người chỉ an phận thủ thường. Phần đông trong số những người sau do điều kiện môi trường, hoàn cảnh hoặc do không đủ khả năng, và trong số ít đó tuy có đủ điều kiện tất yếu nhưng lại không thích cảnh tất bật, bon chen. Và dù là hạng người nào, song song bên cạnh đó người ta thường tìm về những mưu cầu tâm linh để thăng hoa cuộc sống.

Riêng tôi, có thể nói điều làm cho cuộc đời tôi thay đổi nhận chân ánh sáng nhiệm mầu Phật pháp sáng soi khởi nguồn từ thuở ấu thơ...

Tôi đã trải qua những ngày ấu thơ đen tối với nước mắt nhiều hơn nụ cười! Mẹ tôi mất khi tôi mới lên 1 và hai người anh mới lên 3 và 4.

Cả đời tôi chưa hề được kêu tiếng MẸ! Khi tôi biết bập bẹ những tiếng đầu đời thì đã không còn dịp để cất lên tiếng gọi „Mẹ" tha thiết ấy. Tôi cũng không thể hình dung ra được hình ảnh của Mẹ và bao năm qua tôi vẫn cầu xin cho được thấy Mẹ về trong giấc mơ - Dù chỉ một lần - Nhưng chưa bao giờ được thỏa nguyện ước mơ này.

Tôi lớn lên chỉ với một tấm hình của Mẹ trên bàn thờ, chừng đó không đủ cho tôi bớt lẻ loi cô độc của cuộc đời mình, không đủ sưởi ấm lòng tôi trong những ngày đông giá buốt. Vì vậy những ai còn mẹ phải biết trân quý tấm lòng thương yêu mà mẹ dành cho mình và phải biết rằng mình là người hạnh phúc nhất đời!

Lên 3 tuổi, tôi có người mẹ kế, rồi bà cũng có 4 người con nên đâu còn dư tình thương để dành cho anh em chúng tôi. Hai anh trai cũng còn nhỏ, làm sao biết săn sóc và gần gũi em gái như một người chị. Lúc nào tôi cũng cảm thấy bơ vơ lạc lõng, đến trường tôi thui thủi một mình, tan học có khi tôi không muốn về nhà nữa, tôi hay đi lang thang như đứa trẻ thật sự „vô gia đình". Với ý thức non dại của đứa trẻ hồi đó, tôi không thể xác minh hay định nghĩa thế nào là một gia đình đích thực. Tôi chỉ cảm thấy tôi không thuộc về gia đình ấy. Chỉ vì trong ngôi nhà thiếu bóng hình của MẸ! Đúng là mất Mẹ giống như đóa hoa không có mặt trời. Bầu trời đêm không có vầng trăng tỏa sáng và những vì sao huyền dịu lấp lánh lung linh. Tất cả chỉ là một khung trời ảm đạm bao trùm tuổi ấu thơ.

Cũng may tôi còn có một người Cô ruột còn trẻ nhưng không chịu lấy chồng, cứ sợ không có cô lấy ai săn sóc che chở cho ba anh em chúng tôi. Lòng thương yêu và hy sinh của Cô thật vô bờ. Sau này lớn lên chúng tôi có đền đáp công ơn Cô được phần nào nhưng cũng chẳng thấm vào đâu so với tấm lòng bao la mà Cô đã dành cho ba anh em chúng tôi qua bao năm tháng.

Tuy nhiên Cô cũng chỉ là em chồng nên vẫn kẻ

né e dè bà chị dâu và tôi cũng vẫn cảm thấy cô đơn buồn tẻ cho số kiếp bạc phận của mình. Tôi chỉ biết vùi đầu vào chuyện học hành, lấy sách vở làm vui nhưng sao vẫn thấy không thể nào khỏa lấp được sự trống trải, hoang vu như sa mạc trong tâm hồn tôi.

Rồi một cơ duyên đưa đẩy đến với tôi khi vừa lên bậc Trung học. Mười hai tuổi tôi đã gia nhập Gia đình Phật tử Hướng Thiện, thường sinh hoạt tại Niệm Phật đường Hội Quán, gần cửa Thượng Tứ, Huế. Đó chính là khúc rẽ quan trọng trong cuộc đời tôi cho sự bắt đầu cuộc hành trình trên con đường Phật đạo.

Ngày ấy Hòa thượng Minh Châu mới xuất gia, cư ngụ tại Hội Quán và chúng tôi được chỉ bảo gọi bằng "Chú". Sự hiện diện của "Sư Chú Minh Châu" đã là một nguồn an ủi to lớn cho hoàn cảnh của tôi lúc đó. Tôi được học Phật pháp với "Sư Chú" và hằng tuần chỉ mong cho đến chiều Chủ nhật để được sinh hoạt với Gia đình Phật tử. Với nụ cười an lạc và bao dung, "Sư Chú" đã đem tình thương dẫn dắt tôi trên con đường học Đạo và tôi đã đến với đạo Phật từ đó.

Bầu không khí trang nghiêm thanh tịnh của Đạo tràng cộng với mùi trầm hương ngào ngạt đã quyến rũ tôi từ những ngày còn thơ dại. Dù chưa hiểu gì nhiều nhưng tiếng tụng kinh trầm ấm của "Sư Chú Minh Châu" cùng với tiếng chuông mõ như có sức thu hút lạ kỳ đã làm quyến luyến bước chân tôi mỗi khi phải rời Hội Quán. Dần dà quỳ trước Phật đài, tôi cảm thấy lòng mình nhẹ tênh, quên hết ưu phiền, với tâm thanh tịnh và tôi đã có một niềm tin để đứng vững.

Tuy nhiên con đường tôi đến với đạo Phật vẫn còn lắm gian truân. Ba tôi chưa tin vào đạo Phật cho lắm mà chỉ chú tâm vào việc thờ cúng ông bà mà thôi. Từ khi gia nhập vào Gia đình Phật tử, tôi đã ăn chay vào những ngày 14, 15, 30, mồng 1. Mặc dù Ba tôi không đồng ý, cứ bảo còn nhỏ cần phải ăn uống đầy đủ mới lớn được. Tôi vẫn lén lút giấu cái chén trong áo rồi chạy thẳng ra tiệm bán tương chao để mua chao về ăn. Tiền Ba tôi cho để ăn trưa tại trường, tôi thường ăn ít lại còn để dành hằng tháng mua chao nữa. Khi tôi bưng chén chao về thì sự việc đã rồi, Ba tôi không bằng lòng cũng đành chịu.

Việc ăn chay đã bị cản trở khổ cực rồi nhưng còn việc đi sinh hoạt với Gia đình Phật tử lại càng khốn khổ hơn nữa. Mỗi lần có những buổi cắm trại phải ở lại suốt ngày đêm, thật khổ sở vô cùng. Phần nhiều ba tôi không cho đi, còn tôi thì càng gần đến ngày sinh hoạt càng đứng ngồi không yên, lòng bồn chồn lo lắng không dám mở miệng xin phép, mà chưa xin phép được trong lòng càng bức rức khổ sở vô cùng. Tôi đành cầu cứu đến "Sư Chú Minh Châu" và Sư Chú đã đích thân đến nhà xin phép Ba tôi cho đi, dĩ nhiên là vì nể "Sư Chú" nên ba tôi đành chấp thuận. Những lần như vậy tôi sung sướng như con chim được sổ lồng, nhưng đâu có thể nhờ "Sư Chú" hoài hoài, có khi bí quá tôi cứ đi liều, sau đó sẽ ra sao cũng được, có bị đòn cũng cam lòng.

> Gia Đình Phật Tử thường sinh hoạt hằng tuần vào chiều Chủ nhật. Cũng may Ba tôi có thói quen ngủ trưa nên sau khi ăn trưa xong, chờ Ba tôi ngủ là tôi rón rén trốn đi. Cứ liều mà đi để rồi đến chiều về, lén vào lối bên hông nhà, đi thẳng vô nhà bếp, đứng bên cạnh Cô tôi như tìm một sự che chở yên lòng. Cô tôi là bóng mát cho tôi nương tựa những ngày thơ ấu, là hơi ấm vỗ về tôi trong giấc ngủ trẻ thơ.

Ngày ấy vì "Sư Chú Minh Châu" còn ở trong Hội Quán gần cửa Thượng Tứ là con đường đi về nhà, vì vậy chiều về tôi hay ghé thăm "Sư Chú", kể cho "Sư Chú" nghe những việc ở trường, học hành ra sao... Sau đó "Sư Chú" vào ở trong chùa Báo Quốc, tôi buồn vô cùng, cảm giác cô đơn lạc lõng lại trở về với tôi.

Nhưng rồi, tôi lại tìm cách đi thăm "Sư Chú". Buổi trưa ở lại trường gần chùa nên thỉnh thoảng tôi đi thăm "Sư Chú", leo cả mấy chục bậc thang trước chùa, mệt bở hơi tai nhưng tôi vẫn không ngại gian nan. Ngày ấy tôi chưa được thấu hiểu đạo Phật bao nhiêu, nhưng khi đứng trước cổng chùa nhìn xuống khung cảnh bao la nằm dưới chân đồi cũng đã thấy lòng mình thanh thản nhẹ nhàng, bao nhiêu ưu tư phiền muộn đều tiêu tan.

Chùa Báo Quốc tọa lạc trên đồi Hàm Long, thuộc địa phận phường Phường Đúc, thành phố Huế. Chùa do Hòa thượng Giác Phong khai sáng vào khoảng cuối thế kỷ 17, có tên là Hàm Long

Thiên Thọ Tự. Ban đầu chùa cũng chỉ là một ngôi thảo am, về sau dần dần được tu sửa và xây dựng qui mô. Năm 1824 vua Minh Mạng lấy lại tên chùa là Báo Quốc như cũ.

Năm 1940 trường Cao đẳng Phật học được mở lại tại chùa Báo Quốc do Đại lão Hòa thượng Thích Tịnh Khiết làm Giám đốc và trở thành một trung tâm đào tạo Tăng tài mãi cho đến ngày nay.

Vị Cao tăng có công lao trong công cuộc trùng tu tái thiết chùa Báo Quốc sau các giai đoạn khói lửa gần đây là Hòa thượng Thích Trí Thủ. Ngài vừa là Giám đốc Phật học đường vừa là Trụ trì chùa Báo Quốc.

Báo Quốc là một ngôi chùa cổ ở vị trí trung tâm thành phố được nhiều người biết đến nên đã hấp dẫn và thu hút được rất nhiều du khách.

Trở lại „Sư Chú Minh Châu" dù đã ở tại chùa Báo Quốc nhưng mỗi chiều Chủ nhật vẫn về sinh hoạt với Gia đình Phật tử chúng tôi: tụng kinh và dạy Phật pháp. Tôi bắt đầu hát và thuộc bài „Trầm hương đốt". Cũng từ đó và cho đến nay mỗi lần nghe bài hát đó, lòng tôi vẫn rưng rưng xúc động vì nhớ đến vị Thầy đã khai sáng cho tôi ngày tôi mới lớn. Dòng nhạc đầm ấm thiết tha như quyện lấy tâm hồn tôi trong bầu không khí trang nghiêm thanh tịnh của những buổi lễ và càng ngày tôi càng cảm nhận được sự mầu nhiệm bất khả tư nghì qua năng lượng kỳ diệu của đạo Phật. Lòng thành kính bao nhiêu sẽ giao cảm được bấy nhiêu.

Hình ảnh „Sư Chú Minh Châu" đi xe kéo vào nhà tôi để xin phép cho tôi đi sinh hoạt vẫn còn đậm nét trong lòng tôi mãi mãi với thời gian.

Sau đó tôi đã xin quy y với Thầy, còn xin Thầy đặt cho một cái tên thật hay và Thầy đã cười và đặt cho tôi pháp danh là Nguyên Hạnh. Rất tiếc tôi đã không hỏi tại sao Thầy lại đặt cho tôi pháp danh ấy và ý nghĩa của nó. Giờ đây ngẫm lại tôi mới hiểu có lẽ đó là lời nhắn nhủ thâm sâu của Thầy qua pháp danh NGUYÊN HẠNH với biết bao nghĩa thâm sâu.

Chữ Nguyên 源, vừa là tên đặt theo dòng kệ „Tâm Nguyên Quảng Nhuận…", vừa có ý nghĩa là „nguồn" (nguồn nước); còn chữ Hạnh 行 nghĩa là phẩm hạnh, đức hạnh. Con hiểu thông điệp Thầy dành cho con là mong muốn gieo trong con những hạt giống đức hạnh mà Thầy đã mang nặng trên vai người Trưởng Tử Như Lai và nay trao truyền lại, khuyến tấn con trên con đường tu tập. Hồi tưởng lại khi đó con vui mừng hạnh phúc xiết bao và cảm thấy như mình đã lớn hẳn lên, hãnh diện được làm con của Phật, làm đệ tử của Thầy.

Đức Phật là đấng Từ phụ mà con cảm nhận được rằng Giáo pháp của Ngài đã trải ngập tâm hồn tôi một sự ấm áp diệu kỳ thay thế cho nỗi cô đơn mất mát lớn lao của đứa trẻ đã mất mẹ từ thuở vừa dứt tuổi thôi nôi. Chỉ đáng tiếc thời gian sau, Thầy đi du học bên Ấn Độ. Ngày tiễn Thầy đi con đã khóc ngất, còn Thầy bắt con phải hứa ở nhà ngoan ngoãn học hành, đi sinh hoạt Gia Đình Phật Tử đều đặn và học Phật pháp cho tinh tấn.

Kính bạch Thầy,

Hôm nay con muốn viết những dòng chữ này như một nén nhang tưởng niệm kính dâng lên Thầy, một vị Thầy khả kính đã dẫn dắt con đến với Đạo tràng, dạy con biết cách cúng dường, biết cách tu thân, biết nhận ra lỗi lầm, biết nhẫn nhục, biết thứ tha. Rồi dần dà Thầy lại dạy con những bài học khó hơn, phải biết quán tưởng sâu xa hơn, lắng tâm tĩnh lặng mới giao cảm được sự chia xẻ thân thương cùng bạn hữu chung quanh, khi nhận được điều đó, ta sẽ không còn cô đơn nữa.

Thầy bao giờ cũng nhu hòa, bước chậm rãi mà tỏa sáng bao an nhiên tự tại thong dong. Đúng là tình thương và lòng từ bi theo tinh thần Phật dạy mới vượt mọi biên cương để dẫn dắt chúng sinh đến bờ Giác ngộ.

> **Thầy là người cha đã khai sinh ra con từ một bông hoa đặt nhẹ trên đỉnh đầu trong không gian tràn ngập hương Phật Đản năm nào nhân ngày quy y của con.**

Thầy vẫn ở cùng con trên từng lời Phật dạy.

Giờ đây ở tuổi xế bóng hoàng hôn, dù nơi đất khách tha phương lời nhắn nhủ âm thầm sâu xa của Thầy năm xưa qua pháp danh Nguyên Hạnh đặt cho con vẫn lắng sâu bền bĩ trong tâm và con nguyện mãi mãi tiếp tục cuộc hành trình là kẻ lữ hành trên con đường đầy "ánh sáng nhiệm mầu" mà con đã định hướng cho đời sống tâm linh của mình. ■

Xưa nay thiên hạ vẫn cho là *"Thân gái mười hai bến nước trong nhờ, đục chịu"* hàm ý về thân phận nữ nhi Việt Nam khi lập gia đình trong mười hai thành phần sang hèn trong xã hội: *Sĩ, nông, công, thương, ngư, tiều, canh, mục, công, hầu, bá, tử*, sẽ lọt trúng thành phần nào. Đã vậy, khi bước chân lên xe hoa về nhà chồng như đem cuộc đời đánh lô tô mà phần đục nhiều hơn phần trong. Đa số, bên cạnh niềm vui làm cô dâu vẫn canh cánh bên lòng không biết về nhà chồng sống chung với những người khác máu tanh lòng họ sẽ đối xử mình ra sao. Viễn ảnh về những bà mẹ chồng, em chồng mà từ trong sách báo đến đời sống bên ngoài đã cho họ những kinh nghiệm, ám ảnh không mấy tốt đẹp đã để lại nhiều phiền não hơn vui. Do vậy, với những nỗi lo âu, thêm rời xa mái ấm gia đình cha mẹ thân thương, đã khiến các nàng dâu ngay ngày cưới thường khóc nhiều hơn cười. Nếu may ra gặp người chồng tử tế thì còn có chút an ủi. Trái lại, chồng chả ra gì, còn hùa theo mẹ, gia đình ăn hiếp nàng dâu thì coi như đời em rơi vào vùng nước đục. Chẳng những... đục mà còn... độc nữa!

Cuộc đời vốn vô thường luôn biến đổi theo hoàn cảnh và thời gian, nhất là sau 1975 đổi đời, vận nước đi xuống kéo luôn vận của các đấng mày râu. Thân của các ông, nhất là các sĩ quan ngồi tù "cải tạo" đều nằm trong quyền... sinh sát của mấy bà. Mấy bà thương yêu thăm nuôi tiếp tế thì nhờ, muốn cắm sừng bỏ rơi, bỏ rớt cũng phải chịu. Thời thế đẩy các bà ra ngoài xã hội gánh vác chuyện cơm áo cho gia đình nên quyền uy có phần thắng thế, không chịu lép như ngày xưa nữa. Các bà dường như vùng lên, trả đũa, khiến nhiều đấng mày râu ngày nay cũng chịu chung cái kiếp *"Thân... trai mười hai bến nước, trong nhờ, đục chịu"*, không

Trần thị Nhật Hưng

# Thân... ai mười hai bến nước

chỉ... thân gái nữa đâu nhé.

Riêng tôi, thân nào cũng là... thân người. Và nếu hiểu và quan niệm theo Phật giáo, thì ai nợ ai sẽ kết vào một gia đình để trả nợ cho nhau, do vậy, tôi phải dùng câu *"Thân... ai mười hai bến nước"* để phù hợp với cuộc sống hiện tại, kể cả gái lẫn trai.

Trong bài viết này, thực sự, nếu trong thơ, có thơ đối, thì trong văn tôi muốn "đáp" lại bài viết *"Để thấy vợ mình dễ thương hơn nhiều..."* của bác Tràm Cà Mau đăng trong báo Viên Giác số 257. Trong bài, bác... kể tội của các bà ghê quá. Xin trích *"...có không ít bà vợ đã cố ý hay vô tình phá vỡ hạnh phúc êm đềm thường ngày, bằng cách làm khó chồng, đay nghiến, nói lời độc ác, hành động hoảng loạn, bất mãn triền miên và chê bai chồng đủ điều. Các bà này, đã tự đập vỡ hạnh phúc đang có, và bỏ phí tháng ngày trời cho. Có thể, đến khi mất đi ông chồng dễ ghét đó, các bà mới chợt ý thức được hành động đáng trách của họ, và lúc đó tiếc thương thì cũng đã quá muộn màng"*. Rồi sau đó, bác Tràm còn dẫn chứng một vài ông chồng có máu mặt trên thế giới như hoàng đế Nã Phá Luân anh hùng bách chiến bách thắng, văn sĩ Tolstoy nổi danh nhất hoàn cầu, giàu sang, địa vị quan trọng trong xã hội, tổng thống Lincoln, một trong 4 vị tổng thống vĩ đại của nước Mỹ được dân Mỹ tạc tượng để thờ. Ba vị lỗi lạc đến thế, mà đã phải chịu một cuộc hôn nhân khủng khiếp bất như ý để suốt đời khốn khổ vì vợ. Cuối bài, bác Tràm còn... phán, đổ tội hết cho các bà với câu *"Đàn bà đào huyệt chôn hạnh phúc gia đình bằng nanh vuốt của họ!"*, rồi bác khuyên *"Đừng day dứt đay nghiến chồng!"*.

Đọc xong hết bài, nghe thấy... tội nghiệp cho quí ông chồng dữ hôn?!

Thực tế thì thế nào, tôi xin kể ra đây để thấy rằng, hạnh phúc không thể xây từ một phía, mà đòi hỏi xây dựng từ đôi bên. Nhiều ông chồng cũng quá quắt, không chịu ăn cơm dù cơm nhà ngon mà đòi đổi món ra ngoài ăn phở một mình.

Xin kể ra đây, từ xa xưa cho đến bây giờ, hẳn quí vị cũng biết câu chuyện của các Tổng thống Mỹ sau đây đã tạo nhiều scandal về những cuộc tình bê bối:(*)

1-Tổng thống Thomas Jefferson, Tổng thống thứ 3 nước Mỹ được đánh giá vĩ đại có bộ óc tuyệt vời và là người viết Tuyên Ngôn Độc Lập cho nước Mỹ thế nhưng một thời đã phải chịu tai tiếng về vụ lùm xùm lén phéng với cô bé nô lệ Sally Hemmings mới chỉ 17 tuổi và có với cô này đến 6 mặt con.

2-Tổng thống Grover Cleveland, Tổng thống thứ 22 & 24 của nước Mỹ quan hệ ngoài luồng với góa phụ Maria C. Halpin đã để lại nhiều tranh cãi khi mối tình vụng trộm bị lộ với kết quả có một cậu con trai với bà này.

3-Tổng thống Kennedy J.F., Tổng thống thứ 35 của nước Mỹ, dù vợ rất trẻ đẹp, với vài đứa con ngoan, thế nhưng ông vẫn có một mối tình vụng trộm với cô đào minh tinh Marilyn Monroe, một diễn viên xinh đẹp, vô cùng tài năng và hấp dẫn với thân hình nảy lửa, nổi tiếng cồn cào trên phim ảnh thời đó. Dù cuộc tình vụng trộm chỉ ngắn ngày nhưng hậu quả khôn lường là cái chết trẻ của cô nàng vu là uống thuốc "tự tử" (không mấy ai tin) để bảo vệ hình ảnh... trong sáng cho Tổng thống.

4-Tổng thống Bill Clinton. Ngoài các cuộc tình lẻ không đáng kể, chỉ riêng vụ bê bối ái tình vô cùng xấu hổ và tai tiếng đã tốn không biết bao giấy mực của báo chí và thông tin rộn ràng khắp thế giới đã để lại tàn tích không mấy tốt đẹp trong lịch sử cận đại của Hoa Kỳ, khi vụ việc quan hệ ngoài luồng không mấy đứng đắn của ông với cô nàng Monica Lewinsky bị đổ bể, thời điểm đó cô chỉ mới 22 tuổi, một thực tập sinh ở Nhà Trắng.

Ngoài các vụ ngoại tình vừa kể trên, còn vài vụ bê bối khác nữa từ các ông ứng cử viên Tổng thống Nhà Trắng nhưng không cần thiết kể ra đây, thử đặt câu hỏi, do vợ các ông trên chẳng ăn trăn quấn, đanh đá chửi chồng (không thấy báo chí nêu ra) để rồi các ông chán ngán như Nã Phá Luân khốn khổ vì vợ đã phải tìm quên bên các người đẹp khác hay do các ông ngán cơm thèm phở, à không, các ông này ngán khoai tây, bí-tếch ra ngoài kiếm Hamburger, món ăn nhanh, gọn, rẻ tiền nhưng không kém phần lạ miệng khoái khẩu, không ai biết được, vì lịch sử không kể tội. Chỉ riêng ngài Bill Clinton thì tự thú rằng sau khi chối không được, với lý do hết sức độc đáo xả stress để tạm quên các áp lực công việc và kiềm chế với nhiều mối lo âu,

thất vọng về cuộc đời. Hà, khi ông... xả như thế, ông nào biết hậu quả khi bại lộ làm tan nát trái tim vợ ông và hủy hoại cuộc đời bà Hillary, vợ ông, khi cắn răng chịu đựng để tiếp tục sát cánh cùng ông đi suốt cuộc đời.

Chuyện của thiên hạ bên trời Tây đại để như thế. Giờ ghé mắt về phương Đông xem các đấng mày râu Việt Nam ra sao.

Từ thời xa xưa, thời cửa Khổng sân Trình cho đến ngày nay tại Việt Nam ít nhiều vẫn còn, với quan niệm *"Nhất nam viết hữu, thập nữ viết vô"* đã đưa các ông Việt Nam lên tận mây xanh, vị trí tột đỉnh như một Thiên tử. Các ông là vua dù không có ngai vàng nhưng vô số phụ nữ từ bà, mẹ, chị gái, em gái rồi đến vợ... xúm nhau phục vụ các ông, cơm bưng nước dẫn, quần áo lượt là... các ông không hề nhúng tay. Đã vậy các ông còn được ưu ái *"Trai năm thê bảy thiếp, gái chính chuyên chỉ một chồng"* (khuyến khích các ông ngoại tình), *"Nam vô tửu như kỳ vô phong"* (khuyến khích các ông bia rượu). Trong khi đó, các bà thì *"Nhập gia tòng phụ, xuất giá tòng phu, phu tử tòng tử"*. Không rõ, *"tử tử"* các bà tòng ai (chắc phải tòng ông hàng xóm?!). Quan niệm đó nghiễm nhiên tước đoạt quyền sống của các bà, còn biến người phụ nữ thành những cô osin phục vụ không công cho các ông chồng, nhà chồng mới mong được bình yên hạnh phúc, thứ hạnh phúc xây dựng trên nền tảng bằng sự âm thầm cắn rơm, cắn cỏ chịu đựng, nén đau thương trong lòng trước sự áp chế, ăn hiếp của chồng và nhà chồng đến suốt cuộc đời của các bà.

Ngày nay khác hẳn, có những lúc cá ăn kiến thì có ngày kiến lại ăn cá. Sau 1975, không phải cộng sản ban phát hay giải phóng cho các bà trước những bất công đó. Như trên tôi đã nói, đàn ông con trai bị túm hết giam vào tù cải tạo, có khác nào cọp bị nhốt trong chuồng còn cựa quậy gì được, các ông bên ngoài cũng chẳng khá hơn, cũng chỉ đứng trong nhà tù rộng hơn thôi, sơ hở một tí thì bị còng tay vô nhà tù nhỏ, bấy giờ các bà, dù muốn hay không cũng phải bị đẩy ra ngoài bươn chải gánh vác mới có một chút uy quyền, nhất là khi kéo nhau vượt biên ra hải ngoại tiếp cận một nền văn minh hoàn toàn mới, các bà hí hửng đón nhận những ưu ái mà xứ người dành cho phụ nữ.

1- Trẻ em.
2- Phụ nữ.
3- Chó mèo.
4- Đàn ông.

Hỡi ơi, với bảng xếp hạng này, các ông... vua Việt Nam vô hình trung bị truất phế một cách ngang nhiên không súng đạn, gươm đao hay biểu tình. Các bà được thể lên mặt vùng dậy đòi quyền bình đẳng, nhiều bà hơi quá, lạm dụng gần như trả thù. Hé một tí là đòi ly dị. Hở một chút, chỉ cần ông dang tay lên, chưa kịp hạ xuống mặt bà, đã bị cảnh sát (sau cú phon của bà) đến nhà còng tay dẫn đi. Trước tình trạng lép vế thê thảm như thế, các ông đành bó tay chịu trận. Ông nào biết điều, khép nép *"nhập gia tùy tục, nhập giang tùy khúc"* linh động uyển chuyển mà hành xử, quên mình từng làm… vua tại quê nhà, hạ mình xuống, xắn tay áo lên cầm máy hút bụi, giặt giũ, đi chợ, nấu ăn, rửa chén, tắm rửa cho con cái… tất tần tật như vợ mình từng làm; hòa mình chia sẻ nỗi khó nhọc với vợ, vì bà cũng đi làm vất vả ngày 8, 9 tiếng như mình thì gia đạo còn vững vàng đôi chút, nếu không, bị ly dị, các ông thiệt thòi vô số kể. Trước tiên ra khỏi nhà, hằng ngày nấu mì gói ăn, gởi tiền về nuôi con, nuôi cả vợ (nếu vợ chưa có công ăn việc làm), đau khổ nữa là nhìn vợ nhởn nhơ rước tình nhân dưới danh hiệu "bạn trai" vào nhà mà không có quyền phản kháng. Luật người như thế đó.

Rồi với thời gian, không rõ có nên nói là "nhờ" cộng sản không, hay do cuộc đời vốn luôn thay đổi. Sau bao năm kìm kẹp đưa đất nước vào con đường bế tắc, để tồn tại, cộng sản phải cởi trói mở cửa cho phép những *"núm ruột ngàn dặm"* trở về thăm quê hương mang theo vô số đô-la góp phần vực dậy nền kinh tế đang lao đầu xuống hố. Một số các ông muốn khôi phục ngôi vị làm vua của mình, khăn gói quả mướp, dù nhiều ông đã… lọm khọm tuổi cao gần đất xa trời về Việt Nam tìm những cô gái trẻ, đẹp tuổi chỉ đáng cháu nội, ngoại mình, nâng khăn sửa túi… tiền cho mình, như một loại trâu già thích gặm cỏ non, sau bao ngày nhai cỏ già dai nhách đến chán ngán. Rồi các bà cũng chả vừa, ông ăn chả, bà ăn nem, cũng tìm phi công trẻ về lái máy bay bà già. Trước trào lưu loạn cào cào như thế, đời sống vật chất lên ngôi, đồng đô-la chi phối mọi lãnh vực trong cuộc sống, hạnh phúc đo đếm bằng siêu xe, biệt thự, quyền lực… khiến thiên hạ quên tuốt luốt lời răn dạy đạo đức của các bậc thánh hiền, nào là *"nam nữ thọ thọ bất thân"*, nào là *"công, dung, ngôn, hạnh"*, *"tiết hạnh khả phong"*, *"chữ trinh đáng giá ngàn vàng"* v.v… để rồi phá tan hoang hạnh phúc gia đình.

Nhưng nói như thế không có nghĩa chúng ta quá bi quan về cuộc sống, vì bên cạnh đó vẫn còn nhiều gia đình đàng hoàng nề nếp, ấm êm, chứa chan hạnh phúc, trên dưới thuận hoà…

Thực tế không đâu xa, hãy đưa mắt ghé nhìn giới Showbiz ca, nghệ sĩ, diễn viên, MC tại Việt Nam. Nhiều cô, cậu nhan sắc và tài năng chỉ kha khá, không có gì gọi là xuất sắc, thế nhưng có mối lương duyên cực kỳ viên mãn giàu sang hạnh phúc bên những người phối ngẫu triệu, tỷ phú đô-la xinh đẹp, bảnh bao, giỏi giang hết dạ yêu thương mình. Trái lại, bên cạnh đó cũng vô số cô, cậu từ vóc dáng, tài năng vượt trội hơn, thế sao cuộc đời tình duyên lại long đong lận đận. Giải thích sao đây. Tất cả đều do phước duyên của từng người thôi. Đừng đổ lỗi tại anh, cũng chả phải tại em, càng không phải do ông Trời xui khiến nên chúng mình xa nhau, tội nghiệp ông lắm. Ông ngồi trên cao nhìn xuống làm chứng cho mọi người. Những cặp nào có phước báu biết tu tập, chẳng riêng kiếp này mà còn phải bao kiếp trước, dù có cách trở người ở phương Tây, kẻ ở trời Đông cũng tương ưng kết hợp lại với nhau qua một nhân duyên nào đó để về chung sống một nhà chung hưởng hạnh phúc. Trái lại, phước phần không có thì *"oan gia trái chủ"* từ bao kiếp do cộng nghiệp gọi nhau tìm về cùng chịu bao đau khổ để trả nợ nhau, cho dù người đó có là ông hoàng, bà chúa đi chăng nữa. Nếu nợ tình thì trả bằng tình, vớ phải người phối ngẫu chồng hay vợ có máu đa tình, lăng nhăng, phóng đãng, ghen tuông vớ vẩn. Còn nợ tiền thì trả bằng tiền, ông cờ bạc rượu chè, nhậu nhẹt; hay bà đua đòi hoang phí… làm khổ cho nhau.

Rõ ràng như thế, những bất hạnh trong hôn nhân, trong gia đình đem lại đau khổ cho nhau đều bắt nguồn từ chính mỗi người. Ai cũng mong cầu hạnh phúc thì tự xét lấy mình, phước phần của mình, đôi bên cùng xây dựng chứ không thể từ một phía.

Hãy nghe lời Phật dạy (trong bộ phim *"Đức Phật"* 55 tập). Có đoạn một cặp vợ chồng đến thỉnh ý Đức Phật xin bí quyết tạo hạnh phúc gia đình. Rõ ràng Đức Phật cũng nói xây dựng từ hai phía.

*- Vợ thì biết yêu thương chồng, ăn nói dịu dàng, quán xuyến gia đình, không đua đòi hoang phí, biết gìn giữ bảo vệ tài sản cho chồng.*

*- Chồng thì có trách nhiệm với gia đình, chí thú làm ăn, mua quà cáp trang sức, tặng phẩm tặng vợ để tỏ lòng yêu thương. Đối xử tốt, biết thăm hỏi cha mẹ vợ như một sự đền ơn công lao họ sinh ra và nuôi lớn để về làm vợ mình.*

Chà, đơn giản chỉ có thế, dễ… ờm, mà bao người không làm được để phải chia lìa cửa nát nhà tan. Tiền say sưa nhậu nhẹt, cờ bạc hay cho gái, mua quà tặng vợ có hơn không! Hay đơn giản nữa, hãy nghe quan niệm hạnh phúc của một chàng nghệ sĩ tuyên bố trong một đám cưới: *"Hạnh phúc không đến từ chữ CÓ: Có nhà, có xe, có tiền, có quyền lực. Mà đến từ chữ KHÔNG":*

- Không bệnh hoạn (muốn được vậy thì ăn uống chừng mực, không thái quá để sinh mỡ, đường, máu rồi đột quỵ, ung thư; ăn chay càng tốt, vì *"bệnh tòng khẩu nhập"!*).

- Không cãi nhau (mỗi người nhịn nhau một chút thì yên).

- Không đau đớn (không nói hay hành động để làm tổn thương nhau).

Rồi anh giải thích. "CÓ" là thứ hạnh phúc bên ngoài tạo cho người khác thấy. Còn "KHÔNG" mới thực sự cho mình và gia đình mình. Nghe có lý phải không các bạn. Thấy cũng... dễ òm, thế mà thực hiện không dễ.

Một điều nữa, để tạo phước, trong kinh Phật *"Sám Phổ Hiền"* có câu *"Ngũ giả tùy hỷ công đức"* (nghĩa là thấy ai làm được điều gì thành công, viên mãn hạnh phúc thì nên hoan hỷ chúc mừng thật lòng, hay học hỏi để được như người thay vì ganh ghét, ganh tị nói lời gièm pha, đố kỵ để rồi mất phước rồi gánh nhân quả).

Thưa các bạn, với những phân tích trên, ai đang được hạnh phúc thì tiếp tục vun bồi để hưởng lâu dài. Ai đang khốn khổ vì tình duyên gian nan thì cố chấp nhận, sửa mình, tạo phước (cả hai cùng sửa) may ra khá hơn, chứ không thể từ một phía rồi đổ tội *"đàn bà đào huyệt chôn hạnh phúc của mình bằng nanh vuốt của họ"*, nếu không thì, cứ chịu trận trả nợ cho nhau hết kiếp này, không chừng còn kéo sang kiếp tới nữa.

Tôi xin kết thúc bài viết tại đây. Cầu mong tất cả cùng tu tập tạo phước để CÓ PHÚC MỚI CÓ PHẦN, nếu lập gia đình sẽ may mắn lọt vùng *"nước trong"* tha hồ vùng vẫy!

Thân chào các bạn. Chúc các bạn luôn may mắn trong tình trường. ∎

(*) Nguồn: Internet

THƠ

(Hình Pixabay)

Nguyễn Hoàn Nguyên

# Lặng Nhìn

*Nhìn em qua đôi mắt*
*Nhìn tiền kiếp u mê*
*Dạ quỳnh tàn đêm ngắn*
*Hoang sơ phủ lối về*

*Mắt hồ thu tĩnh lặng*
*Gửi người một khối tình*
*Lệ bỗng tràn biển lớn*
*Trần gian tượng bóng hình*

*Mắt nhìn ra cuộc lữ*
*Nhìn vào tìm lại ta*
*Cửa lòng ranh giới mộng*
*Một đời nhìn vào ra*

*Mắt sao trời vời vợi*
*Trên lối mòn hư không*
*Nhìn lên thôi lo ngại*
*Chân bước có thong dong?*

*Mắt sâu lòng giếng thẳm*
*Nhìn xuống chẳng kiêu sa*
*Nhìn em qua đôi mắt*
*Lặng nhìn thôi vào ra*

*Nhìn sông chảy chưa tận*
*Hạt nước chứa mưa nguồn*
*Nhìn núi cao chưa tột*
*Nắng. rừng. mây. chiều buông*

Kiệt Tấn

# TIA NẮNG ẤM TỪ MILANO "THAT'S AMORE"

*Nắng Sài Gòn anh đi mà chợt mát...*

Trong những năm gần đây, chợt xuất hiện trên văn đàn thành phố Sài Gòn hai ngòi bút song đôi vô cùng khắn khít: Trương Văn Dân và Elena. Vỗ cánh từ Milano, thành phố miền Bắc quê hương nghệ thuật Ý, Elena đã theo chân người bạn đời của mình về làm dâu nước Việt. Đôi uyên ương cùng nhau thổi vào thành đô một luồng gió mát mới mẻ, trang điểm thêm màu sắc cho sân khấu văn chương miền nhiệt đới. Một trong những tác phẩm ưng ý của Elena "**Vàng trên biển đá đen**", đã gây được sự chú ý nơi độc giả. Tiếp theo là sáng tác: "**Hạt bụi lênh đênh**", sẽ được nói đến trong bài viết này.

"Hạt bụi lênh đênh" dày hơn 200 trang, một nửa dành cho 9 truyện ngắn, phần còn lại dành cho chân dung bạn bè và tùy bút. Bước vào không gian Elena thì ôi thôi! Tưởng chừng như bước chân vào một cõi màu hồng mênh mông chan hòa tin yêu, thương mến và thiết tha. Một cõi mà nơi đó hạnh phúc được san sẻ và sớt chia.

*"Tiếng nói của một người lạ mặt... một phần hạnh phúc, tôi phải tin như thế". ("Hạt bụi lênh đênh" tr.42)*

Còn tình yêu? Làm sao Elena có thể không nói tới cho được.

*"Như thế thì chỉ cần...*

*.... có thể chia sẻ và đam mê". ("Hạt bụi lênh đênh" tr.58)*

Gì chứ nói tới niềm tin bền chặt (giặt hoài không rách) của Elena thì không có gì có thể lay chuyển nổi, ngay cả lúc nàng bị con coronavirus vây kín bốn bề. Trong cảnh thập tử nhất sinh đó, Elena vẫn lạc quan tiến lên, và moi tìm được hạnh phúc bất khuất giữa thành phố hoang vắng tiêu điều.

*"Cái con virus này... tìm kiếm giàu sang (...) Hy vọng chúng ta... và hạnh phúc hơn xưa". ("Hạt bụi lênh đênh" tr.192)*

Ai mà lạc quan hơn Elena nữa là chết liền!

Thử tìm hiểu niềm tin yêu và lạc quan tràn trề mà Elena đã đặt trọn vẹn vào cuộc đời này. Có thể xem đó như là một phản xạ tự nhiên của Elena trước sự đe dọa của đời sống. Dần dà thói quen đó biến thành lá bùa hộ mạng, và cũng đồng thời là cái phao nổi giữ cho nàng khỏi bị chìm đắm trong đại dương đầy phong ba (và cá mập) của thiên hạ. Gẫm ra, thái độ luôn luôn lạc quan đó của Elena quả nhiên hợp lý và khôn ngoan – chớ không phải là mê tín hoặc cù lần như có người lầm tưởng. Đứng trước cuộc đời bát nháo này mà ta gần như hoàn toàn bất lực, thử hỏi ta nên bi quan hay lạc quan đây? Chẳng hạn vào thời điểm này (tháng 12 năm 2024), Poutine đem vũ khí hạch nhân và chiến tranh toàn cầu ra để đe dọa thế giới. Giả thử bây giờ ta có bi quan tột độ và lăn ra khóc sưng vù cả hai mắt thì cũng không thể nào làm lệch được quỹ đạo của hỏa tiễn hạch nhân phóng ra từ cái đầu tròn vo, "đỉnh cứt trí tuệ của nhân loại", của tên đầu sỏ hiu hiu.

Một cách gần gũi hơn, thử đương cử một thí dụ thực tiễn: Chẳng hạn như trong một buổi trưa đẹp trời, bỗng nhiên ta thèm ăn một cái pizza nóng hổi. Mà muốn ăn một cái pizza ngon miệng, thì cho dù ta có lạc quan quá trớn hay bi quan đến thắt họng đi nữa ta cũng bắt buộc móc túi ra mà trả cái giá nhất định là 15 đô. Vậy thì ta nên cười hả hê, hay là khóc sướt mướt để mà xơi cái bánh pizza thơm lừng phó-mát đây? Chẳng lẽ tiền mất (15 đô) mà tật vẫn mang, cứ tiếp tục mà bi quan dài dài… Cho tới lúc tẩn liệm vẫn còn ngóc đầu dậy vừa khóc sướt mướt, vừa trăn trối những lời bi quan đẫm lệ - cho dù ta có cù mỏi cả tay cũng chả chịu cười. Sao không lạc quan và rú lên cười thử coi, xem có chết thằng Tây đen nào chăng? Một khi đã hiểu rồi thì "thôi nín đi em/ăn bánh yêu đời/buồn chi nữa em…"

Mặt khác, thái độ lạc quan kinh niên (hết thuốc chữa!) của Elena cũng không phải là hoàn toàn hoang tưởng - như người đi trên mây! Thỉnh thoảng Elena cũng hạ cánh đáp xuống … phi trường Tân Sơn Nhất? Không phải, lộn rồi! Nàng nhẹ nhàng đáp xuống cuộc đời thường mỗi ngày của chúng ta, với những niềm vui nho nhỏ, dễ bỏ túi của nó.

"(…) Tôi muốn chúc tất cả mọi người…
…. nhỏ nhặt mà quan trọng để sống" ("Hạt bụi lênh đênh" tr.125).

Suy gẫm của Elena rất phù hợp với đời thường. Làm gì có thứ hạnh phúc rắc rối?

Bởi lẽ hạnh phúc bao giờ cũng giản dị, không cần phải phát xuất từ những cảnh ngộ ly kỳ. Hạnh phúc giống như con chim nhỏ màu hồng đẹp đẽ.

Rượt đuổi theo sau để hòng chụp bắt nó chỉ là vô vọng. Chi bằng trong đời sống thường nhật, ta tạo ra những điều kiện thuận lợi cho con chim hạnh phúc hồn nhiên đáp xuống nhẹ nhàng trong lòng bàn tay mình. Với cái tâm tánh dịu dàng và thương người sẵn có của mình, dĩ nhiên Elena đã thực hiện được điều đó một cách hồn nhiên và bền bỉ từ lâu.

"Này chim hồng ơi, chim ơi! Hãy ngủ cho ngoan trong lòng tay ấm áp của ta nhé!" … Volare! Ố ô ! Cantare! Ô ô ố ô! Nel blu dipinto di blu…

Cách dụng truyện của Elena bình dị, mạch lạc, được diễn tả bởi một bút pháp gần gũi, thân mật. Người đọc có thể theo dõi dễ dàng và nắm bắt được những điều mà Elena muốn chuyển đạt. Đôi khi câu chuyện diễn ra trong đời thường, chẳng có gì ly kỳ, mà nó khiến cho ta xúc động ngùi ngùi.

Mèo con lạc lõng là một truyện viết ngắn dễ thương và cảm động. Truyện kể một em bé gái con nhà nghèo, bỏ học, đi bán dạo vé số để có cơm ăn mỗi ngày. Một bữa gần Tết, tác giả lì xì cho em bé một món tiền nhỏ. Rồi quên bẵng. Sau Tết, tác giả đang ngồi tán gẫu với bạn bè thì thình lình

"(…) bé gái xuất hiện. Tôi… một vòng ôm rất mạnh (…) ("Hạt bụi lênh đênh" tr.141)

Điều quan trọng với bé … bánh mì và nước (…) Bé đứng dậy … hôn lên má tôi" ("Hạt bụi lênh đênh" tr.144)

Cảm ơn Elena đã truyền vào con tim người đọc tình thương mến rạt rào và niềm lưu luyến không nguôi.

Dứt phần truyện ngắn, tiếp theo là tùy bút và chân dung, được vẽ lên dưới đường cọ thân thiện của Elena. Tác giả ưu ái viết về rất nhiều bạn bè thân thiết, cũng như những người mới gặp gỡ nhau lần đầu. Ai nấy cũng vồn vã, gần gũi và chân thành. Và cũng từ đó, nổi bật một điểm lạ lùng: Bước vào thế giới Elena, ta bắt gặp toàn những nhân vật vô cùng lương thiện, hiếu thảo với cha mẹ, yêu già mến trẻ, sẵn sàng xả thân bênh vực những kẻ tứ cố vô thân. Có cảm tưởng thế giới của Elena là một vùng trời bao la ngát xanh thần thoại. Và những người bạn được Elena mô tả đều là những nhân vật cổ tích có phép thuật nhiệm mầu. Chẳng hạn như Công chúa da lừa và Hoàng tử đẹp trai thời xưa, giờ đây nhập thể vào vợ chồng Đặng Châu Long đề huề lưng túi gió trăng, đang cùng nhau chắp cánh bay la đà trên vườn Tao Đàn lộng gió, ca hát hòa điệu véo von. Còn kép độc Đoàn Văn Khánh vốn là hiện thân của anh hùng xạ điêu thời xa lắc - tay thiện xạ đã từng bắn hỏa tiễn đốt cháy râu dê của Tào Tháo trong trận Xích Bích thời Tam Quốc. Rồi từ Anh hùng xạ râu dần dần chuyển sang Anh hùng xạ điêu cho nó lãng mạn mấy hồi.

Ngó thấy đào kép của gánh bầu tèo Quán Văn đã lần lượt được gọi tên để ra trình diện, người viết bèn hồ hởi lật sách lẹ lẹ cho đến hết trang cuối: Lạ thiệt! Không thấy tên Kiệt Tấn đâu hết! Vẫn còn bán tín bán nghi, vội vã cầm nguyên cả Hạt bụi lênh đênh đưa lên cao giũ giũ: Vẫn không thấy tên Kiệt Tấn rớt xuống. Thôi rồi! *Dâng trình hội chủ xem tường/ Mà sao trong số đoạn trường "không" có tên?* Ai đó đã phụ ta rồi! Thôi thế từ nay xin đành cuốn theo chiều gió mà lênh đênh hạt bụi, theo lá vàng bay lang thang về muôn ngả … *Vàng bay mấy lá năm hò hét/ Hờ hững ai xui thiếp phụ chàng…"*

Chạnh nhớ tới những ngày xưa thân ái, cùng cười giỡn vô tư bên nhau. Thuở nào tóc còn trẻ, da còn xanh, chưn còn ham chòi, tay còn ham quậy, làm bậy lu bù, yêu đời chết bỏ. Rồi lan man nhớ tới lần nọ, đôi trẻ Dân - Elena kéo người viết trẻ ra ngồi ở cái quán trẻ bên bờ sông trẻ Thị Nghè thơm tho, lãng mạn. Cùng nhau cụng lon hát khúc tương phùng. "Dô! Dô!" Bia xanh được vài tuần, mầm non văn nghệ bèn cao hứng cất giọng vịt trẻ lên ngâm nga những âm điệu rạt rào biển xanh của thành phố rực nắng Napoli. Bất thần người đẹp thành Milano cũng hưởng ứng, cất cao giọng oanh vàng dìu dặt hát theo bằng tiếng Ý rộn rã của quê hương mình. Tiếng ca vui lạ thánh thót bay lượn thướt tha trên mặt sông Thị Nghè lưu luyến, dòng sông quê hương rực rỡ mặt trời tươi tốt của miền nhiệt đới đắm say tình.

"O sole mio! 'O sole, 'o sole mio, sta in fronte a te! … When the light hits your eyes/ that's amore! … Tìn galín/ tìn galín/tìn galìn galín/Zát x a mô rề!..."

*Paris, tháng 12.2024 - Ghi chú: Vào thời điểm mà đám nhân loại nhiễu nhương hâm dọa gây thế chiến thứ ba toàn cầu với vũ khí hạch nhân. Lạc quan 100%! "Cười lên đi cho răng vàng sáng chói"…*

Thơ TÙY ANH

# Tìm Nụ Tầm Xuân

*Người về tìm Nụ Tầm Xuân
Nụ Tầm Xuân thuở ân cần trao nhau
Thời gian thế cuộc bể dâu
Không gian xa vắng nhuốm màu quan sơn,*

*Người về nhịp bước chân đơn
Dội trong tiềm thức nỗi buồn xa xưa
Ngồi trong quán vắng chiều mưa
Vu vơ nhìn ngọn gió lùa bên song.*

*Ngẩn ngơ trong nỗi nhớ mong
Nghe trong gió lạnh ngập ngừng vào Xuân
Xuân phân – ngày ấy Xuân phân
Chia tay nhau hẹn một lần hồi hương.*

*Nào ai ngờ! Chuyện vô thường
Non sông cách một đại dương xa vời!
Thế thôi! Cũng đành thế thôi
Đành theo vận nước làm người lưu vong!*

*Nay về tìm lại bóng hồng
Dáng xưa chắc cũng theo chồng nơi đâu?
Ôi đời một cuộc bể dâu
Mà nghe tan tát nỗi sầu mênh mang.*

*

*Người về tìm giấc mơ hoang
Nụ tầm Xuân vốn đã tàn giấc Xuân…*

(Asklopios Klinikum Harburg, 04.6.2023)

Lê Hứa Huyền Trân

# MẸ NUÔI

Bà Đa cúi người bước qua bậu cửa nom như không để đụng phải cái cửa vốn đã thấp lè tè. Tuy nhiên, cái bóng dáng thấp người với việc thời gian làm cho tuổi già ập đến tự khi nào khiến lưng bà đau không đi thẳng người được. Mà dẫu không thế, dẫu bà có đứng thẳng người cũng vốn không thể đụng phải bậu trên cửa, có chăng chỉ là bà không muốn thừa nhận mình đã già rồi. Không phải bà luyến tiếc thanh xuân mà vì bà muốn người đàn ông trước mặt kia không phải lo lắng cho bà nữa mà đưa ra quyết định trọng đại của đời mình. Người đàn ông độ chừng ba mươi tuổi vẫn dõi theo từng bước đi của bà, hai tay đưa hờ ra trong không khí nom nếu để bà chực ngã thì còn kịp đỡ. Đợi đến khi bà ngồi xuống tấm phản ở gian bên trái nhà, nhẹ nhàng rót miếng nước với trong chiếc bình đất ra uống, người đó mới cất tiếng:

- Má ở một mình con thực không yên tâm.

Bà sẵn giọng:

- Đừng lấy tao ra làm lý do cho việc mày không tha thứ.

Người đàn ông im lặng và tất cả lại chìm vào tĩnh lặng, chỉ có mùi của cỏ lẩn quất đâu đây và tiếng của vài con nghé đạp chuồng đương đòi ăn là thanh âm duy nhất phá vỡ đi im lặng.

Bà Đa từng có một đời chồng, kết hôn từ khi còn rất trẻ nhưng khi hai người chuẩn bị đón con đầu lòng thì bà bị sẩy thai. Vợ chồng bà khi ấy dường như không đủ mạnh mẽ để chống lại được dị nghị của người đời và cả nỗi đau của bản thân nên chia tay nhau trong đau khổ. Hai mươi lăm tuổi bà trở thành phụ nữ nửa chừng xuân, xa phố về lại quê, muốn sống cuộc đời mình yên ổn và bình lặng. Bà gặp lại mối tình đầu, ông Keo, nhưng khi ấy ông đã có vợ con, những rung cảm thời xa xưa dĩ nhiên không đủ sức để vượt qua rào cản gia đình nhưng tất cả cũng là khởi đầu.

Con trai ông Keo tên Mai, ngày Mai lên bảy, mẹ nó vì cám cảnh nghèo mà đòi lên phố bỏ quê kiếm kế sinh nhai. Ngày bà đi với nhiều lời hứa hẹn nhưng ông Keo biết bà sẽ không bao giờ quay lại, chỉ có thằng Mai vẫn luôn tin tưởng mẹ nó và cũng ngờ vực phải chăng ông Keo đã làm gì có lỗi. Trẻ con thường tin người, tin vào những lời nói mà không đủ nhạy cảm để có thể cảm thông và thấu hiểu trước những hành động mộc mạc của người đàn ông ấy. Nhà bà Đa cô độc nơi cuối làng vì ba mẹ đã mất cả, lại ở gần nhà ông Keo nên hai người cứ hay giúp đỡ lẫn nhau, cứ thế tự sinh tình, dần dà tuy không dọn về ở chung nhưng cứ có cảm giác như thuở mới yêu nhau. Người trong làng vốn không dị nghị mối quan hệ ấy, bởi lẽ hầu như ai cũng biết, non rất nhiều năm về trước, hai người vốn là tình đầu của nhau, yêu thương nhau và cũng ước định. Người lớn trong làng ai cũng ưng vì họ là những người trẻ lương thiện và chân thành, chỉ chờ cái đám cưới nhưng rồi số phận thay đổi. Vì vướng nợ, bà Đa lên phố lấy chồng, hai năm sau đó ông cũng cưới...Ai cũng hiểu việc họ chia tay là vì món nợ của gia đình bà Đa, hơn nữa, bây giờ dường như hai người cũng đã không còn vướng bận chuyện người kia, lại thêm một lần bên nhau cũng không có gì làm lạ.

Thế nhưng, bây giờ đã có Mai, mọi thứ đều rất khác. Trong mắt Mai, bà Đa là người khiến mẹ mình bỏ đi, dù thực ra sau khi mẹ Mai đi mấy năm thì bà Đa và ông Keo mới thực sự quan tâm và yêu thương nhau lại. Mối tình hun đúc những tưởng rồi sẽ lại có một đám cưới hạnh phúc thay thế cho suốt những năm tháng thanh xuân hai người đi những con đường lệch nhau thì ngay khi ông Keo nói chuyện với con trai về việc chuẩn bị đám cưới thì Mai đã gạt phắt, đứng dậy chỉ thẳng vào bà:

- Nếu ba muốn cưới bà ấy thì ba từ mặt con đi, con có chết cũng không để người đàn bà nào khác bước chân vào nhà này trừ má.

Hạnh phúc tưởng đến nhưng rồi lại lỡ dở, bà Đa cũng nhất quyết không bước chân vào nhà ông khi chưa được sự ủng hộ từ con ông. Thế nhưng do dự một lần đâu biết được sẽ mất nhau cả một đời, hai năm sau đó, khi bà Đa vừa bước qua tuổi ba hai, ông Keo trong một lần đi làm xa đã bị tai nạn không may qua đời. Ngày làm đám tang ông, mẹ Mai cũng không về dù đã được báo tin, Mai khi ấy vẫn còn quá nhỏ, mình bà Đa đứng ra lo tang sự cứ như phận vợ trong gia đình. Bà đội vành khăn trắng như để tang cho cả mối tình dang dở của mình và lần đầu tiên lúc ấy Mai hiểu được dường như mẹ mình và người phụ nữ trước mặt cách nhau rất xa, ở một đoạn tình nghĩa dành cho ba.

Sau khi ông mất, bà dọn về nhà ông ở đặng lo nhang khói cho ông và cũng là để lo cho Mai, như lúc sinh thời ông hay cậy nhờ bà. Chỉ tiếc là khi ấy ông nói cả hai người chung tay nuôi nấng Mai thành người còn giờ chỉ có bà. Mai không quá cương quyết đuổi bà ra khỏi nhà vì nó hiểu vị thế của nó nhưng nó cũng không quá thân thiết với bà. Hiểu được dường như Mai vẫn ghét mình, bằng lời nói cứng rắn bà cũng nói rõ:

- Cứ xem tao như mẹ kế của bây, tao có trách nhiệm nuôi bây và đó là trách nhiệm của tao. Không mượn bây phải thương lại.

Bà vốn là một người phụ nữ mạnh mẽ, kể từ khi ông mất bà dường như đứng lên gánh gồng mọi thứ, làm đủ mọi việc để không chỉ nuôi sống bản thân mình mà còn nuôi Mai. Bà tự xem mình như người vợ của ông, lo toan quán xuyến hết mọi việc trong nhà và cũng hi sinh những năm tháng còn lại của thanh xuân để nuôi đứa con riêng của chồng. Căn nhà nhỏ vắng bóng người lúc đầu chỉ là những thanh âm im lặng của một mối quan hệ dường như là nghĩa vụ bắt đầu có nhiều tiếng cười hơn vì gần gũi và thân thuộc. Dẫu bà không là một người mẹ dịu dàng đúng nghĩa nhưng bà vẫn luôn quan tâm và lo lắng cho Mai từng chút. Bà cũng là một người phụ nữ hiểu chuyện, đôi khi thấy Mai nhớ mẹ, tủi thân vì những mối quan hệ ruột thịt nên bà cũng quyết định dành dụm đặng đưa Mai lên phố thăm mẹ.

- Mai bây nghỉ đúng không, coi vào thu xếp ít bộ quần áo tao với bây mai lên phố.

- Nhưng mà mai mình con ra chợ, còn lấy rau ông Đen về cho kịp bán...

Nhưng bà Đa chỉ phẩy tay. Mai đột nhiên thấy rưng rưng nước mắt. Nó hiểu bà lo và thương cho nó đến độ gạt bỏ hết công việc thường ngày chỉ để đưa nó lên phố tìm mẹ, chứ nó đi một mình bà cũng không yên tâm. Một chặng đường xa suốt nửa ngày, lên đúng địa chỉ mà ngày đó mẹ Mai viết vội, trong một căn nhà nom khang trang trên phố, bóng hình người mẹ của nó đang cười nói với một người đàn ông xa lạ, trên tay còn bế một đứa nhỏ nhỏ xíu, Mai ước chừng hiểu được tất cả. Hai bóng người câm lặng đứng bên ngoài một căn nhà đang rộn rã tiếng cười ở bên trong. Mai chợt hiểu ra lý do vì sao đằng ấy mẹ nó rời xa nó, cũng không về thắp cho ba một nén nhang, thậm chí cũng không hề đoái hoài đến đứa con trai ở quê sau khi mất cha sẽ sống như thế nào. Nó đưa tay kéo lấy tà áo bà Đa:

- Về thôi má ơi.

Đó cũng là lần đầu tiên nó gọi bà Đa là má. Nhưng dường như đôi khi như thế lại giúp con người ta đưa ra những quyết định đúng đắn, kể từ bấy nó thực sự coi bà Đa như một người mẹ đúng nghĩa, và bắt đầu báo hiếu dù là quá muộn. Nó vẫn thường phụ giúp bà hái rau rồi gánh ra chợ bán những khi không đi học, cũng chia sẻ những công việc ngày thường mà trước kia vì bất mãn với người phụ nữ lạ trong nhà mà nó trốn tránh. Sáu năm sau đó, khi nó chuẩn bị bước vào đại học, có người đàn ông trong làng đến ngỏ ý hỏi cưới bà Đa. Dường như ai cũng thương cho người phụ nữ ấy, chịu thương chịu khó và ai cũng hiểu sự hi sinh của bà nên dù bà đã lỡ lần đò vẫn có người mong muốn được kết duyên cùng bà. Khi ấy, Mai cũng suy nghĩ rất nhiều và nó cũng muốn bà có được hạnh phúc riêng sau từng ấy năm gánh gồng nuôi nó. Nhưng với bà, lúc này Mai đang ở giai đoạn quan trọng của cuộc đời, sắp sửa bước vào kỳ thi đại học, bà không muốn vì chuyện của bà làm nó phân tâm. Hơn ai hết bà nghĩ nó là người thấu hiểu nhiều sự mất mát, nếu cả bà cũng làm nó cảm giác sẽ bỏ nó mà đi thì nó sẽ như thế nào, nó không còn ai ngoài bà cả.

- Tao là vợ của ba bây mà sao bây cứ đuổi tao đi vậy cà?

- Nhưng chưa cưới mà, má có quyền đi tìm hạnh phúc riêng chớ.

Một tình huống nhưng hai hoàn cảnh khác nhau, ở khía cạnh của Mai nó chỉ mong muốn bà hạnh phúc không vướng bận gì những lời nó nói nếu đứng ở vị trí của bà thì là một nỗi đau. Nó làm bà nhận ra thực tại bà và ông đã không có một kết cục hạnh phúc. Như cảm thấy có lỗi vì lời nói bộc trực của mình, Mai đầy hối lỗi nhưng đổi lại chỉ là cái ôm rất nhẹ nhàng từ bà:

- Má con với nhau ở cạnh nhau cũng gần cả chục năm rồi sao tao không hiểu bây nghĩ gì. Nhưng má già rồi, má chỉ muốn là mẹ kế của bây thôi, không muốn đi vào gia đình khác nữa.

Nó im lặng nhưng nước mắt rơi. Sau đó nó thi đậu đại học và lên phố học, chỉ còn mình bà dưới quê nhìn dòng sông trôi trước mắt như thời gian của mình. Nó ra trường và mau chóng kiếm được một công việc tốt, sau đó nó lại xin thuyên chuyển công tác về quê để tiện bề chăm sóc cho bà. Ngày nó chuyển công tác bà rầy nó dữ lắm, vì bà nghĩ ở phố sẽ có cơ hội việc làm hơn nhưng nó cứ phải giải thích về sự đa dạng của các công việc online hiện giờ và hơn nữa nó muốn ở cạnh để tiện bề chăm sóc cho bà. Rồi năm ấy đại dịch tới, kinh tế đình trọng, nó cũng mất việc, mọi thứ lại quay về điểm xuất phát nhưng nó không cảm thấy lo sợ vì ít ra nó được ở cạnh bà, mẹ con sum họp ở cạnh nhau, lo lắng cho nhau và mọi thứ rồi sẽ được tạo dựng lại như ngày xưa khi bà hai bàn tay trắng vẫn nhất quyết không buông rơi nó.

*Tranh vẽ: ViVi Võ Hùng Kiệt*

Mọi thứ qua đi, nó ôm cv đi khắp nơi xin việc nhưng khó khăn thì lúc ấy mẹ ruột nó quay về. Bà ngỏ ý muốn đưa nó lên phố, sẽ nhờ chồng bà xin cho nó một công việc tốt vì ông là chủ một công ty và vẫn hoạt động tốt sau mùa dịch.

Lúc này, nó phải đứng ra lựa chọn giữa mẹ ruột và "mẹ kế" vì mẹ ruột nó cũng muốn nó hoàn toàn cắt đứt mối quan hệ với bà. Sau đó bà nghiễm nhiên quay lại phố với thời hạn một tuần cho quyết định của Mai, dường như bà nghĩ đồng tiền có thể mua được tình cảm như cái cách năm xưa bà bỏ đi ba của Mai để có được cuộc sống sung túc của hiện tại. Ngược lại, ngay khi nghe sự ngỏ ý của mẹ Mai, bà Đa cũng dứt khoát ngay:

- Bây lên phố đi, kiếm công việc tốt, tao còn khỏe mạnh ở quê sống một mình cũng được. Không hiểu nghĩ cái chi mà cứ do dự.

Ba mươi tuổi, Mai dường như cảm thấy mình đứng giữa quyết định mà cũng như năm xưa bà Đa từng lựa chọn. Ánh trăng lên và neo lại nơi lũy tre đầu làng, mâm cơm đạm bạc được dọn lên. Bà Đa đương ăn lại lần tay gỡ miếng cá ra khỏi xương gắp bỏ cho Mai:

- Ăn con cá đây là nhớ phải lừa xương ra trước, nhỏ cứ mỗi lần ăn cá là hóc. Đến khổ.

Mai cảm thấy nước mắt nuốt ngược vào tim. Ngay sau đó nó gọi cảm ơn và từ chối mẹ nó, cũng cúp điện thoại vội trước những lời trách móc phía đầu dây bên kia vẫn đang vang dội. Bà Đa những ngày sau đó tìm đủ mọi cách để khuyên Mai, thậm chí còn đuổi nó đi chỉ vì bà không muốn nó vướng bận bà mà không có cơ hội tốt. Có lúc giận quá bà còn kẻ cả:

- Tao chỉ là mẹ kế của bây, sao bây cứ phải tốt với mẹ kế làm gì.

Nhưng lúc này Mai chỉ phì cười, lời bà nói không làm Mai tổn thương vì nó hiểu từ trước tới giờ bà vẫn luôn nhận mình là "mẹ kế" vì vốn trước giờ hình ảnh mẹ kế thường không tốt, nghe như không có ràng buộc gì với con chồng. Thì đứa con chồng kia không nên vướng bận. Sau đó, dường như đuổi đi không được, ở chung một nhà mà cứ khó chịu cũng không xong bà đành phó mặc. Khi mọi thứ dần ổn định trở lại, Mai cũng xin được một công việc ở một công ty trong xã, guồng quay lại tiếp tục bên căn nhà nhỏ.

Hai năm sau Mai lấy vợ. Hơn năm nữa Mai có con, lúc này công việc ổn định, Mai cũng đã mua một căn nhà lớn hơn và rước bà về ở cùng. Ngày con Mai bắt đầu tập nói, Mai ôm bé, lại kéo bà lại, nhất quyết tập cho tiếng vỡ lòng của đứa trẻ là " Bà nội". Nước mắt bà rưng rưng đột nhiên rơi xuống lúc nào không hay.

"Bà nội"

"Bà nội kế"

"Không, chỉ là bà nội thôi". ∎

*Đoàn "nai vàng ngơ ngác" đến sân bay Fiumicino, Roma 21.12.1971. Ngày đầu ở Ý.*

Trương Văn Dân

# Bức ảnh và chồng thư cũ

Quãng thời gian dài 50 năm như dồn lại trong tích tắc! Nước mắt chỉ chực trào ra còn trái tim đập liên hồi như con chim đang sải cánh bay qua eo biển.

Mở cái hộp giấy bị quên lãng sau những đợt chuyển nhà, trước mắt tôi hiện ra một túi ny lông mà khi trút ra bên trong có một chồng thư cũ.

Những bức thư của gia đình mà chủ yếu là những bức thư của ba tôi đã gửi trong suốt 36 năm tôi sống ở nước ngoài, cho đến ngày ông mất.

Tôi như chợt thấy một đời người dồn lại.

Chính vào giây phút đó, tôi ý thức rõ ràng rằng những người tuy đã mất đi nhưng vẫn còn hiện hữu, ở đây, lúc này, tuy vắng mặt mà hiện diện cùng tôi.

Tất nhiên tôi không thể nhìn thấy họ như bóng dáng xưa. Nhưng nếu hiểu theo lời của thiền sư Thích Nhất Hạnh thì: *"Ngày mai, tôi sẽ tiếp tục hiện diện. Nhưng bạn sẽ phải rất cẩn thận mới có thể nhìn thấy tôi. Tôi sẽ là một bông hoa hay một chiếc lá. Tôi sẽ ở trong những hình dáng đó và vẫn gửi cho bạn một lời chào. Nếu bạn đủ nhận biết, bạn sẽ nhận ra tôi, và bạn có thể mỉm cười với tôi. Tôi sẽ rất hạnh phúc"*.

oOo

Năm mươi năm dồn nén như một chiếc lò xo, nhưng khi bung ra thì những gì xảy ra trong suốt quãng thời gian đó đồng loạt thức dậy. Chập chờn nhảy múa trong một bầu trời đầy sương mù của ký ức.

Chỉ là một tình cờ hay có một sự sắp xếp nào đó của hoá công? Cách đây mấy tháng, một người bạn mất liên lạc hơn 40 năm tình cờ thấy và kết bạn với tôi trên Facebook. Dũng tìm được tôi nhờ đọc một bài báo trên BBC[1] tiếng việt kể về chuyến bay vào tâm dịch Italia để gặp Elena ngay khi nước này dịch Covid19 đang bùng phát mãnh liệt mà phần lớn các chuyến bay về Milano đều bị huỷ bỏ.

Mấy tuần sau anh gửi qua email mấy tấm hình mà tôi đã quên đi, không còn nhớ. Đó là bức hình chụp vào sáng ngày 21/12/1971 khi chúng tôi, một nhóm sinh viên 13 người vừa đặt chân đến sân bay quốc tế Fiumicino ở Roma.

Nhìn bức ảnh, cảm xúc trong buổi chiều 50 năm trước như vừa trỗi dậy. Những thanh niên lần đầu xuất ngoại, làm quen, nói cười rối rít, ai cũng cố tỏ ra mình cứng rắn để che giấu những lo âu về con đường trước mặt. Mặt đăm chiêu, ngồi trịnh trọng trên chuyến bay Air Vietnam từ Sài Gòn qua Bangkok. Thế nhưng lớp vỏ mạnh mẽ như lớp sáp

---

[1] https://www.bbc.com/vietnamese/culture-social-52089979?fbclid=IwAR3B-XnOx36srzUb5qkb-VbwLumAjeZvl6Uld_e6QJUDnLQrysJazTeANZlw

tan chảy khi máy bay cất cánh. Tiếng nhạc trong khoang đang mở to lời hát "Bài không tên số 2" của Vũ Thành An: *"Xin một lần xiết tay nhau một lần cuối cho nhau, Xin một lần vẫy tay chào thôi dòng đời đó cuốn người theo"* thì có tiếng thút thít từ các ghế ngồi. Một người, hai người… rồi tất cả đưa mắt nhìn nhau, khuôn mặt nhạt nhoà.

Chờ cảm xúc lắng xuống, tôi ngồi nghĩ lại. Sau bao năm vật đổi sao dời, tuy khởi điểm là đi chung một chuyến tàu nhưng dòng đời đã cuốn chúng tôi, mỗi người trôi theo một định mệnh khác nhau. Ai thuận buồm, ai ngược gió, quay cuồng *"như lá úa trong cơn mưa chiều…"* thành công hay thất bại gì thì cũng chìm trong bể khổ của đời.

o O o

Bắt đầu từ chuyến bay định mệnh ấy là những ngày tháng xa quê hương, bè bạn và những người thân. Mọi gian khổ vất vả thì chịu được mà sự cô đơn, trống vắng thì nó mênh mang mà không biết tỏ bày hay chia sẻ cùng ai.

Niềm an ủi lúc đó là được nghe một giọng nói thân quen, nhưng đó là điều không tưởng. Sinh viên thì nhà làm gì có điện thoại mà gọi bằng gettone qua điện thoại công cộng, chi phí một cuộc gọi đường dài có khi bằng sinh hoạt cả tháng!

Gettone là đồng xu nhỏ, có một rảnh ở giữa và bỏ lên một khe nằm trên máy điện thoại. Sau khi kết nối nó sẽ rớt vào máy, thời gian rớt được tính bằng khoảng cách từ nơi gọi đến nơi nhận. Gần chậm, xa mau. Khi gọi xa thì tiếng gettone rơi nhanh như nhịp tim người gọi. Khi thời lượng tương ứng với số tiền trả sắp hết máy rung chuông báo, nếu không nạp kịp gettone là cuộc gọi bị ngắt!

Thập niên 1970 tôi thường gọi Elena bằng cách này. Ngày nào ăn chiều xong chúng tôi cũng nói chuyện với nhau vài phút, nhưng cũng có khi cao hứng, nói với nhau cả nửa tiếng hay nhiều hơn. Vì là điện thoại công cộng nên có nhiều người khác đứng chờ bên ngoài. Có khi sốt ruột họ gõ cửa cabin hối thúc. Đứng bên trong, tôi xoè bàn tay trái đang nắm một mớ gettone, nhìn thấy, họ lắc đầu, miệng lầu bầu rồi bỏ đi tìm máy khác!

Những khi nói nhiều, tiếng gettone rơi làm mình chóng mặt mà ở đầu dây bên kia còn nghe tiếng mẹ Elena mắng: nói gì mà lâu dữ vậy!

Vì gọi điện khó khăn và đắt đỏ như thế nên mỗi khi gọi bạn bè ở xa như Pháp, Đức, Thụy Sĩ… thì chúng tôi xem như mời bạn cà phê, nói lâu hơn là xem như mời bữa ăn trưa, *liên lục địa*.

Vào năm 1981, lần đầu tiên tôi hẹn hai em Xuân, Minh vừa mới định cư ở Sydney (Úc) đến nhà cô dượng Tàu Năm để chờ nghe điện thoại, giọng chúng tôi run lên vì hơn 10 năm anh em mới nghe được giọng nói của nhau. Người nghe, kẻ nói đều đã chuẩn bị sẵn nội dung, tranh thủ nói nhanh để nói được nhiều!

o O o

Những bức thư cất giữ trong chừng ấy năm làm tôi nhớ tới một thời đã qua và âm hưởng vẫn còn đọng tới bây giờ. Nó như những chiếc cầu cho tôi nối lại với cuộc đời chìm sâu trong kỷ niệm. Mỗi khi nhận được thư của ba tôi, có khi viết tay, có khi đánh máy, tôi thường đọc đi đọc lại nhiều lần, dù đó là những bức thư thật dài, có khi hơn 10 trang giấy. Ba tôi đánh máy rất nhanh, còn viết thì thư ông chỉ có tôi là đọc "ro ro" còn các em tôi thì vừa đọc vừa phải… đoán.

Sau khi buông thư tôi thường nằm dài suy nghĩ. Có khi tôi nghe như từ những bức thư đang thở ra hơi thở của ba tôi và trên sàn nhà đang thầm thì bước chân của ông, rõ ràng đến nỗi tôi suýt buột miệng gọi ông. Có khi tôi chẳng nghe mà chỉ thấy những khuôn mặt xa xôi hiện về. Nhạt nhoà, nhưng vẫn thấy ba má và tất cả các anh em Hiếu, Nga, Nguyệt, Xuân, Minh và tôi đang ngồi chen chúc quanh bàn ăn ấm cúng. Có lúc tôi mơ chân trần bước đi trên cát biển Qui nhơn, thỉnh thoảng ra mé nước nghe sóng vỗ dưới chân. Tuổi thơ của tôi đã trôi như một dòng sông và những lúc lặng lẽ ấy chỉ còn lại những hoài niệm mà thời gian đã mang đi xa lắc. Đôi lúc tôi thấy tiếc nuối nhưng chỉ một thoáng thôi, vì nhiều nỗi lo toan khi nhìn đến thực tại nơi đất khách.

Những ngày sau 1975 thời gian rảnh rỗi không nhiều vì từ một chàng công tử vô tư tôi phải vừa làm vừa học. Áp lực kinh tế, học hành, tôi phải tranh thủ học trên xe bus lúc đông người mỗi khi đi đến chỗ làm hay lúc về nhà.

Trong những lúc mềm lòng, tôi rất cần một bàn tay để nắm. Nghe được một giọng nói thân thương, không cần họ làm gì để giúp mà chỉ cần biết có ai đó quan tâm đến mình.

Nhưng xung quanh nào có ai đâu! Không có sự chọn lựa nào khác là tự bước đi bằng đôi chân, nhận lấy trách nhiệm cho cuộc sống và tương lai của mình.

Hồi đó, trong suốt bao nhiêu năm… tôi mong chờ những bức thư như một bộ hành mơ nguồn nước trong sa mạc. Gửi thư đi, trung bình 3 tháng mới nhận được trả lời. Biết thế, nhưng viết xong thì ngày nào cũng chờ. Mỗi sáng ra khỏi nhà đều nhìn vào hộp thư, dù biết chắc là không có mà lòng vẫn hụt hẫng.

Những bức thư thường làm tôi bâng khuâng, rộn ràng, đầy ắp niềm vui song cũng man mác, bồi hồi.

Vì những điều kiện khách quan nên tôi không được sống gần ba mình. Thế nhưng trong thời gian ít ỏi đó những bài học của ông vẫn theo tôi suốt cuộc đời. Những lời dạy từ nhỏ vẫn ảnh hưởng rất lớn đến quá trình hình thành nhân cách cũng như quan niệm về cuộc sống.

Trong thư, ba dặn ra xứ người con sẽ phải hoà nhập vào văn hoá và xã hội mới nhưng đừng để bị làm mờ cái gốc của mình.

Tôi nằm lòng lời căn dặn đó. Sống nhiều năm ở trời Tây, mà khi về Việt Nam ít ai nhận ra tôi là "Việt Kiều" vì phong cách dân dã chân quê, như bùn đất quê hương vẫn còn bám từ bấy đến nay. Tuy đã từng ngắm tuyết ở trời Âu nhưng cũng đã từng tắm truồng trên dòng sông Côn; Từng ở khách sạn 5 sao lộng lẫy ở nước ngoài nhưng cũng đã từng ăn bát cơm nóng nấu trong nồi đất vào ngày mưa ở Vĩnh Thạnh, nhìn gió núi lùa qua cửa sổ, thấy người thân ở quê ngoại rét run người với chiếc áo phong phanh… bấy nhiêu năm, tuy sống xa nhà mà nề nếp, thói quen, tính cách của ngày xưa vẫn còn đậm nét. Tiếng Việt của tôi vẫn như xưa, thời gian đầu có chút bỡ ngỡ về vài từ mới nhưng chỉ nghe qua một lần là nhớ, và tuy sống ở nước ngoài 50 năm nhưng tôi chưa bao giờ "độn" thêm từ ngoại quốc nào trong giao tiếp, tôi nghĩ viết "chúc mừng năm mới" là đủ nghĩa chứ thấy không cần phải viết "happy new year" làm gì.

Có thể nói cái tâm là ba tôi đã dạy cho tôi. Sau 1975, ông biết tôi sẽ gặp khó khăn và những buồn phiền không thể tránh: "Đã làm người, thì con phải chấp nhận gánh vác. Đôi khi còn phải gánh cả những việc oan ức…" "Nhưng dù thế nào cũng không được thù hận và đánh mất niềm tin vào tính thiện lương của con người". "Nếu có điều kiện thì cứ giúp người, thà bị sai lầm còn hơn là ân hận"…

Trong những bức thư ấy có điều tôi hiểu ngay nhưng cũng có những lời dạy, mà mãi nhiều năm sau, quá tuổi 60, nghiệm ra tôi mới hiểu. "Sống là phải làm tốt vai trò và bổn phận của mình trong xã hội, nhưng cố bỏ cái tôi để sống an nhiên và hạnh phúc với chính mình." "Tài năng gì cũng chỉ là bọt bèo. Đừng kiêu căng hay đuổi theo ảo ảnh; Danh tiếng, địa vị gì cũng đều phụ thuộc vào lời khen chê của kẻ khác. Đừng để tâm trí mình dao động vì những việc nằm ngoài tầm kiểm soát đó để không bị biến thành con rối của miệng đời."

… Rồi biến cố đau buồn. Vẫn còn trẻ và đẹp nhưng trái tim ông đã lặng lẽ ngừng đập. Ông chỉ sống vừa đủ lâu để thấy những thay đổi của đất nước và lòng người.

Nhưng ba tôi không mất. Ông chỉ nằm an nghỉ trong trái tim tôi mà thôi.

o O o

Những bức thư ấy là những nhịp cầu nối liền khoảng cách và kết nối tình thân. Xa bỗng hóa gần.

Ngày xưa… liên lạc với nhau rất khó! Nhưng hôm nay, với phương tiện sẵn sàng, mọi cuộc gọi đều tức thời và miễn phí nhưng con người lại ít kết nối với nhau! Ai cũng than rằng mình rất "bận". Là không có thời gian? Nhưng có thực là chúng ta bận đến nỗi đến không thể gửi một tin nhắn vài phút để hỏi thăm, để biết là mình đang nghĩ đến và chia sẻ với người thân?

Đúng là cuộc sống hôm nay tất bật, nhưng một cuộc gọi, một tin nhắn để biết rằng đang nghĩ đến nhau là luôn cần thiết.

Với một khoảng cách quá xa, có khi cách nhau nửa vòng trái đất, thì một tin nhắn có nghĩa là ta vẫn hiện diện khi… đang vắng mặt. Người ở xa cũng không đòi hỏi gì nhiều. Một cuộc gọi ngẫu nhiên, để một thoáng quên đi những bận bịu cơm áo thường ngày hay tạm quên đi những muộn phiền không đáng nhớ. Nghe giọng một người quen ở xa là một niềm an ủi. Biết rằng trên đời này còn có ai đó nhớ đến mình.

Gọi thăm thôi. Cần chi mục đích? Vì thực ra mục đích quý báu nhất là thăm hỏi mà không có mục đích nào.

Nhưng dường như mỗi cuộc gặp gỡ, mỗi cú điện thoại đều vì một điều gì. Không cần, không liên lạc!

Ngày nay, con người thực dụng nên cân đong đo đếm tình cảm bằng những điều kiện sinh tồn chăng? Đôi lúc vì dửng dưng mà ta làm nhạt nhòa những tình cảm đẹp, đánh mất những hạnh phúc giản đơn.

Với các lý do "gần như" hợp lý, nhiều người biện minh cho sự bận rộn vì nỗi lo cơm áo, mà thực tế là trên mạng xã hội hằng ngày họ vẫn đưa hình khoe con khoe cháu, tiệc tùng ăn uống hay hiện diện ở các địa điểm du lịch đấy thôi.

Hãy sử dụng tốt thời gian vì không ai biết mình sẽ còn bao lâu nữa.

Hơn hai năm bị mắc kẹt Covid ở Ý, tôi đã nhận ra: có một số người nếu không chủ động tìm, họ chẳng bao giờ hỏi đến. Nhờ thời gian đó mà hiểu ai mới thật sự là người quan tâm đến mình.

May là suốt những ngày bị cách ly ở Milano vì Covid.19… tôi đã sống toàn tâm toàn ý với tình yêu văn chương. Đọc và viết rất nhiều. Tôi dành trọn ngày đêm để viết những quyển sách của mình, thi thoảng sửa lại một vài truyện ngắn hay dịch vài đoạn văn hay. Trên bàn làm việc luôn có một bình hoa nhỏ đa sắc mà Elena đã trang điểm cho không gian sáng tác. Phòng làm việc có một cửa sổ lớn nhìn ra ngoài, bầu trời có khi xám xịt, có lúc trong sáng tùy theo mùa. Những lúc nghỉ ngơi, tôi thường nhìn cây lê đơm hoa trắng muốt báo mùa xuân, rồi hoa rụng báo mùa hè, rồi lại lá lại vàng để báo thu sang, sau đó thì trút lá, cành trần trụi trong sương tuyết khi một mùa đông đang đến. Hoa lê trắng còn nở lần thứ hai để mùa xuân khác đến rồi sẽ sớm trôi qua vào mùa hè, mùa thu và mùa đông thứ hai. Thế giới, ký ức về Việt Nam như càng ngày càng xa.

Thế rồi, đùng một cái, ánh sáng như chói chang rực rỡ hơn từ cái thế giới sáng tạo chiếu vào cái không gian chật hẹp tù túng của những ngày bị cách ly, khi tiểu thuyết *Ước Hẹn Cuối Cùng* bước vào giai đoạn cuối. Nhìn khuôn mặt rạng rỡ của tôi, Elena liền hỏi: anh viết xong rồi hả? Năm mươi năm qua, không cảm xúc nào của tôi mà không bị vợ mình phát hiện. Suốt hơn hai năm tôi đắm mình cho tiểu thuyết, miệt mài buồn vui hạnh phúc khổ đau cùng nhân vật. Câu chuyện trong tiểu thuyết vô vàn đắm say mà cũng đầy thăng trầm, sầu khổ. Nhưng câu trả lời của tôi là một tràng cười. Điều kỳ lạ là tiếng cười của mình làm tôi kinh ngạc. Cảm tưởng như 50 năm về trước tôi đã nghe chính giọng của mình trong một máy ghi âm trên băng cassette. Lúc đầu tôi hoàn toàn không nhận ra, tuy nó đúng là giọng của tôi, nhưng đó là cái giọng mà người khác nghe chứ không phải cái giọng mà bản thân tôi nghe được như máu thịt đến từ bên trong của con người mình.

Suốt hai năm qua tôi âm thầm và im lặng làm bạn cùng nhân vật, hòa mình với những đau thương, chết chóc nên tôi như đã quên đi thực tại. Cười như thế nào? Và bây giờ giống như lần đầu tiên tôi nghe tiếng mình cười.

Lệnh giãn cách lúc này đang nới lỏng và sắp chấm hết. Tôi sẽ được tự do bay về Việt Nam để gặp lại bạn bè và lo việc in ấn tác phẩm tâm huyết của mình. Thế nhưng khi dịch bản thảo ra tiếng Ý- L'ultima promessa- cho hai người bạn thân thì họ khuyên nên in trước bằng tiếng Ý vì bối cảnh tiểu thuyết ở Milano và những vấn đề liên quan đến văn hóa và luật pháp ở Ý…

Tôi sẽ làm gì với ánh sáng chói chang của những ngày "tự do" sắp tới? Tôi sẽ làm gì với những thói quen cũ, gặp gỡ bạn bè bị gián đoạn sau một thời gian dài? Một quyển sách sắp in không thể trả lại cho tôi những ngày bị cướp mất vì đại dịch. Nó như một đứa con sắp được sinh ra, cần phải chăm sóc, nuôi dưỡng, bảo vệ, giúp nó tránh những cạm bẫy, những phê phán, đố kỵ hay yêu thương chào đón… tất cả những hệ quả mà mình đã mường tượng trong lúc hình thành câu chữ. Vâng, tôi biết khi sách ra đời, nó cũng không thể nào tránh được những hệ lụy như một con người, cái đề tài mà trước đây tôi đã từng trăn trở khi viết tiểu thuyết *Trò chuyện với thiên thần*. ∎

*(Milano 10.2022)*

Diễm Châu (Cát Đơn Sa)

# Số Con Rệp!

Bà Khung đi quanh quẩn trong nhà suy nghĩ mông lung... vậy là chỉ còn một tháng nữa con trai của bà sẽ lấy vợ! Con vợ sắp cưới của nó thì bà mới chỉ được biết đây thôi! Hai mẹ con từng lời qua tiếng lại vài lần vì vụ này, khi bà gặp mặt con dâu tương lai lần đầu tiên.

- Con gái con lứa gì mà tóc tai nửa vàng nửa nâu! lại còn ăn mặc lòi đùi ra, nhìn muốn đui con mắt!

Thằng con gân cổ:

- Ai bảo mẹ nhìn đùi nó làm gì! Sao mẹ không nhìn mặt nó, nó rất là dễ thương, giống búp bê!

- Dễ thương cái mụ nội ấy! Mày bị nó cho ăn bùa mê thuốc lú rồi hay sao mà khen nó hoài vậy! Đã thế lại còn làm biếng trợn ruột! Ai đời vào nhà người ta giày dép không chịu cởi ra, lại còn ngồi lì một chỗ, không biết tiếp tay tao làm một thứ gì cả!

- Nó quen mang giày vớ trong chân rồi, với lại nhà mình lạ làm sao nó dám xông xáo để giúp mẹ! Mà mẹ gặp người ta cũng phải "nice" chứ, ai đời cứ quặm mặt xuống như bà phù thủy làm con còn sợ huống chi nó! Cứ quen vài lần là mẹ ngồi chơi xơi nước. Nó giỏi lắm, sẽ lo hết trong ngoài.

Thằng con bà nói chắc như đinh đóng cột... chuối! Cái ngữ con bé ưa ăn diện, nhìn là biết ngay! Đôi giày cao không thể có đôi nào cao hơn! Bà ướm thầm nếu có xáp lá cà, bà chỉ cần ra tay xô một cái con bé sẽ ngã quay cu-lơ! Hay thực tế đảo ngược là nó có thể đạp cho bà một cú què giò, chân nọ xọ chân kia! Người như thế nói gì làm với lụng! "Hứ"... Con bé này nhìn qua là biết đỏng đảnh vô tích sự!

Thời gian khi mong cho nó mau qua thì nó đi chậm rì! Còn lúc mong cho nó chậm thì nó lại vùn vụt tên bay! Tâm trạng bà Khung lúc bấy giờ không biết như thế nào. Dù sao thì bà cũng phải sửa soạn may mặc cho đám cưới.

- Mẹ mặc áo đầm cho đẹp.

Con trai vừa ăn sáng vừa bàn vào chuyện đám cưới. Bà quắc mắt lên:

- Tào lao! Cám ơn... tôi mặc áo dài được rồi, mặc đầm cho gió nó thổi vào lồng lộng, bà già này lạnh không chịu nổi!

Nghe giọng của mẹ có vẻ cay đắng pha hờn giỗi, anh con trai ngạc nhiên:

- Mẹ nói cứ làm như gió thổi vào cửa hang động ý! Mà thôi, mặc áo dài cũng được, bị bên nhà vợ con nghe nói họ mặc xoa-rê hết.

- Họ là người Tây người Mỹ, muốn mặc gì thì mặc, còn tôi thì áo dài quốc hồn quốc túy, tôi không muốn làm người vong bản!

Lại cái giọng nói lẫy cũng không chừa! Bên Julia bạn gái của Vinh là Việt Nam rặc, làm gì có Tây có Mỹ!

- Kìa mẹ, vong bản gì ở đây. Mẹ lớn tuổi nên thích áo dài, họ còn trẻ thì thích đầm, có gì lạ đâu mà mẹ cứ "chọt" người ta!

- Ê thằng kia, mày có bênh chúng nó thì bênh vừa vừa thôi! Tao "chọt" lúc nào, muốn thì tao phang thẳng, việc gì phải chọt! Có gì thì tao nói nấy, vậy thôi!

Mẹ con lúc này nói chuyện với nhau rất dễ bị "va chạm" cũng bởi vì gái (lời bà Khung)! Mà bà cũng thường hay có tính mỉa mai bóng gió! Cứ mỗi lần nghĩ đến đứa con dâu là bà thấy bất mãn, nội cái bề ngoài của nó là bà đã chống tận tình rồi!

Thằng Vinh thì khác, thấy mẹ cứ hậm hực mãi khi nhắc đến Julia, thì nó ngứa miệng nên bênh. Mà cái tính thằng này từ nhỏ tới giờ đã như vậy rồi! Nó hay nói ngược lại những gì bà Khung nghĩ, cho dù mẹ có nói đúng nó cũng đùa cho bà nổi cơn lên.

Coi vậy chứ cũng đã gần đến ngày cưới. Chống, nhưng trong lòng bà Khung cũng đầy tự ái dân tộc! Bà muốn tuy mặc áo dài Việt Nam, nhưng nhìn bà vẫn sang trọng hơn nhiều bà khác, nhất là bà mẹ cô dâu. Được rồi, bà ta diện đầm thì mình diện áo dài. Chiếc áo dài màu xám tro bằng vải voan hai lớp, bên trên có thêu và kết ít cườm hồng bên cạnh những hoa và lá sen cho bà nét tinh khiết cao sang. Cái áo này bà đã bỏ ra hơn hai trăm để may chứ không phải ít.

Bà Khung có dáng chuẩn của người đàn bà Việt Nam. Bà cao một thước sáu, không mập không ốm, hôm đám cưới con trai bà mặc áo dài, đeo xâu chuỗi ngọc trai trắng và bông tai cùng loại cùng màu. Tóc bà bới lên kiểu Nhật Bản làm cho bà nhìn sang cả hơn.

Người nào gặp bà cũng trầm trồ khen ngợi... Lâu rồi, từ ngày ông chồng sớm bỏ bà đi bán muối, bà chẳng thiết tha gì trong vụ ăn diện hàng ngày! Nay nhìn bà đổi khác, dưới lớp phấn hồng và màu môi son nhẹ, trông bà cũng còn trẻ và khá dễ thương. Nhiều ông đã đến gần tỏ lời tán tỉnh. Điều này xưa nay bà hay lên án bọn đàn ông háo sắc quỷ quyệt, nay thì bà lại cảm thấy vui vì mụ xui gia

Tranh vẽ: Cát Đơn Sa

không ai khen một tiếng. Cứ nghe bọn họ tán tỉnh vào tai này ra tai kia thì đâu có làm sao. Cho đời vui vậy mà!

Không phải tự nhiên mà bà chấp nhận dễ dãi như vậy, mà chính là từ trong nhà thờ, khi thấy con trai âu yếm cầm tay vợ nó trao nhau nụ hôn, bà chợt nhận ra mình là một người thừa!

- Khi về già thì chỉ còn lại mấy mạng già với nhau!

Lúc nghe bà bạn nói câu đó, bà Khung rất ghét, cho rằng không bao giờ có chuyện đó! Bây giờ thì bà bắt đầu thấy lờ mờ sự thể có thể như vậy! Nội cái việc hai mẹ con đấu lý với nhau về vụ ở chung sau khi cưới vợ cũng là một đề tài, khi thằng con muốn mướn nhà dọn ra riêng.

- Mẹ không thích vợ con thì ở chung với nhau làm gì!

- Nhà này có bốn phòng, mày không ở lại đòi dọn ra thuê nhà thì có vô lý vô sự không!

- Nhưng mẹ không thích vợ con!

- Thì mày bảo nó làm cho tao thích đi!

- Người ta chưa kịp nói gì mẹ đã chê từ trên xuống dưới!

Thằng này nói chí phải, nhưng bà Khung trả lời:

- Tao phải đánh phủ đầu trước như thế, thì sau này nó mới phục tòng con ạ! Cái ngữ của mày cứ nuông chiều nó như chiều bà cố nội, sau này sẽ bị nó sai bảo cho mà quay như chong chóng!

- Mẹ cứ nói kiểu vợ chồng ngày xưa không hợp thời. Bây giờ vợ chồng giúp nhau không được sao! Vợ nấu cơm thì chồng rửa chén, cũng công bằng thôi vì cả hai cùng đi làm, như vậy mới hạnh phúc.

Trời! Phải chi cha nó còn sống mà nghe câu này! Con trai bà đang dạy bà đây. Nhắc đến ông, bà lại tức lộn ruột. Ông chồng bà xưa kia thường chứng tỏ là một nhà hiền triết. Việc gì trong nhà từ a đến z là bà bao tuốt. Ăn cơm xong bà phải đi pha cho ông một ấm trà, rồi một mình dọn dẹp lau rửa cho đến khuya, chồng ung dung ngồi coi báo, không cần biết đến nói chi là giúp một tay! Riêng thằng con trai chuyện học hành thì bà cũng phải kèm cho nó bài vở, rồi cho con đi ngủ… Lúc đó mới hết việc!

Mà cũng chưa nữa. Lên giường, nhiều khi mệt muốn chết, ông lại táy máy lôi cổ bà dậy, đâu có cho ngủ yên. Ông chết sớm dù buồn, nhưng cũng có lúc bà thoải mái vì không bị làm phiền ban đêm!

Bà Khung có tật hay nói lung tung, nhưng thực chất thì hiền cho nên thằng con biết điều đó, nó dặn vợ:

- Em nhớ tính mẹ hay nói, nếu biết cách lấy lòng thì cái gì mẹ cũng chiều, đừng tỏ ra chống đối lại bả!

- Sao mình không ở riêng? Rủi em lấy lòng mà mẹ không chịu cứ chửi rồi em tức, cãi lộn thì sao?

- Làm gì có chuyện đó. Mình cứ ở chung với mẹ vài tháng, nếu chịu không nổi thì dọn ra sau… Chứ thời buổi này đi mướn nhà cũng phải ngàn hai một tháng, rồi chưa tính điện nước ăn uống, tốn kém lắm!

Con dâu trẻ nhíu mày suy nghĩ, rồi gật đầu:

- OK, em sẽ o bế mẹ anh.

- Mẹ chỉ có mình anh. Nếu sau này em có bầu, ở chung thì mẹ còn tiếp tay mà săn sóc con mình!

Thằng Vinh đúng là nó ảnh hưởng máu của mẹ, chưa gì đã biết tính toán lo xa đủ thứ! Cô vợ nghe chồng nói có lý, nhất định thực hành. Thế là nhà bà Khung có thêm nàng dâu mới.

Con bé Julia này bà đã không thích từ đầu. Nó đâu phải loại con gái e ấp thục nữ như thời xa xưa của bà. Nội cách ăn mặc của nó nhìn đã thấy ngứa mắt, lúc nào cũng mặc váy cao hơn đầu gối! Bà Khung nói riêng với con trai:

- Bảo nó che bớt đùi hay ngực lại, tao nhìn thấy muốn dội, chóng cả mặt!

- Đẹp vậy mà mẹ cứ nói quá… vợ con xinh xắn giỏi giang, trong sở ai cũng thích… chắc mẹ già quá nên không thích mốt này!

Nghe con trả lời, bà Khung tức, nghĩ: "Thằng ngu, kệ xác mày... Bà đã cảnh cáo mà không nghe, thì có ngày mất vợ đáng kiếp!". Bà trả lời mát mẻ:

- Ừ, tao già nên nói vậy đó, mày liệu cái thần hồn!

Thằng con cười khi nghe mẹ dọa! nhưng vuốt đuôi:

- Được rồi, khi nào nó lớn bằng mẹ, con sẽ nói nó mặc áo đầm dài tới gót chân cho mẹ khỏi ngứa mắt.

Nói cho đúng ngoài cái phong cách ăn diện trẻ trung của Julia, thì bà Khung chưa tìm ra được một điểm xấu nào của nó để mà chê cho đúng. Julia nhanh nhẹn, chứng tỏ gia đình có giáo dục đàng hoàng, nói chuyện với bà lúc nào dạ thưa, dù không hẳn nghe lời, nhưng con nhỏ không cãi xoen xoét như thằng con bà! Nhìn mặt con nhỏ này, bà thấy nó thông minh lém lỉnh ghê lắm, nhiều khi làm thế chỉ là "giả nai" thôi, cho bà vào bẫy để sau này trở mặt lại với bà.

Julia chăm sóc và yêu thương thằng con bà rất nhiều. Hồi xưa chưa bao giờ bà từng âu yếm ông như thế! Thảo nào mà thằng này không chết mê chết mệt vì nó! Nhưng bà đâu có ngu để cứ bắt bẻ, phản đối con dâu mãi khi nó xuống nước, như thế thì thằng con quý tử lại bảo mẹ mình là bà già lựu đạn khó tính thì tức lắm! Thôi, tạm gác lại qua bên, người quân tử mười năm trả thù cũng chưa muộn, huống chi nó đang ở trong nhà của ta!

Làm dâu chưa nóng đít, Julia đã gọi thợ đến nhà thay hẳn một dàn bếp gas cực mạnh, ngon lành, chẳng biết tài nấu nướng của cô ta đến đâu mà mua cái bếp hùng vĩ như thế! Bà quyết tâm rình chờ xem con dâu sẽ nấu món gì, nhưng chờ hoài mà có thấy nó động tĩnh gì đâu! Bà chịu không nổi mới ướm lời trước:

- Con tính nấu món gì mà mua dàn bếp dữ dằn thế?

Con bé giương cặp mắt tròn xoe ra nhìn bà:

- Không, con có biết nấu đâu, con mua cho mẹ dùng đấy chứ!

- Cái gì, mua cho tôi nấu à? Cái bếp cũ có hư đâu mà vụt bỏ đi… mấy người phí của quá!

- Nó không hư nhưng lửa yếu, mỗi lần nấu cái gì là chờ lâu quá. Đây mẹ thử xem, mẹ ưng uống trà nóng chứ gì, bắc cái ấm lên, chỉ một tí tẹo là nước sôi ngay.

- Nhưng tôi thích chờ, tôi ở nhà có làm gì đâu mà phải vội vàng.

Dù nói thế, nhưng cái bếp mới này cũng hữu dụng thật, chiên cá là cứ vàng rụm, nấu nồi súp cũng sôi nhanh! Thôi, cứ cho qua chuyện này, cho dù tiếc cái lò cũ, nhưng lỡ rồi biết làm sao! Cái lò mới chiến quá, bà thích! Cô con dâu lại thêm:

- Con mua nó tại vì mẹ nấu ngon lắm, ít ai nấu ngon như mẹ, kể cả nhà hàng!

Bà Khung nghe câu này mát ruột quá! Quên cả vụ tiếc cái lò cũ, mà còn nghĩ cách nấu những món ngon biểu diễn cho chúng nó ăn! Từ khi có con dâu, cái tủ lạnh trong nhà thoáng mát hơn. Những thứ gì từ đời "ông cố ông sơ" mà bà còn giữ lại cô dọn sạch, cho vào thùng rác hết!

- Ơ hay, sao lại vứt đi, mới có hai tuần chứ mấy!

- Trời chai mắm cá thu của tôi đâu rồi!

Con dâu trả lời:

- Mấy thứ nấu rồi người ta nói để lâu hơn ba ngày là bỏ đi, ăn uống không tốt, toàn là vi khuẩn! Mẹ cất đồ ăn có cái mốc meo cả lên!

Vi khuẩn với vi khiết, vậy bấy lâu nay bà ăn là chết sao! Nhưng rồi bà không phải tiếc, bữa cơm chiều con dâu mua về nào là vịt quay, dưa chua Kim chi Đại Hàn, ăn với cơm trắng dẻo nóng thơm ngon hết biết!

- Ngày mai mẹ muốn ăn gì con mua.
- Ăn thịt bò bít tết với rau trộn đi, mua bánh mì Pháp chính gốc nóng giòn lâu rồi mình chưa ăn.

Trả lời nó xong, bà giật mình khi thấy mối thù chống con dâu làm như đã bị mấy món ăn ngon dụ khị! Nhưng hãy cứ ăn đi, người quân tử trả thù mười năm vẫn không muộn! Thịt bò bít tết ngon quá là ngon. Con dâu mua cho mỗi người một miếng to tổ bố, ăn không hết, bà đậy lại định trưa mai ăn tiếp… nhưng hôm sau, lại có những món ngon tiếp nối, chưa kịp ăn miếng thịt bò dư thì cô lại đổ vào thùng rác mất rồi! Nghe bà cằn nhằn, cô dâu nhỏ trả lời:

- Hai ngày rồi còn ngon lành gì đâu mà mẹ giữ, để con làm mấy món khác tươi hơn.

Đúng là chưa biết đói chưa thấy tiếc! Bà trả lời:
- Ở Châu Phi con người ta đói nhe cả răng ra! Bên đây dư thừa quá phí của trời!

Con dâu cười:
- Mình đang ở đây chứ đâu phải Châu Phi mẹ.

Thằng con bà chen vào:
- Sao mẹ cứ hay lo mãi vậy! khi nào bị như Châu Phi thì lúc đó mình cả nhà cùng nhe răng ra cả thôi!

Cái thằng lý luận nghe còn dễ ghét hơn cả con dâu! Chúng mày chưa nếm mùi chưa biết, chứ ngày xưa trên đất nước mình, người ta đói chết lăn lóc đầy đường! Người giàu còn phải độn khoai hay bắp mà ăn! Như ta đây thì phải hái rau dại ngoài vườn mà nhai cho qua cơn đói!

- Ngày xưa, tụi nó lấy lúa thóc của mình làm than đốt cho xe lửa chạy, dân mình chết đói vô số, đúng là quân tàn ác!
- Mẹ nói ai lấy lúa đốt?
- Thì tụi lính Nhật chứ ai!
- A ha, vậy mẹ phản tuyên truyền rồi! Mẹ thù tụi Nhật làm dân mình chết đói, mà mấy lúc gần đây mẹ cứ bảo đi chợ Nhật là sao?

Bà Khung cãi:
- Vì mẹ không thích hàng Trung Quốc, nên mới đi chợ Nhật chứ bộ!
- Sao mẹ không đi chợ Việt Nam?
- Bên Việt Nam cũng xuất cảng hàng độc theo tụi Trung Quốc cho có lời!
- Thì còn chợ Đại Hàn, chợ Lào, chợ Mỹ… Thấy chưa, mẹ biết mà cũng đâm đầu vô!

Nghe thằng con bắt bí, bà Khung lặng im không thèm lên tiếng! Lúc nãy, bà đã nghe con dâu hứa ngày mai mua cua về làm cua rang me.

- Con biết nấu món này, bạn con chỉ, làm dễ mà ăn ngon.
- Mẹ thích lắm, cua rang me ngon hơn cua rang muối.
- Con sẽ làm cẩn thận, bỏ ít muối để mẹ ăn cho tốt.

Cám ơn! Bà im lặng không phải vì những lời hai đứa nói, cũng không phải vì món cua không bị mặn sắp được ăn, mà chỉ vì người quân tử phải biết thời cơ lúc nào! Thôi thì cứ cho chúng bây là đúng đi! Ở Mỹ thì không dễ gì bị đói!

Ngày cuối tuần, vợ chồng thằng con trước khi đi chơi, đã báo tin mừng:

- Bà nội ơi, bảy tháng nữa là bà có cháu rồi!

Bà Khung tròn mắt lên, bà nhớ không lầm thì đã cãi nhau với con dâu một trận về chuyện này rồi cơ mà, chúng nó muốn vài năm nữa mới có con, sao hôm nay lại báo một tin bất ngờ thế!

Bà ú ớ:
- Cái gì? Cháu nào ở đây?
- Vợ con có bầu hơn hai tháng rồi!
- Ủa, sao tụi bây nói không muốn có con, mà giờ lại có là sao?
- Chứ không phải mẹ muốn có cháu nội liền hay sao?

Con dâu nhỏ nhẹ:
- Con nghĩ mẹ ở nhà một mình buồn, nên sinh một đứa cho mẹ vui.

"Phải dẹp cái lạnh lùng để khen chúng nó một câu". Bà Khung thấy tự ái được vuốt ve, chúng đã nhượng bộ bà để sinh con ngay cho bà có cháu bồng.

- Tốt quá, đi chơi cẩn thận nghe con, đừng mang giày cao quá!

Lần đầu tiên, bà ân cần dặn dò con dâu. Cô đưa chân lên đứng một cẳng ngon lành, đôi giày không cao quá mà cao vừa vừa.

- Con đổi giày thấp rồi đây mẹ.

Trời đất, đôi này mà nó kêu thấp! Nhưng thôi, như thế đã quá tốt rồi… phải uốn nắn từ từ, làm quá nó dễ gãy! Bà Khung cảm thấy sung sướng miên man, thế là sắp có đứa cháu nội đầu tiên trong đời. Mà thằng con bà cũng cà chía! Vợ có bầu hơn hai tháng mà giờ mới báo cho mẹ biết! Cái gì chúng cũng về một phe để che giấu cho nhau. Tìm thằng con, bà trách:

- Sao không cho mẹ biết sớm để mẹ mừng?
- Tụi con đợi chắc chắn rồi mới cho mẹ biết!

Câu trả lời nghe dễ ghét, nhưng mà có lý! Thôi thì vì cháu nội, bà nguyện sẽ không lâu bàu hay châm chích gì chúng bay nữa, cho cả nhà vui. Dù sao thì chúng nó cũng nhượng bộ bà rồi đấy!

Những ngày sau đó, bà Khung không còn ngồi ì ra ở sofa để coi phim bộ Đại Hàn, hay ôm phôn nói chuyện điện thoại, để dì con dâu làm việc nhà một mình, mà dậy sớm vào bếp lo thức ăn sáng cho hai vợ chồng, lo nấu đồ ăn trưa cho chúng mang vào sở ăn. Buổi chiều thì bà hay ngồi mở "computer" lên coi các món ăn bổ cho bà bầu để nấu, ăn gì để sinh con dễ v.v…

Bà làm việc mà không thấy mệt, trong lòng lại vui vui. Những khi con dâu vào bếp giúp, là bà đuổi như đuổi tà.

- Con ra sofa ngồi coi TV, để mẹ nấu được rồi, con đi làm về mệt cần nghỉ ngơi…

Mặt con dâu hơi áy ngại, còn thằng chồng nó nghe mẹ nói là tưng tưng kéo tay vợ lên phòng khách ngay, không quên lấy theo dĩa đậu phộng to tổ bố, vặn TV coi vừa bốc đậu đút cho vợ thật là âu yếm.

- Đúng là cái thằng dại gái!

Nghĩ thế, nhưng bà Khung cười dễ dãi. Càng cưng vợ thì vợ thương, đứa nhỏ sẽ giống cha nó nhiều, thế thôi! Lo cho con dâu ăn tẩm bổ, bà cũng không quên bắt con phải đi bộ nhiều để sanh dễ, lại còn vận động tay chân bồi bổ sức khỏe.

Mấy bà bạn của bà ngạc nhiên khi thấy dạo sau này bà không còn xét nét về đứa con dâu nữa, mà còn lo cho nó quá sức. Có bà tò mò hỏi:

- Sao? Bà hết ghét dâu rồi à? Dạo này tui thấy bà hay lo cho nó, vậy mà lúc trước tui nói con bé cũng dễ thương bà đâu có chịu nghe tui!

Bà Khung cười:

- Tui có ghét nó hồi nào đâu, chỉ là nhận xét thôi… Mà con người ta ai cũng có cái hay cái dở, với lại tui làm… vì dù sao tui cũng thương cháu nội của mình nó đang cưu mang trong người! Chứ một mình nó thì sức mấy, ai hơi đâu hầu hạ.

- Bà nói sai rồi, tui cá là sau khi nó sinh, bà còn phải hầu nó nhiều hơn!

- Vô lý, tại sao?

- Bà quên rằng nó phải nuôi con, nuôi cháu nội bà bú mớm à?

Ừ nhỉ! Bà quên mất là sau khi sinh xong, cháu nội còn phải bú sữa mẹ? Vậy thì bà đợi năm ba năm, sẽ tiếp tục hầu hạ con dâu cho đến khi nào cháu bà hết bú, thì bà sẽ ngưng, không làm người hầu nữa! Lúc đó nó phải hầu bà! Ôi, nhưng không biết sau khi sinh thằng cháu này, nếu nó lại tiếp tục có bầu đứa khác, thì bà tính sao đây!

Đúng là số con rệp! ∎

Trần thị Hương Cau

# Lặng lẽ

Câu chuyện đổ bể ra ngoài dự đoán của tôi. Mặc dù Đạo, em trai tôi đã hứa là sẽ không kể bất cứ một điều gì cho bố mẹ nghe về bí mật thầm kín của nó trong thời gian này, vậy mà đúng vào hôm Giáng Sinh, nhà nhà treo đèn quây quần ấm áp thì không biết ông ứng bà nhập sao mà Đạo lại dẫn Max về nhà, không phải với tư cách là một người bạn trai bình thường mà công khai giới thiệu đây là người yêu của nó. Thế là đất bằng nổi sóng trong căn nhà vốn là niềm tự hào của bố mẹ tôi là một gia đình nề nếp, mẫu mực.

Dù đã biết trước mối quan hệ giữa Max và Đạo mà tôi vẫn còn bị sốc huống hồ là bố mẹ tôi, những người tuy sống ở nước ngoài hơn bốn mươi năm, nhưng vẫn luôn ra sức giữ gìn cho cốt cách Á Đông mãi chảy đậm đặc trong máu. Bố giận đến há hốc không nói nên lời, không ngờ đứa con trai nối dõi tông đường duy nhất của ông lại mang chứng bịnh đồng tính luyến ái, một căn bệnh theo ông là "biến thái và đồi trụy", không bao giờ mà chấp nhận cho được.

Sau khi lấy lại bình tĩnh, không cần nghe bất cứ một lời bày tỏ nào từ Đạo, kèm thêm thói quen muốn thể hiện vai trò người chủ gia đình, bố đã quên hết cả phép lịch sự mà chẳng ngần ngại lớn tiếng yêu cầu Max phải tức khắc rời khỏi nhà. Thằng con trai của bố cũng ương bướng không kém, đuổi Max thì cũng là đuổi nó, Đạo hùng hổ đứng lên thu xếp hành lý định đi cùng. Tôi và mẹ, hai người phụ nữ còn đang bối rối đứng giữa hai người đàn ông bốc lửa phừng phừng, thì chính Max lại bình tĩnh hơn cả, anh điềm đạm khuyên nhủ Đạo nên ở nhà giải thích với gia đình có lẽ tốt hơn là bỏ đi. Phần Max, anh về bên nhà bố mẹ anh cũng được. (Tay Max này biết cách xử sự đây, hèn chi mới chinh phục được trái tim của em tôi tận cùng như thế).

Hồi còn trung học, tôi và Max học cùng cấp nhưng khác lớp. Bố mẹ của Max đều là Dược sĩ và có cái nhà thuốc đồ sộ hào nhoáng gần trường. Vào giờ nghỉ trưa, bọn học trò con gái chúng tôi hay chạy qua nhà thuốc nghịch ngợm, đứa thì leo lên cân xem mình có tăng ký không, đứa có bồ rồi thì mua thuốc tránh thai, rồi xin kẹo đường nho

ngậm cho vui miệng. Bố mẹ Max biết mặt tất cả bọn học trò chúng tôi nên ông bà lúc nào cũng thân tình, xem chúng tôi như bạn bè của con trai mình. Mấy đứa thầm yêu Max hay thăm dò bố mẹ anh xem anh đã có bạn gái hay chưa, một cô không học trong trường hay do quen trên mạng nào đó, nhưng lần nào bố mẹ anh cũng lắc đầu kêu không biết. Ngày ấy mẹ của Max đặc biệt chấm tôi, muốn ghép đôi cho tôi và Max. Có thể bà nghĩ rằng người phụ nữ Đông Phương bao giờ cũng có cá tính dịu dàng và chung thủy chăng? Không dám đâu, điều đó chỉ đúng với các thế hệ từ mẹ tôi trở lên chứ bọn tôi sinh bên này, ảnh hưởng xã hội bên này thì cách suy nghĩ cũng thay đổi khác đi lắm rồi. Mẹ Max không biết trong trường, tuy là con gái mà tôi là đứa đại ngang tàng, nghịch ngợm như quỷ sứ, thầy cô đều ngán. Phần Max, học giỏi nhất trường, cao ráo tóc vàng, áo quần sang trọng, con một của gia đình danh giá khiến đám con gái trường tôi mê mẩn, vây kín vòng trong vòng ngoài mà không ai lay động được anh. Thật lòng, nếu Max thích tôi thì tôi cũng không trụ được trước hào quang sáng ngời của anh đâu.

Ra trường hạng thủ khoa, Max được nhận ngay vào Đại học Y khoa nổi tiếng Heidelberg, còn tôi ở lại thành phố học Kinh tế và nay cũng đã có một tên bồ học bên Điện toán. Hai năm sau, Đạo cũng tốt nghiệp trung học xuất sắc, và bố nhất quyết Đạo phải theo học Y khoa như bố hồi 30 năm trước. Đạo từ nhỏ đến lớn lúc nào cũng là một thằng bé ngoan ngoãn hiền lành, hoàn toàn trái ngược với tôi. Mẹ tôi hay chặc lưỡi, lẽ ra phải sinh tôi là con trai còn Đạo là con gái mới đúng. Hồi hai chị em còn học tiểu học, tôi lúc nào cũng phải theo bảo vệ cho Đạo vì nó nhút nhát hiền khô. Đi học, Đạo chuyên môn bị bạn lấy bút lấy sách mà nó không dám mở miệng đòi bao giờ. Thế là tôi phải ra tay xử hết những đứa ăn cắp đồ của em trai mình. Nói tử tế mà không chịu trả lại là tôi bay vô liền. Giờ ra chơi, Đạo đang ngồi xích đu mà có đứa bé nào tới đuổi đi là nó tụt xuống ngay, không bao giờ dám chống cự lại. Gặp tay tôi là chết. Giảng giải kiểu gì Đạo cũng không bỏ được cái tính rụt rè đó nên tôi đành phải theo làm gạc đờ co cho nó suốt cả thời tiểu học. Mẹ hay kể lại, tôi đi học ngày nào về áo quần cũng lấm bẩn, còn hai đầu gối thì trầy trụa luôn luôn, khiến mẹ cứ phải thở dài lo lắng. Mẹ không thôi than với bố về đứa con gái đầu lòng hung hăng quá cỡ không biết sau này có ai tới rước không thì bố gạt ngang liền. Ông bảo ra đời phải biết đấu tranh mới sinh tồn, chứ hiền lành quá như Đạo chỉ tổ người đời bắt nạt, mà cha mẹ đâu có sống hoài để bảo vệ cho con. May mắn sau này lên trung học, vào trường chuyên toàn học trò giỏi giang đứng đắn, khác xa thời tiểu học xa cạ đủ các thành phần. (Cái đai đen Taekwondo của tôi bị ế ẩm suốt cả thời trung học, vì không còn đất dụng võ).

Đạo cũng sang Heidelberg và trùng khớp sao lại ở gần phòng Max trong Cư xá Sinh viên. Cuối tuần Max thường lái xe về thăm nhà và lúc nào cũng cho Đạo đi nhờ. Lúc đó chưa biết chuyện, chính bố lại là người luôn miệng tấm tắc khen ngợi cha mẹ Max vừa danh giá đàng hoàng lại vừa biết dạy con thành người tử tế. Có hôm bố mẹ đi xem triển lãm tranh, tình cờ gặp cha mẹ Max, cả bốn chuyện trò hàn huyên không dứt. Về nhà bố còn tiếc nuối: "Bà mẹ của Max cứ hỏi thăm con gái mình hoài. Tiếc quá, làm sui gia với hai vợ chồng nhà đó thì không đâu bằng". Lúc đó tôi đã biết quan hệ giữa Max và Đạo nên thầm nghĩ, bố ơi là bố, Max không cặp con chị thì nay cặp thằng em, cũng là sui gia đó thôi. Nghĩ vậy thôi chứ tôi nào dám nói ra sự thật, nói ra có mà tan nhà nát cửa.

Hai chị em tôi càng lớn thì tình tỷ muội dần biến sang tình bạn bè. Có chuyện gì vui buồn, kể cả những điều thầm kín trong tình yêu thay vì tâm sự với bạn gái, tôi lại kể cho Đạo nghe. Nhưng đến khi tôi hỏi lại chuyện tình cảm của nó thì nó lúng túng biện hộ chương trình học mấy năm đầu Y khoa nặng quá nên nó phải chuyên cần học ngày học đêm, chẳng còn thì giờ để yêu đương. Lúc đó, tôi cứ tin lời nó nói răm rắp cho đến dạo hè, nó phôn bảo tháng này không về nhà vì phải tập trung lo thi kết thúc phần lý thuyết, trước khi sang học phần thực hành bên bệnh viện. Mẹ lại lo lắng sợ cuối tuần căng tin đại học đóng cửa, Đạo phải gặm bánh mì lạnh lẽo, tội nghiệp. Bà hăng hái xào nấu mấy món con trai ưa thích rồi sai tôi mang qua cho em. Đang rảnh nên tôi đi ngay. (May mà tôi đi chứ bố lái xe đi lần đó thì có nước mà rùm beng ra cả cư xá sinh viên).

Định làm bất ngờ cho Đạo nên tôi không gõ cửa mà tông đại vào phòng. Chao ơi, không phải Đạo bị bất ngờ mà chính tôi đứng há hốc như trời trồng. Hai người đàn ông nằm trên giường gát chân lên nhau, Đạo gối đầu âu yếm trên cánh tay Max đang đọc chung một cuốn sách. Sau này Đạo giải thích là Max đang chỉ cho nó những chỗ quan trọng phải học vì anh đã thi môn đó hồi hai năm trước rồi.

Khi Max về phòng anh, Đạo bối rối kể đầu đuôi cho tôi nghe. Chính nó cũng không hiểu những biến chuyển về tình cảm trong lòng. Lúc đầu Đạo chỉ xem Max như người bạn lớn, anh cho nó toàn bộ sách vở của anh đã học, chỉ dẫn nó đi làm thủ tục đơn từ, rồi còn giảng giải thêm bất cứ lúc nào Đạo cần tới anh, đi chơi đi ăn lúc nào cũng như hình với bóng … Dần dà, trong những lần về thăm nhà, dù chỉ xa Max có 48 tiếng đồng hồ, tự dưng nó thấy buồn và khát khao sự gần gũi của Max bên cạnh kinh khủng. Cái ngày đó rồi cũng phải đến. Một lần trong Cư xá Sinh viên mở Party, Đạo và Max đều uống đủ liều lượng để thú nhận tình cảm dành cho nhau. Đạo kể thêm, bố mẹ Max đã biết chuyện và thản nhiên chấp nhận sự chọn lựa của đứa con trai độc nhất của họ, khó khăn là về phía gia đình chúng tôi.

Bố sang đây du học từ đầu thập niên 70 nhưng suy nghĩ của ông lại vô cùng bảo thủ với những định kiến nặng nề về vấn đề đồng tính luyến ái. Trước đây tình cờ biết con nhà ai mắc phải như vậy là bố không thôi chê bai trề nhún. Bây giờ thì lại ứng ngay vào nhà ông nên chắc bố đau đớn lắm. Tội bố quá nhưng cũng tội thằng Đạo em tôi. Đạo vừa kể chuyện tình bế tắc của nó vừa rướm lệ khiến tôi cũng nghẹn ngào. Tôi xoa đầu nó như mẹ thường làm để an ủi em và khuyên em ráng chờ đôi ba năm nữa xem sao. Có thể tới lúc đó Đạo học xong thì bố mẹ sẽ có thái độ khác, tôn trọng sự lựa chọn của con cái cũng có. Trước khi về tôi còn đùa, tôi sẽ sinh nhiều con và tặng cho Đạo một đứa, vì tên bồ hiện tại của tôi tính tình hiền lành, tôi bảo gì cũng nghe răm rắp.

Vậy mà giữ kín mới có nửa năm, nó lại tự quyết mang người yêu về giới thiệu với gia đình kèm theo lời giải thích ương bướng là Max đã đem nó về ra mắt gia đình anh đàng hoàng thì tại sao nó cứ phải giấu giếm. Max không ép buộc nhưng tự Đạo thấy ra, tiếp tục giấu giếm chứng tỏ là nó đã không trân trọng mối tình chân thành của Max. (Theo tôi, giấu thêm một ngày là có thêm một ngày bình yên, Đạo à).

Em tôi có biện bạch kiểu gì cũng không ngăn được cơn thịnh nộ của bố. Ông đặt nặng vấn đề danh dự gia đình và không ngớt hạ nhục những người đồng tính là những thứ "rối loạn thần kinh, có tư tưởng bịnh hoạn". Biết bố đang giận cực điểm nên tôi đành ngồi nín thinh dù trong bụng không đồng ý với ông một điểm nào cả. Làm gì thì làm chứ hỗn hào cãi tay đôi là điều đại kỵ mà bố mẹ tôi luôn nhắc đi nhắc lại khi dạy dỗ con cái. (Đến đời con tôi thì tôi sẽ giáo dục khác hẳn. Trừ chuyện phi pháp chứ là con người thì ai cũng có quyền tự do yêu đương cả, bố ơi!).

Tôi nhìn sang mẹ cầu cứu. Mẹ tôi ngồi im lìm như tượng đá khiến bố có vẻ bị lạc lõng sau cả tiếng đồng hồ độc diễn. Ông quay sang trách cứ bà với luận điệu vô cùng buồn cười là "Con hư tại mẹ"! Bố nhắc đi nhắc lại "Anh đi làm bịnh viện cả ngày, còn em ở nhà với con mà tại sao không biết uốn nắn kịp thời những trò biến thái như vậy?". Trong nhà mẹ thường rất ít khi lớn tiếng, nhưng mỗi khi có chuyện gì khó xử thì sắp xếp của mẹ bao giờ cũng thấu tình đạt lý hơn cái kiểu cứng nhắc, nóng nảy của bố rất nhiều. Mẹ là người sống về nội tâm, tính tình trầm lặng thừa truyền xuống Đạo, còn tôi thì không giữ được điều gì lâu trong lòng, bản sao người bố kính yêu nóng nảy của mình. Nãy giờ chắc mẹ nghĩ ngợi ghê lắm, bà cứ trầm ngâm và cuối cùng thở ra rất dài, rồi từ tốn quay sang bảo chúng tôi đi ngủ đi vì cả ngày hôm nay đã quá căng thẳng rồi. (Đức tính này tôi còn học mẹ cả đời mà chưa chắc được, đó là chẳng bao giờ phản đối chồng trước mặt người thứ ba, dù là con cái).

Nghe lời mẹ chúng tôi dợm bước lên lầu, tôi bấm vào tay Đạo rồi hai đứa nép vào hành lang nghe trộm bố mẹ trao đổi. Giọng mẹ nhỏ nhẹ nhưng kiên quyết như không thể lay chuyển nổi:

- Làm cha mẹ, nhất là cha mẹ người Việt, có ai vui sướng gì khi biết chuyện con mình như vậy đâu. Nhưng đến nước này thì đã vượt ra ngoài khả năng của chúng ta rồi, cấm đoán đã hết hiệu lực khi con cái đã qua tuổi trưởng thành. Với lại yêu một người đàn ông hay một người đàn bà cũng là tình yêu như nhau, nhất là ở đây cả thằng Đạo và thằng Max đều con nhà đàng hoàng học thức và tính chuyện lâu dài chứ đâu phải bồ bịch vẩn vơ mà anh sợ truyền bịnh này nọ. Hãy vì con chứ đừng vì dư luận, dư luận họ bàn tán cho sướng miệng riết rồi cũng chán, còn mình nhìn con mình đau đớn bất hạnh, mình có vui sướng không? Chúng ta đã chọn đây là quê hương cho con mình sinh sống thì chúng ta cũng phải thay đổi cách suy nghĩ cổ hủ, hẹp hòi của mình để con cái được tự do chọn cách sống như ý nguyện của chúng nó chứ. Con nó không làm bậy, không lêu lổng rượu chè, hút chích, nó chỉ yêu một người đồng phái bằng tình yêu nghiêm chỉnh thì làm sao có thể gọi là tội lỗi, là đồi trụy xấu xa. Phần em, em đã nghĩ kỹ rồi, em sẽ không bao giờ ngăn cấm con cả. Làm cho tới cùng thì sẽ mất đi một đứa con, liệu chúng mình có thể tiếp tục sống hạnh phúc không hả anh? (Mẹ đặt câu hỏi cho bố nhưng trong đó đã lồng vào cả câu trả lời rồi, coi như bố kẹt cứng).

Không nghe tiếng bố tôi trả lời, thường những khi mẹ tôi có lý thì bố lại lặng lẽ như tối nay. Hai chị em tôi ôm chầm nhau, mắt đứa nào cũng ầng ậng. Ngoài cửa sổ bão tuyết ào ạt trắng trời trắng đất, nhưng sáng ngày mai, chắc chắn mặt trời sẽ luôn nhân từ ban phát ra muôn ngàn tia nắng rực rỡ cho mọi người một mùa Giáng sinh trắng tràn đầy hạnh phúc.

■

---

**Tạp Chí Viên Giác,** 46 Năm liên tục với tâm niệm Bảo Tồn Văn Hóa & Lan Tỏa Giá Trị Phật Giáo

* Tạp Chí Viên Giác xuất bản định kỳ hai tháng một lần vào các tháng chẵn, phát hành trên mạng toàn cầu Amazon và phổ biến đọc miễn phí trên các trang mạng Phật giáo lớn.

* Hãy ủng hộ Tạp Chí Viên Giác bằng cách tặng người thân món quà ý nghĩa: Một năm 6 số Tạp Chí Viên Giác, Tại Đức: chỉ 20,- €/năm (bao gồm ấn phí và bưu phí). Tại Âu Châu và các châu lục khác: 30,- €/năm.

* Tạp Chí Viên Giác – Nơi lưu giữ giá trị văn hóa, kết nối yêu thương. Xin điền vào Phiếu Ủng Hộ cuối tờ báo này hay liên lạc Tòa soạn để biết chi tiết.

*Hãy hỗ trợ Tạp Chí Viên Giác bằng cách: Đọc, đặt báo dài hạn và phổ biến đến thân hữu.*

Hoa Lan

# Uống nước nhớ nguồn

> Giỗ Tổ Sư Thiệt Diệu Liễu Quán ngày 22 tháng 11 năm 2024 tại Chùa Linh Thứu Berlin.

Câu đối bất hủ của Trạng Trình Nguyễn Bỉnh Khiêm đem tặng cho Chúa Tiên - Nguyễn Hoàng: "*Hoành Sơn nhất đái. Vạn đại dung thân*", đã bắt đầu cho một sự phân chia đất nước thành hai vùng "Đàng Trong và Đàng Ngoài", lấy Sông Gianh làm ranh giới. Con sông chảy trên địa phận tỉnh Quảng Bình, bắt nguồn từ khu vực ven núi Cô Pi cao 2.017 m thuộc dãy Trường Sơn.

Phía Bắc thuộc về Đàng Ngoài do Chúa Trịnh tức Trịnh Kiểm cầm quyền dưới chiêu bài "*Vua Lê, Chúa Trịnh*" rất thuận lòng dân, mặc dù Chúa Trịnh rất lộng quyền chẳng xem ông vua bù nhìn ra gì cả. Đến đời thứ hai lúc Trịnh Tráng đem quân đánh Nguyễn Phúc Nguyên ở Đàng Trong năm 1627, khởi đầu cho giai đoạn "*Trịnh Nguyễn phân tranh*" và kết thúc vào năm 1777 khi Chúa Nguyễn sụp đổ.

Lúc Nguyễn Hoàng vào Đàng Trong lập nghiệp, Phật giáo chưa phát triển sau dãy Trường Sơn, cho đến khi Chúa Tiên xây dựng lên ngôi Chùa Thiên Mụ năm 1601, mới xuất hiện hai vị cao tăng cùng thời, lập nên hai trường phái Thiền nổi tiếng, đó là Tổ Sư Thiệt Diệu Liễu Quán (1667 - 1742) thuộc dòng Thiền Liễu Quán ở Phú Yên và Tổ Minh Hải - Pháp Bảo (1670 - 1746) thuộc dòng Thiền Lâm Tế Chúc Thánh ở Hội An - Quảng Nam.

Hôm nay tại ngôi chùa linh thiêng của ngọn núi Thứu, nơi Đức Phật giảng Kinh Pháp Hoa, ngôi chùa mang tên Linh Thứu tại Berlin, đã tổ chức buổi Giỗ Tổ Thiệt Diệu Liễu Quán vào ngày 22 tháng 11 năm 2024. Qua hơn 300 năm, qua nguồn mạch Thiền phái do Ngài sáng lập vẫn mãi được "truyền đăng tục diệm", phát triển hưng thịnh và có nhiều đóng góp quan trọng trong lịch sử Phật giáo Việt Nam.

Buổi lễ được khai mạc lúc 10 giờ 30 sáng, dưới

sự hiện diện của trên 30 vị Chư Tăng Ni đến từ các nơi, nhiều nhất vẫn là Pháp quốc.

. Trưởng Lão HT Thích Tánh Thiệt của chùa Thiện Minh - Lyon đọc lời khai thị, nói về công hạnh hoằng dương chánh pháp của Tổ Liễu Quán dưới thời Chúa Nguyễn Phúc Chu, trải dài từ Phú Yên ra đến Huế.

Ngài là người Việt Nam đầu tiên thọ pháp và nối truyền dòng Lâm Tế đời thứ 35 ở Việt Nam, đã Việt hóa tất cả từ văn hóa, kiến trúc và nghi lễ..., lãnh đạo phong trào phục hưng Phật giáo ở Đàng Trong vào đầu thế kỷ thứ 18.

Ngài đã tạo dựng một tông phái đặc thù và linh động, có một nền móng vững chắc ở Đàng Trong (từ Thanh Hóa trở vào).

. HT Thích Thông Trí - chùa Quảng Đức ở Toulouse, đọc tiểu sử và các công hạnh sự nghiệp truyền thừa của Tổ Liễu Quán. Ngài họ Lê tên Thiệt Diệu, sinh ngày 18 tháng 11 năm Đinh Mùi 1667 tại làng Bạc Má, huyện Đồng Xuân, tỉnh Phú Yên. Mồ côi mẹ năm lên 6 tuổi. Năm 12 tuổi cùng cha đi chùa Hội Tôn lễ Phật, xin cha cho ở lại học đạo với Thiền sư Tế Viên được 7 năm. Năm 1690 ngài ra tận núi Hàm Long ở Thuận Hóa (Huế) cầu học với Thiền sư Giác Phong, nhưng chỉ được một năm thì phải quay về phụng dưỡng cha già bị bệnh. Năm 1695 ngài trở ra Thuận Hóa thọ Sa di giới với HT Thạch Liêm chùa Thiền Lâm. Năm 1697 thọ Tỳ kheo giới với Từ Lâm Lão Tổ tại chùa Từ Lâm và tịnh tu tại một ngôi miếu nhỏ dưới chân núi Ngự Bình. Đến mùa đông năm ấy, chúa Nguyễn Phúc Chu cho trùng tu ngôi miếu thành chùa và sắc ban biểu hiệu *"Sắc tứ Viên Thông Am"*.

Năm 1702 ngài gặp Thiền sư Tử Dung tại chùa Ấn Tôn núi Long Sơn - Huế, cầu học Pháp tham Thiền.

Từ năm 1704 - 1730, ngài đi vân du thuyết pháp độ sanh từ Phú Yên đến Thuận Hóa.

Ngày 22 tháng 11 năm Nhâm Mùi (1742), ngài viên tịch tại Tổ đình Viên Thông ở chân núi Ngự Bình, thọ thế 76 tuổi, với 43 năm truyền y bát, 34 năm thuyết pháp lợi sanh. Đệ tử xuất gia và tại gia có đến ngàn vạn, cao đồ có 49 người.

Tháng 2 năm Quý Hợi 1743, môn đồ quý chúng đã cử hành lễ thỉnh kim quan Tổ Sư nhập bảo tháp Vô Lượng Quang dưới chân núi Thiên Thai của chùa Thiền Tông - Huế.

Sau đó là phần nghi lễ cúng Tổ do HT Thích Tịnh Quang chùa Khuông Việt - Paris làm chủ lễ, với nghi thức thuần túy đặc trưng theo dòng Liễu Quán. Buổi lễ chấm dứt thật hoàn mãn lúc 12 giờ 30 và tiếp nối là bữa cơm chay thật phong phú do các Sư Cô và Phật tử chùa Linh Thứu cúng dường.

Theo bài Kệ của Tổ Liễu Quán để lại truyền thừa, hiện nay đến đoạn: *"Tâm Nguyên Quảng Nhuận. Đức Bổn Từ Phong"*. Các đệ tử tại gia của Ngài đều là những Phật tử thuần thành của chùa Linh Thứu, họ ngồi quây quần bên nồi lẩu nấm một bàn 9 người, tất cả đều thuộc hàng bô lão 80, trẻ nhất cũng trên 70, cả một đời họ đã đóng góp cho Phật Pháp, cho ngôi Tam bảo, cả vợ cùng chồng thuộc 2 dòng Thiền nổi tiếng Liễu Quán và Chúc Thánh như hai bác Tâm Thứ và Thiện Định. Bên cạnh là hai bác Tâm Bích, Thị Lộc, họ là các cựu Gia Trưởng Gia Đình Phật Tử Chánh Niệm, sinh hoạt từ lúc Chùa chưa thành hình. Rồi đến Tâm Nghĩa, Diệu Hương, Tâm Bạch, rồi Thiện Giới, Nguyên Đạt, những bộ mặt quen thuộc của Chùa, mà nếu không có ngày giỗ Tổ Liễu Quán hôm nay, chưa chắc gì họ đã được ngồi cạnh nhau hàn huyên tâm sự nhắc lại chuyện Phật sự ngày xưa?

Chị Tâm Bạch hân hoan khoe mình là đệ tử của Ôn Đôn Hậu, đời thứ 42 dòng Thiền Lâm Tế, là đời thứ 8 phái Thiền Liễu Quán, kiêm luôn chức Đệ Tam Tăng Thống GHPGVNTN. Lại nghe chị Nguyên Hạnh khoe mình là đệ tử của Ôn Minh Châu, ngôi sao sáng của Đại học Vạn Hạnh ngày nào.

Người viết chợt nhớ lời Ôn Tánh Thiệt nhắc đến 49 vị cao đồ của Tổ Liễu Quán trong lời khai thị sáng nay, liền tìm tài liệu để viết bài. Nhưng chỉ nêu tên các Vị nổi tiếng trong vòng một thế kỷ nay mà mọi người đều biết đến:

. HT Thích Tịnh Khiết, Đệ Nhất Tăng Thống GHPGVNTN.

. HT Thích Giác Nhiên, Đệ Nhị Tăng Thống GHPGVNTN.

. HT Thích Trí Thủ, Chủ tịch Hội đồng Trị sự GHPGVN.

. HT Thích Nhật Liên.

. HT Thích Thiện Minh.

. HT Thích Minh Tâm, Ôn Khánh Anh, người *Trồng Sen trên đất tuyết*.

. HT Thích Tuệ Sỹ, Chánh Thư Ký xử lý VTT GHPGVNTN.

Một *"Bồ Tát bổ xứ"* đã thực hiện sứ mệnh lịch sử, duy trì và phát triển mạch sống Phật giáo Việt Nam giữa bối cảnh xã hội tối tăm, Phật Pháp suy đồi của thời Trịnh Nguyễn phân tranh. Tổ Liễu Quán đã khai nguồn thiền học, giúp thế hệ sau liễu ngộ chân tâm bằng con đường trực chỉ, kiến tánh thành Phật.

Nam Mô Đại Cường Tinh Tấn Dõng Mãnh Phật.

*Ngày 22 tháng 11 năm 2024.*

# TIN PHẬT SỰ

*Nguyên Đạo thực hiện*

### * Đại Hội Kỳ 2 Của Hội Đồng Hoằng Pháp GHPGVNTN vào 19.12.2024

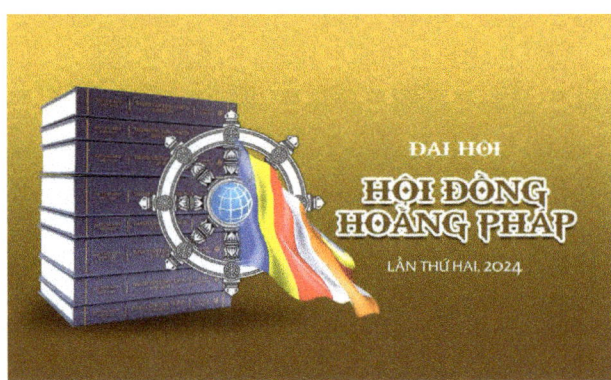

Sau 3 năm hoạt động với những thành tựu đáng khích lệ, để báo cáo các Phật sự đã thực hiện và đề ra những công tác mới cho thời gian tới, Đại Hội kỳ 2 của HĐHP được tổ chức hôm 19.12.2024 trên hệ thống Zoom với sự quang lâm và tham dự 116 đại biểu, gồm chư tôn đức Tăng, Ni, thiện hữu tri thức và đồng bào Phật tử các giới từ khắp nơi trên thế giới. Hòa Thượng Thích Như Điển, Chánh Thư Ký HĐHP và Chủ Tịch Ủy Ban Phiên Dịch Trung Ương GHPGVNTN đã đọc diễn văn khai mạc Đại Hội. Tiếp theo, trong lời Đạo Từ, Hòa Thượng Thích Đức Thắng, Chánh Thư Ký Xử Lý Thường Vụ Viện Tăng Thống GHPGVNTN, tán dương công đức của tứ chúng đã hộ trì cho Phật sự hoằng pháp của HĐHP. Hòa Thượng Thích Thái Hòa, Chánh Thư Ký Ủy Ban Phiên Dịch Trung Ương đã trình bày thành quả phiên dịch ĐTKVN trong 2 năm qua của Hội Đồng Phiên Dịch Tam Tạng Lâm Thời/Ủy Ban Phiên Dịch Trung Ương. Qua đó, đợt 1 đã ấn hành được 29 cuốn Thanh Văn Tạng, gồm bốn bộ Kinh A-hàm, Kinh Hiền Ngu, Kinh Lục Độ Tập, Luật Tứ Phần, Luận Câu-xá; đợt 2 đã ấn hành 8 cuốn Thanh Văn Tạng, gồm Biệt Dịch Tạp A-hàm Kinh, Luật Ngũ Phần, Luật Dược Sự, Thức Thân Túc Luận, Thi Thiết Túc Luận, và Câu-xá Thật Nghĩa. Tổng cộng 37 cuốn Kinh, Luật và Luận thuộc Thanh Văn Tạng.

Đại hội kết thúc sau 3 giờ nghe thuyết trình về đề tài "Công Trình Phiên Dịch Đại Tạng Kinh Việt Nam" của HT Thích Bảo Lạc cũng như các báo cáo của Ban bộ của HĐHP và các phát biểu của đại biểu.

### * Khóa Tu Học Truyền Thống Gia Đình Phật Tử Việt Nam tại Đức lần thứ 29 từ 17.04.2025 đến 21.04.2025

Ban Hướng Dẫn Gia Đình Phật Tử Việt Nam tại Đức thông báo và kính mời tham dự Khóa Tu Học Truyền Thống Gia Đình Phật Tử Việt Nam Đức quốc lần thứ 29 tại Tổ Đình Viên Giác - từ 17.04.2025 đến 21.04.2025.

**Chi tiết về Khoá Tu Học 2025 như sau:**

*Chủ đề:* Tam Bảo.

*Văn tập:* chiều thứ Năm 17.04.2025 - *Khai Giảng:* sáng thứ Sáu 18.04.2025 - *Bế Giảng:* trưa thứ Hai 21.04.2025.

*Ban Điều Hành khóa tu học:* GĐPT Chánh Dũng, GĐPT Chánh Tín và GĐPT Pháp Bảo.

*Địa điểm:* Chùa Viên Giác, Karlsruher Str. 6, 30519 Hannover - Niedersachsen.

**Nội dung và chương trình:**

Ngoài đề tài Phật Pháp theo các bậc tu học của Gia Đình Phật Tử, có thêm các chương trình sinh hoạt khác như:

• *Ngành Đồng:* Ngoài các giờ Phật Pháp các em cũng được tham gia thời Huân Tu Tịnh Độ (chương trình riêng, ngắn gọn) bên cạnh đó là chương trình đố vui để học, thể thao, văn nghệ v.v...

• *Ngành Thiếu:* Chương trình thi đua thể thao, sinh hoạt đố vui, sinh hoạt tự trị.

• *Ngành Thanh:* Sinh hoạt thảo luận, mỗi tối có các buổi trà đàm để trau dồi tiếng Việt, kết tình Lam.

• *Lớp Phụ Huynh:* Có chương trình và đề tài riêng.

• *Huynh Trưởng:* Cùng nghe giảng với lớp phụ huynh, ngoài ra có thêm những giờ trau dồi kiến thức Gia Đình Phật Tử.

Các học viên muốn tham khảo các đề tài học cho năm 2024, có thể vào trang nhà www.gdptducquoc.de xem tài liệu.

*Lệ Phí:* Oanh vũ 15€, Thiếu & Thanh & Phụ huynh 30€.

*Liên Lạc:* Văn Phòng Ban Hướng Dẫn GĐPT VN tại Đức Quốc: btv.gdptvndq@gmail.com

*Ẩm thực:* Do chị Thiện Hồng và anh Thiện Nam phát tâm đảm nhận, cùng với sự yểm trợ của quý Ban Bảo Trợ Gia Đình Phật Tử và quý Phụ huynh học viên.

*Ghi danh:* Ghi danh online trên trang nhà GĐPT Đức quốc www.gdptducquoc.de

**\* Giới thiệu sách mới:** Viên Giác Tùng Thư xuất bản tác phẩm thứ 73 của Hòa thượng Thích Như Điển "Thân Loan Thánh Nhân Toàn Thư, tập 2"; dịch từ Nhật ngữ và Cổ văn Hán tự.

"(…) Thân Loan Thánh Nhơn Toàn Thư tập 2 hầu như đều tập trung những bài viết hoặc của chính Ngài hay của những đệ tử xuất gia ghi lại, đều nằm trong tập thứ 83 của Đại Chánh Tạng và bắt đầu cho lần nầy là Kinh văn số 2668 từ trang 771 đến trang 808 viết về Liên Như Thượng Nhân ngự văn. Tuy nhiên cũng có những bài viết không nằm trong Đại Tạng Kinh hoàn toàn bằng Nhật ngữ như: "Tịnh Độ Tông Kiến Văn Tập" viết về Giả Danh Thánh Giáo của Tồn Giác Thượng Nhân. "Hiển Danh Sao" cũng không nằm trong Tạng Đại Chánh. "Phá Tà Hiển Chánh" cũng vậy. Có kinh văn thì hoàn toàn bằng chữ Hán lẫn tiếng Nhật như: *Ngu Ngốc Sao* (Kinh văn thứ 2648 từ trang 647 đến trang 654). Cũng có một số đề tài như: *Hiển Danh Sao*, phần đầu và phần sau được viết năm 1425 bởi do Tánh Thuận Tần Trí viết, được cho là tài liệu mật, không được cho truyền ra ngoại quốc và bây giờ chúng tôi lại có được trong tay để dịch sang Việt ngữ do quý vị trong Phật Đà Giáo Dục cung cấp. Đặc biệt là pháp môn Tịnh Độ của Nhật Bản thời bấy giờ và bây giờ." *(Trích Lời Dịch).*

Sách dày 362 tr., khổ 15x23 cm. do Viên Giác Tùng Thư xuất bản trên hệ thống toàn cầu Amazon. Xem thêm chi tiết ở đường link rút gọn: https://pgvn.org/pg_0893aq

# TIN SINH HOẠT CỘNG ĐỒNG

*Đại Nguyên thực hiện*

### LM. PHẠM CAO QUÝ KÊU GỌI HỖ TRỢ CHƯƠNG TRÌNH TRI ÂN THƯƠNG PHẾ BINH VNCH

Hơn một thập niên trước, Hòa thượng Thích Không Tánh - cựu Tổng vụ trưởng Tổng vụ Xã hội của Giáo hội Phật giáo Việt Nam Thống nhất - đã sáng kiến chương trình trợ giúp Thương phế binh (TPB) VNCH trong tinh thần nhân ái. Ban đầu, chùa Liên Trì do Hòa thượng trụ trì tại Thủ Thiêm chỉ trợ giúp được vài chục TPB, không theo lịch trình cụ thể mà chỉ thực hiện mỗi khi nhận được đóng góp.

Khi chương trình được nhiều người Việt ở hải ngoại biết đến, số người gửi tiền đóng góp ngày càng tăng, dẫn đến số lượng TPB tham gia chương trình cũng tăng dần, có thời điểm lên đến 250 người. Do nhà chùa không đủ sức tổ chức, năm 2012, Hòa thượng Thích Không Tánh đã mượn khuôn viên Nhà thờ Kỳ Đồng (quận 3, Sài Gòn) của Dòng Chúa Cứu Thế (DCCT) để tổ chức. Sau đó, Hòa thượng nhận thấy các Linh mục và thiện nguyện viên thực hiện chương trình rất tốt nên đã chuyển giao quỹ và danh sách TPB cho nhà thờ tiếp tục thực hiện.

Dòng Chúa Cứu Thế tiếp tục chương trình từ năm 2013 và đặt tên là **"Tri ân Thương phế binh VNCH"** với châm ngôn: *"Bên nhau đi nốt cuộc đời."* Dù bị nhà cầm quyền phân biệt đối xử, nhưng nhờ nhiều tấm lòng nhân ái trong và ngoài nước, chương trình đã mang đến không chỉ quà tặng mà còn tình yêu thương, giúp các TPB VNCH gặp lại nhau trong tình huynh đệ chí binh. Ngày 9/12/2024, Linh mục Vincent M. Phạm Cao Quý, đứng đầu Ủy ban Thăng tiến Sự phát

triển Con người Toàn diện thuộc Tỉnh Dòng Chúa Cứu Thế Việt Nam, đã gửi thư ngỏ kêu gọi đóng góp cho chương trình "Quà Tặng Yêu Thương."
*Trích thư của Linh mục Vincent M. Phạm Cao Quý:*
" (...) Chương trình *Bên Nhau Đi Nốt Cuộc Đời* đến nay đã bước sang năm thứ 13, nay đổi tên thành *Quà Tặng Yêu Thương*. Lấy cảm hứng từ lời thánh Phaolô: 'Anh chị em đừng mắc nợ ai bất cứ điều gì, ngoại trừ là yêu thương nhau...' (Rm 13,8), chúng tôi tiếp tục quan tâm đến quý ông TPB-VNCH, thể hiện rõ nét Tình Thương của Thiên Chúa.

Mùa Xuân 2025 sắp đến, chúng tôi dự định tổ chức chương trình với số tiền 3 triệu VND/người. Rất mong nhận được sự ủng hộ từ quý vị..."

*Mọi chia sẻ và đóng góp xin gửi về:*
**Lm. Giuse Trương Hoàng Vũ, CSsR.**
ĐT: 0932.008.601 | Email: truonghoangvudcct@gmail.com
**Số tài khoản:** 19034764782014 | Ngân hàng: Techcombank – Kỳ Đồng, Q.3, Sài Gòn.

Xin xem thêm nguyên văn bức thư ở đây: https://dcctvn.org/thu-cam-on-va-thu-ngo-cua-uy-ban-thang-tien-su-phat-trien-con-nguoi-toan-dien/

## LỄ TƯỞNG NIỆM ANH TRẦN VĂN BÁ

Lúc 10 giờ ngày 11.01.2025 tại Chùa Khánh Anh Pháp do Tổng Hội Sinh Viên Việt Nam tại Paris và Phong Trào Tinh Thần Trần Văn Bá tổ chức.

Cách đây 40 năm, ngày 08/01/1985 ở tuổi 39, Anh Trần Văn Bá gục ngã trước đạn của bạo quyền, cùng với hai chiến hữu Hồ Thái Bạch và Lê Quốc Quân. Cuộc đời dấn thân của Anh là cuộc đời của một người trai đã sống trọn vẹn với lý tưởng của mình trước thời cuộc. Anh từ Pháp về Việt Nam kháng chiến chống chế độ độc tài CS, dù cuộc kháng chiến không thành công, nhưng Anh để lại và nhắc nhở chúng ta phải trân quý những giá trị mà đời sống và lòng yêu nước cùng với sự quyết tâm tranh đấu cho Đất Nước Dân Tộc.

Tưởng niệm Anh hùng Trần Văn Bá với lòng tôn kính và quý trọng nhất của chúng ta dù gần 50 năm đã trôi qua tính từ ngày 30/04/1975, Dân tộc Việt Nam không bao giờ lãng quên với tấm lòng yêu nước của anh. Chúng ta cùng nhau tưởng niệm và tri ân các Chiến Hữu của Anh cùng tất cả các kháng chiến quân đã bỏ mình trên con đường đấu tranh cho Đất Nước. (tin thân hữu gởi)

## CỘNG ĐỒNG VIỆT NAM TỴ NẠN KHẮP NƠI ĐÓN XUÂN ẤT TỴ

Cộng đồng người Việt khắp nơi trên thế giới mỗi dịp xuân về đều tổ chức các sự kiện như hội chợ Tết, văn nghệ, nhằm gìn giữ văn hóa và phong tục cổ truyền.

- **Chùa Viên Giác Hannover** và các Phật tử thiện nguyện tại địa phương tổ chức văn nghệ chủ đề *Xuân Yêu Thương* tại **Kultur- & Sporthalle Heldenbergen Friedberger Str. 92. 61130 Nidderau** vào thứ 7 lúc 18 giờ ngày 04.01.25. Đêm nhạc do nhạc sĩ Nam Lộc giới thiệu chương trình với sự tham gia của các ca sĩ nổi tiếng quen thuộc từ Mỹ và Đức. Dù thời tiết cuối tuần có nhiều tuyết băng giá nhưng khán giả không ngại đường xa về tham dự đêm văn nghệ rất đông đảo, vào cửa miễn phí nhưng khán giả, đồng hương không phân biệt tôn giáo đều hoan hỷ đóng góp cho quỹ xây dựng HỌC VIỆN PHẬT GIÁO HANNOVER. Chương trình thành công tốt đẹp với sự tham gia của khán giả đông đảo

- Ngoài ra chúng tôi cũng nhận tin nhiều Hội đoàn ở nhiều địa phương khác tổ chức các Hội Xuân như:

**\* HNVTNCS tại Köln.** Ngày Thứ Bảy 25 Tháng 1 năm 2025 lúc 17 giờ 30, tại Hội Trường Heinrich-Heine- Gymnasium Hardtgenbuscher Kirchweg 100  51107 Köln-Ostheim, tổ chức Hội Tết Đống Đa - XUÂN ẤT TỴ.

**\* Hội Người Việt Tỵ Nạn Frankfurt** tổ chức *Đại Nhạc Hội Mừng Xuân Ất Tỵ* vào thứ bảy 18.01.2025 từ 16:00 đến 24.00 tại Saalbau Titus Forum. Walter-Möller-Platz 2, Frankfurt am Mainz với sự tham dự đại diện ông Thị trưởng Frankfurt cũng như các chính khách của các đảng trong chính quyền đến tham dự đón xuân.

**\* Cộng Đồng Công Giáo Tổng Giáo Phận Paderborn-Essen** tổ Chức *Hội Xuân DÂN TỘC ẤT TỴ* 2025 từ 17:00 đến 0:30 ngày thứ Bảy 01.02.2025 tại Dietrich-Keuning-Haus, Leopoldstr.50-58, 44147 Dortmund. với chương trình ca vũ nhạc kịch và múa lân đặc sắc. Các quầy thức ăn ngon đậm đà thuần tuý hương vị Việt Nam, bánh chưng, bánh tét… Trước khi khai mạc văn nghệ Mừng Xuân có Thánh lễ cầu nguyện cho Quê hương Việt Nam, cho Tổ Tiên, Ông Bà và hái lộc đầu năm tại Thánh đường St. Joseph, Heroldstr. 13A, cách Hội trường 300 m.

\* Và nhiều Hội đoàn ở nhiều địa phương khác.■

# TIN THẾ GIỚI

Quảng Trực phụ trách

**Thủ Tướng Gia Nã Đại Trudeau từ chức**

Dưới áp lực ngày càng tăng từ chính đảng của mình, Thủ tướng Gia Nã Đại Justin Trudeau đã tuyên bố sẽ từ chức, chấm dứt chín năm lãnh đạo. Thủ tướng Trudeau lên nắm quyền gần một thập niên trước, được ca ngợi như gương mặt mới của nền chính trị tiến bộ. Năm 2015, với sức hút trẻ trung và thông điệp chính trị đầy hy vọng của ông Trudeau, các cử tri đã đưa Đảng Tự do từ một đảng đứng thứ ba lên nắm giữ đa số ghế trong quốc hội. Hiện tại, ông vẫn là nhà lãnh đạo duy nhất còn trụ lại trong số những người ngang hàng thời điểm ông nhậm chức như Barack Obama, Angela Merkel, Shinzo Abe và David Cameron. Ở tuổi 53, ông hiện là nhà lãnh đạo tại vị lâu nhất trong nhóm G7. Paul Wells, một nhà báo chính trị người Gia Nã Đại và là tác giả cuốn sách *Justin Trudeau on the Ropes*, gần đây nói với *BBC* rằng ông tin rằng ông Trudeau sẽ được nhớ đến "như một thủ tướng có tầm ảnh hưởng", đặc biệt khi đã thực sự lãnh đạo trong các vấn đề như hòa giải người bản địa, và ở một mức độ nào đó là chính sách về khí hậu. Nhưng ông cũng là người "ngày càng mất kết nối với dư luận và ngày càng không thể thích nghi với thời thế thay đổi". Vào hôm 6/1, Thủ tướng Trudeau đã nhanh chóng khoe những gì ông tự hào đã đạt được khi tại nhiệm, bao gồm việc điều hành đất nước qua thời kỳ đại dịch Covid đầy biến động, đàm phán lại một thỏa thuận thương mại tự do với chính quyền Trump nhiệm kỳ đầu tiên và trợ cấp cho trẻ em - hoạt động được đánh giá là có giúp giảm nghèo. Nhưng một loạt các bê bối đạo đức đã làm nhòa đi vẻ hào nhoáng của chính phủ mới. Ông bị phát hiện đã vi phạm các quy tắc xung đột lợi ích của liên bang trong việc xử lý một cuộc điều tra tham nhũng - vụ SNC-Lavalin - cũng như các chuyến đi xa xỉ đến Bahamas. Gần đây hơn, Trudeau còn gặp thách thức do sinh hoạt phí tăng cao và lạm phát gây ra - những thành tố phần nào đảo lộn các cuộc bầu cử trên toàn cầu. Ngoài ra, còn có sự thất vọng trong nước về những gì được coi là sự chật vật trong việc giữ những lời hứa quan trọng - một chương trình nghị sự mà theo ông Wells là "quá tải, quá nhồi nhét" - và cách ông Trudeau xử lý các vấn đề như nhập cư. Cuối năm 2024, Đảng Tự do đã rút lại mục tiêu nhập cư đầy tham vọng do lo ngại vấn đề này gặp phải sai lầm trong quản lý, dẫn đến việc cắt giảm đáng kể số người được phép nhập cư vào Gia Nã Đại. Ông cũng đôi khi trao cho đối thủ những chiến thắng chính trị dễ dàng, bao gồm việc ông bị phát hiện từng hóa trang thành người da đen và da nâu trước khi nắm quyền. Các đòn chính trị cho thấy số ngày ông Trudeau giữ ghế thủ tướng đang được đếm ngược. Sau hơn chín năm nắm quyền, ông là một trong những thủ tướng tại vị lâu nhất của Gia Nã Đại và người dân thì đã thấy mệt mỏi và thất vọng với chính phủ của ông. Bất ổn chính trị xảy ra khi đất nước phải đối mặt với một số thách thức, không chỉ riêng tuyên bố của ông Trump rằng sẽ áp thuế 25% đối với hàng hóa của Gia Nã Đại. Nhưng sự từ chức chấn động của cựu Bộ trưởng Tài chính Chrystia Freeland vào giữa tháng 12/24 - khi bà đề cập sự thất bại được cho là của ông Trudeau khi không coi trọng các mối đe dọa đến từ ông Trump - là giọt nước tràn ly. Các thành viên trong chính đảng của ông công khai tuyên bố không còn ủng hộ sự lãnh đạo của Thủ tướng Trudeau nữa.

**Ukraine 'khóa van' khí đốt Nga tới châu Âu**

Nga chính thức ngừng cung cấp khí đốt cho châu Âu qua đường ống trên lãnh thổ Ukraine sau khi thỏa thuận kéo dài 5 năm giữa công ty vận chuyển khí đốt Naftogaz của Ukraine và tập đoàn Gazprom của Nga hết hạn. Tổng thống Ukraine Volodymyr Zelensky trước đó đã tuyên bố rằng đất nước của ông sẽ không để Nga "kiếm thêm hàng tỷ đô la từ máu của chúng tôi" và đã cho EU một năm để chuẩn bị. Ủy ban châu Âu cho biết hệ thống khí đốt của lục địa này "có khả năng phục hồi và linh hoạt" và có đủ năng lực để ứng phó với việc Ukraine "khóa van" trung chuyển. Nga vẫn có thể vận chuyển khí đốt đến Hungary, cũng như Thổ Nhĩ Kỳ và Serbia, thông qua đường ống TurkStream xuyên Biển Đen. Việc ngưng dòng khí đốt qua Ukraine đánh dấu sự kết thúc của một kỷ nguyên khí đốt Nga giá rẻ ở EU. Slovakia là quốc gia bị ảnh hưởng nhiều nhất, trong khi Ủy ban châu Âu cho biết tác động của việc dừng trung chuyển khí đốt Nga qua lãnh thổ Ukraine sẽ được giảm thiểu nhờ vào sự chuẩn bị kỹ lưỡng và nguồn cung thay thế. Tuy nhiên, việc Ukraine "khóa van" có tác động mang tính chiến lược và biểu tượng rất lớn đối với toàn bộ châu Âu. Nga đã mất đi một thị trường quan trọng nhưng Vladimir Putin cho biết các quốc gia EU sẽ chịu thiệt hại nặng nề nhất.

EU đã giảm đáng kể lượng khí đốt nhập khẩu từ Nga kể từ khi Moscow tiến hành cuộc xâm lược toàn diện vào Ukraine vào năm 2022, nhưng một số quốc gia thành viên khu vực Đông Âu vẫn phụ thuộc phần lớn vào nguồn cung cấp này, mang lại cho Nga khoảng 5 tỷ euro (5,2 tỷ USD) mỗi năm. Khí đốt từ Nga chiếm chưa đến 10% lượng khí đốt nhập khẩu của EU vào năm 2023, so với 40% vào năm 2021, theo số liệu từ khối. Tuy nhiên, một số quốc gia EU, bao gồm Slovakia và Áo, vẫn tiếp tục nhập khẩu một lượng khí đốt đáng kể từ Nga. Cơ quan quản lý năng lượng của Áo cho biết họ không dự báo bất kỳ sự gián đoạn nguồn cung nào vì nước này đã đa dạng hóa các nguồn cung và tích trữ dự trữ. Nhưng quyết định của Ukraine đã gây ra căng thẳng nghiêm trọng với Slovakia, hiện là điểm nhập khẩu chính của khí đốt Nga vào EU và họ cũng thu được phí trung chuyển khí đốt sang Áo, Hungary và Ý. Hôm 27/12/24, Thủ tướng Slovakia Robert Fico - người vừa có chuyến thăm bất ngờ tới Moscow để hội đàm với Tổng thống Nga Vladimir Putin - đã đe dọa sẽ ngừng cung cấp điện cho Ukraine. Động thái này khiến ông Zelensky cáo buộc ông Fico giúp ông Putin "tài trợ cho chiến tranh và làm suy yếu Ukraine". "Fico đang kéo Slovakia vào những nỗ lực của Nga nhằm gây thêm đau khổ cho người dân Ukraine," Tổng thống Ukraine cho biết. Ba Lan đã đề nghị hỗ trợ Kyiv trong trường hợp Slovakia cắt điện - nguồn cung cấp thiết yếu cho Ukraine, khi các nhà máy điện của họ thường xuyên bị Nga tấn công. Một quốc gia không thuộc EU là Moldova có thể bị ảnh hưởng nghiêm trọng khi thỏa thuận trung chuyển khí đốt của Nga qua Ukraine kết thúc. Khí đốt Nga cung cấp nhiên liệu cho một nhà máy điện mà Moldova phụ thuộc vào để đáp ứng hầu hết nhu cầu điện của nước này. Nhà máy này cũng cung cấp điện cho khu vực ly khai Transnistria do Nga hậu thuẫn, một dải đất nhỏ nằm giữa Moldova và Ukraine. Bộ trưởng năng lượng Moldova Constantin Borosan cho biết chính phủ đã có các biện pháp để đảm bảo nguồn cung điện ổn định cho đất nước, nhưng kêu gọi công dân tiết kiệm năng lượng. Tình trạng khẩn cấp 60 ngày về năng lượng đã được ban hành ở Moldova từ giữa tháng 12. Tổng thống Moldova Maia Sandu cáo buộc Điện Kremlin "tống tiền" nhằm làm mất ổn định đất nước của bà trước cuộc tổng tuyển cử vào năm 2025. Chính phủ Moldova cũng cho biết đã cung cấp viện trợ cho Transnistria. Nga đã vận chuyển khí đốt đến châu Âu qua ngả Ukraine từ năm 1991. Khi EU giảm sự phụ thuộc vào khí đốt của Nga, họ đã tìm được các nguồn thay thế là khí đốt tự nhiên hóa lỏng (LNG) từ Qatar và Mỹ cũng như khí đốt qua đường ống từ Na Uy. Vào tháng 12/2024, Ủy ban châu Âu đã vạch ra các kế hoạch mà họ cho biết sẽ cho phép các quốc gia thành viên EU thay thế hoàn toàn khí đốt trung chuyển qua Ukraine. Theo các kế hoạch dự phòng của EU, các quốc gia bị ảnh hưởng sẽ được cung cấp khí đốt của Hy Lạp, Thổ Nhĩ Kỳ và Romania từ đường ống xuyên Balkan, trong khi khí đốt của Na Uy sẽ được vận chuyển qua Ba Lan. Nhiều nguồn cung cấp khác cũng sẽ đến được Trung Âu qua Đức.

### Syria: Dưới sự quản lý mới

Hầu như không ai lường trước điều này, kể cả Tổng thống Syria Bashar al-Assad mới bị lật đổ. Những người ủng hộ ông ở Tehran, Moscow và Beirut cũng không. Và cả mạng lưới tình báo trị giá hàng tỷ đô la của Mỹ cũng không nốt. Trong vòng chưa đầy hai tuần, nhóm quân Hồi giáo nổi dậy có tên là Hayat Tahrir al-Sham (HTS) - nhóm mà Liên Hợp Quốc, Mỹ, EU và Vương quốc Anh xem là tổ chức khủng bố - đã rời khỏi thành trì của mình ở vùng tây bắc Syria và chiếm đóng hết thành phố này đến thành phố khác cho đến khi trở thành lãnh đạo mới của quốc gia này. Đây không chỉ đơn thuần là một sự kiện cục bộ, chỉ xảy ra trong một quốc gia, mà là sự kiện có nhiều sợi dây liên kết quốc tế. Một trong nhiều tác động từ cuộc đột kích do Hamas dẫn đầu vào miền nam Israel là phản ứng của chính phủ Israel đã gây ra tác động tàn khốc đối với các đồng minh của Iran trong khu vực. Lần cuối cùng quân nổi dậy Syria có thể đe dọa đến quyền cai trị của Assad là vào năm 2015, thì Iran, Hezbollah và Nga đã cùng nhau giúp đỡ ông ta và đẩy lùi quân nổi dậy. Lần này không như vậy. Nga đang bận chiến đấu với Ukraine, Hezbollah bị tàn phá sau cuộc chiến ngắn ngủi với Israel và Iran bị tổn thương sau khi chứng kiến máy bay chiến đấu Israel dễ dàng xâm nhập vào không phận nước mình vào mùa thu năm ngoái. Kết quả là các đồng minh của Assad không có khả năng hoặc không muốn đến giúp ông ta, trong khi Thổ Nhĩ Kỳ, nước ủng hộ quân nổi dậy, đã nhìn thấy cơ hội để định hình lại tình thế theo hướng có lợi cho mình.

### Nam Hàn ban hành lệnh bắt Tổng thống bị luận tội Yoon Suk-yeol

Một tòa án ở Seoul đã ban hành lệnh bắt giữ đối vớiTổng thống đang bị đình chỉ của Nam Hàn

Yoon Suk-yeol vì nỗ lực ban bố lệnh thiết quân luật vào ngày 3/12. Lệnh bắt giữ được đưa ra sau khi ông Yoon, người đang phải đối mặt với một số cuộc điều tra về tội nổi loạn và phản quốc, đã phớt lờ ba lệnh triệu tập hầu tòa trong hai tuần qua. Vào đêm 29/12, các nhà điều tra đã tìm cách ban hành lệnh bắt giữ ông Yoon với các tội danh nổi loạn và lạm quyền - một động thái mà luật sư của ông mô tả là "bất hợp pháp". Nam Hàn đã rơi vào khủng hoảng chính trị kể từ khi ông Yoon ban bố lệnh thiết quân luật trong thời gian ngắn. Cả ông này và quyền tổng thống Han Duck-soo đều bị quốc hội luận tội. Ông Yoon là Tổng thống đương nhiệm đầu tiên của Nam Hàn phải đối mặt với lệnh bắt giữ. Các nhà điều tra có thời gian đến ngày 6/1 để thực hiện lệnh bắt và có thể yêu cầu gia hạn. Tuy nhiên, vẫn chưa rõ liệu các nhà điều tra có thể thực hiện lệnh này hay không vì họ có thể bị đội ngũ an ninh của ông Yoon Suk-yeol và những người biểu tình cản trở. Đội ngũ an ninh tổng thống trước đó đã chặn các điều tra viên vào khuôn viên văn phòng tổng thống và nơi ở riêng của ông Yoon để tiến hành các cuộc khám xét đã được tòa án chấp thuận. Trước đây, chính quyền Nam Hàn đã từ bỏ các nỗ lực bắt giữ những chính trị gia nổi tiếng sau khi các trợ lý và người ủng hộ của họ đã chặn cảnh sát. Hôm 30/12, nhóm luật sư của ông Yoon cho biết các điều tra viên không có thẩm quyền bắt giữ ông, vì việc ban bố thiết quân luật là quyền hạn của tổng thống theo hiến pháp. Ông Yoon trước đó đã bảo vệ quyết định ban bố thiết quân luật của mình và cam kết sẽ "chiến đấu đến cùng" - mặc dù ông cũng nói rằng sẽ không trốn tránh trách nhiệm pháp lý và chính trị. Luật sư của ông, Yun Gap-geun, cho biết việc ông Yoon không tuân thủ ba lệnh triệu tập trước đó là do "những lo ngại chính đáng". Nơi ở của ông Yoon không được công khai, nhưng ông đã bị cấm xuất cảnh. Mặc dù ông Yoon đã bị đình chỉ vai trò tổng thống kể từ ngày 14/12 sau khi bị các nhà lập pháp bỏ phiếu luận tội, nhưng ông chỉ có thể bị cách chức nếu tòa án hiến pháp của đất nước này chấp thuận bản luận tội ông. Hiện tại chỉ có sáu thẩm phán trong số chín thành viên của tòa án hiến pháp. Điều này có nghĩa là chỉ cần một sự phản đối duy nhất cũng có thể giúp ông Yoon khỏi bị cách chức. Các nhà lập pháp đối lập hy vọng việc bổ sung thêm ba thẩm phán sẽ cải thiện khả năng ông Yoon bị phế truất, nhưng đề xuất của họ đã bị quyền Tổng thống Han Duck-soo phủ quyết vào tuần trước. Sau đó, phe đối lập đã bỏ phiếu luận tội ông Han, người đã đảm nhiệm vai trò lãnh đạo tạm thời sau khi ông Yoon bị đình chỉ. Giờ đây, họ đang đe dọa sẽ làm điều tương tự với Bộ trưởng Tài chính Choi Sang-mok, người hiện đang đảm nhiệm cả chức vụ quyền tổng thống và quyền thủ tướng.

**Tổng thống Jimmy Carter: Đại ân nhân của thuyền nhân vượt biển qua đời hôm 29/12/2024, thượng thọ 100 tuổi.**

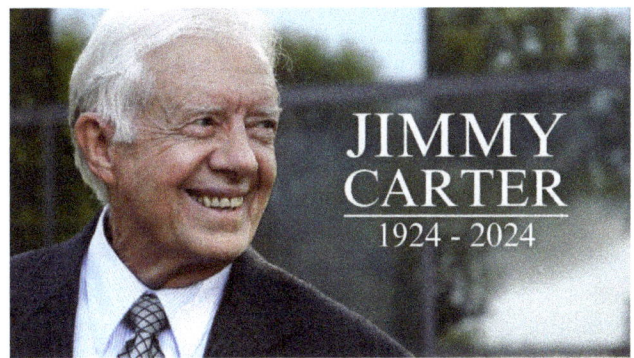

*Nguồn hình: AlMatMelanoma.org*

Khi còn ở Bạch Ốc, Tổng thống Jimmy Carter đã có các quyết định quan trọng mở ra sinh lộ cho các thuyền nhân vượt biển thời hậu Chiến tranh Việt Nam. Cựu Tổng thống Jimmy Carter vừa qua đời hôm 29/12/2024, hưởng thọ 100 tuổi. Hai năm qua ông trong tình trạng sức khỏe yếu và được gia đình chăm sóc. Phu nhân của ông là bà Rosalynn Carter đã mất ngày 19/11/2023. Jimmy Carter là tổng thống thứ 39, lãnh đạo Hoa Kỳ từ năm 1977 đến 1981. ∎

# TIN VIỆT NAM

*Quảng Trực phụ trách*

**Tinh gọn bộ máy: cán bộ cấp cao vô sự, cán bộ Đảng được trợ cấp bằng tiền ngân sách**

Bộ Nội vụ Việt Nam hôm 31/12/2024 đã tổ chức họp báo nhằm cung cấp thông tin về kế hoạch sắp xếp lại bộ máy chính trị, cụ thể là chính sách đối với những đối tượng bị ảnh hưởng. Chính phủ csVN dự kiến sẽ có khoảng 100 ngàn người bị mất việc trong đợt cắt giảm nhân sự bộ máy lần này. Và số tiền mà ngân sách nhà nước phải chi trả chế độ cho những người bị ảnh hưởng lên tới 130 ngàn tỉ đồng. Tuy nhiên, theo thông tin được Bộ Nội vụ đưa ra, không có cán bộ cấp cao nào bị ảnh hưởng trong đợt sa thải quy mô lớn này. Đảng Cộng sản trước đó đã công bố kế hoạch hợp nhất 14 bộ và cơ quan ngang bộ.

### Cảnh sát Thái Lan: "Không có giao thiệp nào với phía Việt Nam" trong chuyến bộ hành của sư Thích Minh Tuệ

Đại diện quan hệ công chúng thuộc Văn phòng Phật giáo của tỉnh Ubon Ratchathani, Thái Lan, hôm 3/1 cho BenarNews biết văn phòng này không nhận được thông tin gì về chuyến đi của đoàn nhà sư Thích Minh Tuệ sang Thái Lan và cũng không có sự phối hợp trước đó với phía Việt Nam. Trong khi đó, cảnh sát ở cửa khẩu Chong Mek thuộc tỉnh này xác nhận đoàn nhà sư vào Thái Lan khất thực nhưng cảnh sát không được cho biết về việc đoàn sẽ sang Miến Điện và cũng không có giao thiệp nào với phía Việt Nam về đoàn. Sư Thích Minh Tuệ cùng năm nhà sư Việt Nam khác vào ngày 31/12/2024 đã đi bộ qua biên giới giữa Lào và Thái Lan, bắt đầu cuộc bộ hành trên đất Thái Lan. Theo YouTuber Đoàn Văn Báu - cựu sĩ quan an ninh Việt Nam, người đi theo hộ tống đoàn - các nhà sư sẽ đi bộ 1.300 km trên đất Thái Lan trong vòng hai tháng để sang Miến Điện trong chuyến đi đến Ấn Độ.

### Cáo trạng: Ông Lưu Bình Nhưỡng nhận 300 ngàn USD sau khi chuyển đơn của doanh nghiệp đến Thủ tướng cs

Viện Kiểm sát nhân dân tỉnh Thái Bình ban hành cáo trạng truy tố cựu Phó trưởng ban Dân nguyện của Quốc hội Lưu Bình Nhưỡng - người bị cáo buộc đã gọi điện cho Phó Giám đốc Công an tỉnh Thái Bình để can thiệp tạo điều kiện cho giang hồ cưỡng đoạt tiền của doanh nghiệp, cũng như dùng tư cách Đại biểu để viết phiếu chuyển đơn cho doanh nghiệp sau đó nhận số tiền 300 ngàn đô la Mỹ. Lưu Bình Nhưỡng bị bắt tạm giam vào ngày 14/11/2023 với cáo buộc cưỡng đoạt tài sản, sau đó bị truy tố thêm tội danh lợi dụng chức vụ quyền hạn trong khi thi hành công vụ. Theo báo Tuổi Trẻ (ngày 26/12) trích dẫn cáo trạng cho hay, ông Nhưỡng bị cáo buộc đã hướng dẫn một doanh nghiệp làm đơn kêu cứu khẩn cấp để gỡ khó cho việc phê duyệt dự án Quế Võ 3 (tỉnh Bắc Ninh). Sau khi nhận đơn, ông Nhưỡng lấy tư cách Đại biểu Quốc hội viết phiếu chuyển đơn gửi Thủ tướng cs xem xét, giải quyết. Ông sau đó nhận 300.000 USD. Đầu tháng 1/2024, gia đình ông đã nộp lại toàn bộ số tiền này để khắc phục hậu quả. Trong một vụ khác, Lưu Bình Nhưỡng bị cáo buộc đã gọi điện cho Phạm Mạnh Hùng, phó giám đốc Công an tỉnh Thái Bình để đề nghị giải quyết nhóm giang hồ Dũng chiến khi nhóm này đụng độ với nhóm Phạm Minh Cường (tự Cường quắt, có 3 tiền án) trong quá trình bảo kê cho doanh nghiệp. Viện kiểm sát xác định việc nhóm của Cường cưỡng đoạt số tiền 1,6 tỷ đồng của công ty khai thác cát Sao Đỏ diễn ra từ tháng 10/2021 đến tháng 7/2022 có sự giúp sức của ông Nhưỡng, tuy nhiên, cho đến khi bị bắt giữ ông chưa nhận được đồng nào. Ông Nhưỡng trước đó đã bỏ 900 triệu đồng để mua 30ha bãi triều trái phép của Phạm Minh Cường và giao lại cho chính người này quản lý để thu tiền hàng tháng, số tiền dự tính thu được trong mấy tháng là 400 triệu (dù không có doanh nghiệp nào khai thác bãi triều-PV) nhưng vợ ông Nhưỡng chưa cầm số tiền này. Một người khác làm thuê cho Cường cũng bị cáo buộc đã biếu ông Nhưỡng bộ cánh cổng bằng gỗ lim trị giá 75 triệu đồng để lắp cho nhà thờ dòng tộc của ông Nhưỡng ở quê. Sau đó, người này hứa cắt ra 100m2 đất để bán, biếu ông Nhưỡng nếu giúp giải quyết được vụ tranh chấp đất đai, dù vậy, ông Nhưỡng nhiều lần lấy tư cách Đại biểu Quốc hội ký văn bản kiến nghị các cấp chỉ đạo giải quyết, nhưng không thành công.

### Ngân hàng Nhà nước csVN lên tiếng giải thích vì sao bán vàng miếng SJC nhưng không mua lại

Tại phiên chất vấn của Quốc hội cs vào sáng 11/11/2024, ông Phạm Văn Hoà, đoàn đại biểu tỉnh Đồng Tháp đã hỏi bà Nguyễn Thị Hồng, Thống đốc Ngân hàng Nhà nước tại sao các ngân hàng chỉ bán vàng miếng SJC mà không chịu mua lại khi người dân cần bán để lấy tiền mặt? Bà Hồng giải thích rằng, do bối cảnh nhu cầu mua vàng của người dân tăng, Ngân hàng nhà nước chủ yếu thực hiện biện pháp tăng nguồn cung ra thị trường thông qua việc bán vàng chứ không mua lại. Việc kinh doanh vàng miếng đã có 22 tổ chức tín dụng, 16 công ty kinh doanh vàng miếng. Các đơn vị vẫn mua bán bình thường, còn những đơn vị không mua vàng của cá nhân thì có thể có một vài nguyên nhân, trong đó có việc cân đối tài chính. Tuy nhiên ông Hoà cho biết, người dân khi mua vàng miếng của ngân hàng rồi thì lúc cần tiền mang vàng đi bán hoài mà không có chỗ nào mua, và không đến thời điểm nào ngân hàng có khả năng bán hoài hết hay không, trong khi lượng vàng trong dân còn nhiều. Trước thông tin này, bà

Hồng cho rằng, vàng khác ngoại tệ, muốn mua thì phải kiểm định chất lượng, hàm lượng vàng. Trong khi đây là việc rất khó khăn, các tổ chức tín dụng sẽ phải đầu tư trang thiết bị, con người để tránh rủi ro. Vì vậy, sắp tới Ngân hàng nhà nước sẽ cân nhắc đề xuất các giải pháp để có thể giải quyết việc này. Còn việc các tổ chức tín dụng, và công ty kinh doanh mua hay không mua lại vàng miếng của người dân thì do nhiều nguyên nhân, nhất là trong bối cảnh thị trường vàng biến động, giá tăng, giảm theo từng giờ. Mỗi đơn vị bán hay mua vàng từ người dân đều cân nhắc, thận trọng để phòng ngừa rủi ro. ∎

### Tin Tặc "Khoe" Đã Tấn Công Và Khai Thác Dữ Kiện 100 Triệu Người Dùng Zalo Tại Việt Nam

Báo Thanh niên ngày 13/11/2024 dẫn lại nguồn tin của Cyber Press cho biết, một tin tặc có nickname "binanhang123" tuyên bố trên diễn đàn dành cho hacker là đã tấn công và khai thác dữ kiện 100 triệu người dùng Zalo tại Việt Nam. Hacker này cho biết, nhiều dữ kiện nhạy cảm đã bị lộ như số điện thoại di động, tên người dùng lẫn tên hiển thị trên tài khoản Zalo. Kèm theo các tuyên bố này là một bản trích dữ kiện được che bớt thông tin để các thành viên trên diễn đàn có thể tự kiểm tra độ xác thực. Trước thông tin trên, phía Zalo chưa đưa ra bình luận để xác minh hay phủ nhận về lời tuyên bố này. Được biết, Zalo là ứng dụng nhắn tin trên internet được phát triển và phát hành bởi công ty Công nghệ Việt Nam, được ra mắt vào tháng 8/2012. Do là ứng dụng của người Việt nên công cụ này được sử dụng dễ dàng, và được người dân sử dụng rất phổ biến. Nhiều người dùng ứng dụng này để trao đổi công việc, và thông tin đời sống, chuyện cá nhân hàng ngày, đặc biệt là rất nhiều hội, nhóm, tổ chức đều dùng ứng dụng này để trao đổi giữa những người trong nhóm với nhau. Vì vậy, điều này làm dấy lên những lo ngại về khả năng bảo mật của Zalo đối với người dân Việt. ∎

# phương danh cúng dường

*(Tính đến ngày 31.12.2024)*

Trong thời gian gần đây, Chùa Viên Giác có nhận được tiền của quý Đạo Hữu gửi bằng cách chuyển qua Ngân Hàng hay bằng Bưu Phiếu, nhưng không ghi rõ mục đích. Thí dụ như Cúng Dường, Tu Bổ Chùa, Ấn Tống Kinh, Pháp Bảo v.v...

Ngoài ra có Đạo Hữu nhờ người khác đứng tên chuyển tiền nhưng không rõ chuyển tiền giùm cho ai để Cúng Dường hoặc thanh toán vấn đề gì. Do đó khi nhận được tiền, Chùa không thể nào ghi vào sổ sách được.

Để tránh những trở ngại nêu trên, kính xin quý Đạo Hữu khi chuyển tiền hoặc gửi tiền về Chùa nhớ ghi rõ Họ & Tên, địa chỉ đầy đủ và mục đích để Chùa tiện ghi vào sổ sách.

Ngoài ra khi quý vị xem Phương Danh Cúng Dường xin đọc phần trên cùng là tính đến ngày?... tháng?.... để biết rằng tiền đã chuyển đi ngày nào và tại sao chưa có tên trong danh sách.

Chùa có số Konto mới và Tu Viện Viên Đức cũng đã có số Konto (xin xem phía sau). Kính xin quý vị thông cảm cho.

Thành thật cám ơn quý Đạo Hữu.

Danh sách PDCD của quý Đạo Hữu & Phật Tử, chúng tôi xin phép chỉ đánh máy một lần chữ **ĐH** (Đạo Hữu) ở bên trên.

**TAM BẢO**

**ĐH**. Bành Tâm Sơn (Niddatal Assenheim) 10€. Thanh Hao Ky Thi My Phuong Au 50€. Nguyễn Thị Tuyết Minh & Lê Minh Trung 20€. Trần-Đoàn Thị Dung 20€. Hồng Ngọc Phương 100€. Sơn Nguyễn 544,37€. Nguyễn Toàn 200€. Rancisco Struynski & Sina Struynski 25€. Vũ Trọng Anh 550€. Sơn Nguyễn 544,37€. Nguyễn Chí Thanh 50€. Jennifer Deres 300€. Đỗ Đình Bình (Thầy Hạnh Định) 1633,11€. HL Diệp Huệ Hào 100€. Kim Chi 50€. Gđ. Phạm Văn Sơn (Hải) & Đồng Hoa Nguyễn Thị Thu Hương 30€. Ẩn danh 30€. Nguyễn Tuyết Minh & Tạ Việt Tiến 20€. Gđ.Pt. Ngọc Cẩn Trần Thị Lan 175€. Lương Lệ Bình Sarah 110€. Nguyễn Thị Liễu 20€. Quảng Hòa Nguyễn Văn Tây 20€. Gđ.Pt. Liên Phúc Hương - Tịnh Hòa Tâm 20€. Nguyễn Thị Cẩm Anh 10€. Nguyễn Thị Hồng Thắm 100€. Gđ. Liên Hạnh 50€. Nguyễn Phước Hạ Uyên 20€. Nguyễn Huy Thắng & Ngô Huệ Phương 10€. Nguyễn T.T. Nhung 10€. HHHL Huỳnh Công Trường 50€. Sư Cô Xả Không 100€. Ẩn danh (người Hoa) 100€. Trần Thị Nguyệt 100€. Klaus Brinkop & Mariana Ya Wen 60€. Nam Đề 50€. Nguyễn Thị Mai Thương 20€. Hứa Phú Kiều & Hứa Hiền 50€. Pt Mẫn Pd Tâm Liễu 200€. Gđ. SC Hạnh Ân 150€. William Thai & Ganging Huy 100€. Diệu Loan Đinh Thị Phương 100€. Đồng Bình Bùi Thị Thái 70€. Gđ. Thiện Học 50€. Dũng & Hoa 50€. Gđ. Pt Viên Hồng & Tâm Mỹ 50€. Hùng & Nhung 50€. Thiện Học Trương Bích Hậu 50€. Michallo Huong Hajel 50€. Gđ.Pt. Phùng Thoại Minh 50€ HHHL Diệp Hồng Chẩy mất ngày 18.11.2024. Pt. Đồng Liên & Đồng Chiếu 50€. Thiện Tuệ & Thiện Hạnh 50€. Zara 40€. Phạm Thị Cúc & Lê Ánh Hồng và Rolf Heinemann 30€. Viên Trang 30€. Đồng Bạch Nguyễn Thị Liên 20€. Thiện Phú Lê Bích Lan 20€ HHHL Phạm Văn Cường Pd Đồng Phú Liên Trì. Bùi Quang Vinh 20€. Ngạc Thanh Tùng 20€. Đồng Hoa Nguyễn Thị Thu Hương 20€. Gđ. Đồng Liên & Đồng Tâm 20€. Pt. Đồng Xuân 10€. Nguyễn Thị Cẩm Anh 10€. Huỳnh Ngọc Quyên 10€. Nguyễn Thị Kim Lan 50€. Nguyễn Thúy An 500€. Trương Quang Lê 10€. Thanh Hương Roukens 2.000€ (Trị bệnh Thầy Chúc Hiếu). Thuy Spitzner 50€. Chúc Nguyên Emma (Phi Holste Hoang) 30€. RS Martin (Bernd-Peter Martin) 1.450€. Nguyễn Minh Tường 50€. Gđ.Pt. Viên Mai Nguyễn Thái Bạch Mai & Viên Trung Nguyễn Trung Thảo 100€ HHHL

Viên Tịnh Thái Thị Ngọc. Gđ. Sư Cô Hạnh Ẩn 100€. HL. Nguy Thị Chín 100€. Đồng Bạch Nguyễn Thị Liên 60€. Đồng Tâm Huỳnh Chung Hiệp 50€. Trần Thị Cơ & Lại Mộc Diễm 50€. Võ Thành Công 50€. Đồng Hoa Nguyễn Thị Thu Hương 20€ HHHL Nguyễn Trọng Nghĩa. Thiện Học 20€. HH cho Nguyễn Quang Lưu Pd Thiện Luống & HL Lê Thị Tỳ Pd Thiện Ý) 20€. Viên Trang 20€. Nguyễn Thị Cẩm Anh 20€. Phạm Thị Mai 20€. Ralf Leon & Nguyễn Hồng Thu và Leon Kaiser 20€. Lưu Thị Huyền Anh 10€. Nguyễn Thị Tuyết Nhung 10€. Gđ. Ngọc Cẩn 50€ HH cho cha mẹ Trần Đức Ngạn Pd Nhuận Bình & Đỗ Thị Mận Pd Tịnh Sang. Trần Kim Ngà 50€. Đồng Bình Bùi Thị Thái 40€. Đồng Diệu Nguyễn Quý Hạnh 35€. Đào Diệu Linh 30€. Kim Loan Blumenthal 30€. Nguyễn Thanh Huyền 20€. Gđ. HL Nguyễn Chí Thanh 20€. Nguyễn Thị Ngọc Oanh 20€. Nguyễn Thị Xuân Minh 20€. Angelina Nguyen 20€. Nguyễn Anh Tùng 20€. Đỗ Thị Thanh 10€. Phạm Thị Phương 10€. Trần Thị Thúy 100€. Gđ. Kiều Văn Khang & Phạm Thị Hằng và các con 100€. Gđ. HL Thái Thị Ngọc 70€ HHHL Thái Thị Ngọc Pd Viên Tịnh. Blumenthal & Schuppan 50€. Lương Sarah Lệ Bình 50€. Trần Thị Thu Lang 50€. Ẩn danh 50€ HH cho cửu huyền thất tổ 3 họ Huỳnh, Trần, La. Nguyễn Tiến Vinh 20€. Trần Văn Tiến (Aachen) 50€. Chí Thanh Leuchtweis (Tübingen) 100€. Bùi Mạnh Hùng (Dorsten) 60€. Hoàng Tuấn Kiệt (Aurich) 2.000€. Trịnh Thị Hoài Thu (Oberhausen) 20€. Li, Trần Thúy Phượng (Pforzheim) 50€. Eddie Luong (Minden) 100€. Trấn Anh Tuấn (Erberdingen Hochdorf) 25€. Hứa Mỹ Hiền (Düsseldorf) 60€. (Hamburg): Viên Chơn Vyvy Ngo Duong 15€. Lữ Thục Trinh 20€. Kim-Christine Nguyễn 500€. Nguyễn Thu Thủy (Wittlich) 20€. (Hannover): Thiện Phú Lê Bích Lan 10€. Gđ. Quảng Ngộ & Diệu Hiền 50€. Gđ. Hà Phước Nhuận Pd Như Thân 100€ cầu an. Phạm Thị Thu 20€. Thu Thảo Rohmann (Osnabrück) 50€. Đào Thị Hồng Nguyên (Edewecht) 50€. Gđ.Pt. Phạm Thị Nhung (Quocleinburg) 50€. (Bremen): Do & Vu 20€. Nguyễn Thị Thanh Thủy 50€. Pt. Diệu Liên (Schweden) 250€. Nguyễn Thị Thu Hồng (Donaueschingen) 30€. (Bad Oeynhausen): Nguyễn Thị Tuyết Hồng 52€. Đặng Thị Tuyết 20€. Lôi Công Thanh (Celle) 10€. Fam. Đoàn Việt Cường (Sindelfingen) 50€. (Berlin): Diệu Tịnh & Quảng Chánh 50€. Lê Tam 20€. Nguyễn Phan Hoàng Tùng Pd Thiện Phượng 200€ sinh nhật 16/11. Nguyễn Nhân Hồng (Halle/S) 40€. Gđ. Pt Huệ Lương (Bielefeld) 45€. (Norderney): Nguyễn Hiếu Nghĩa 20€. Dương Anh Tuấn 10€. (Nienburg): Lee Lục Nhan Khanh 20€. Chan Koy Wah 20€. Nguyễn Minh Tuấn (Garbsen) 10€. Nguyễn Duy Hoàng Anh tức Nguyễn Phan Anh (Nord Carolina/USA) 11,42€. Nguyễn Văn Thạch (Plochingen) 60€. (Emden): Hồ Hưng & Nguyễn Thị Thanh Hương 50€. Nguyễn Thị Thu Duyên 20€. Phan Thị Bích 20€. Fam. Vương 350€. Gđ.Pt. Nguyễn Ngọc Châu (Ibbenbüren) 50€. Gđ. Phạm Thị Nhung (Hildesheim) 50€. Trần Văn Thích & Nguyễn Thị Vân Anh (Laatzen) 30€ HHHL Thai nhi Yến tử Trần-Nguyên. Nguyễn Thị Liễu (Wernigerode) 20€. Nguyễn Hữu Trí (Wilhelmshaven) 20€. Đỗ Thu Thủy & Nguyễn Thị Phương Lan (Wolfsburg) 10€. Phạm Thị Liễu Huyền (Polen) 5€. Nguyễn Sáu (Karlsruhe) 10€. Chùa Phật Linh (Việt Nam) 100€. Gđ. T + H (Dresden) 50€. Gđ. Họ Phạm (Quedlinburg) 50€. Phạm Thị Vân Anh & Phạm-Nguyễn Bảo Hoàng và Phạm An (Innabrück) 20€. Bành Văn Phong (Wiesbaden) 20€.

* Đồng Hoa Nguyễn Thị Thu Hương 50€ HHHL Nguyễn Trọng Nghĩa. Tu Viện Vô Lượng Thọ (Dippolis Walde) 300€. Sư Cô TN Hạnh Thông 100€. Cô Thông Chiếu 50€. Ni chúng Tu Viện Vô Lượng Thọ 200€. Chùa Giác Ý (Mülsen) 100€. Diệu Tâm (Hohenstein) 400€. Diệu Ẩn 300€. Diệu Như & Phúc Hải, Thiện Phượng, Thiện Hải, Diệu Bạch, Diệu Bảo và Quảng Hiển 1.000€. Ẩn danh (Frankfurt) 2.000€. Huệ Tâm Hiền (Regensburg) 100€. Thiện Từ Diệp Chi Lan (Hamburg) 150€ HHHL Thiện Chánh Tiệp Huệ Đào. Thiện Phượng Nguyễn-Phan Hoàng Tùng và gia đình (Berlin) 300€ HH phước báu cho thân mẫu Diệu Như Phan Thị Lý. Thiện Lộc & Ngọc Cẩn, Ngọc Hiền và Thiện Phước (Hannover) 100€. Chùa Linh Thứu (Berlin) 800€. Chùa Phổ Hiền (France) 1.000€. Gđ. TN Nhuận Phát (Lübeck) 50€. GĐPT Chánh Niệm (Berlin) 100€. Ban Bảo Trợ 50€. Quý Phật Tử khác 30€. Sư Cô TN Cận Duệ (Huệ Ngọc) 500€. Chùa Đại Bi và HL PT Hồ An (Frankfurt) 50€. Diệu Quy (Berlin) 100€. Diệu Tịnh 200€. Thiện Huỳnh 200€. Sư Cô TN Diệu Phước (Danmark) 200€. Chùa Quang Ấn và quý Phật tử (Nürnberg) 50€. Thầy Thiện Trí (Việt Nam) 100€. Đồng Liên (Berlin) 50€. Soko Garten (Karlsruhe) 500€. Sư Cô Xả Không (München) 100€. Thiện Vũ & Thiện Niệm (USA) 1.000€. Đồng Phước (Bielefeld) 100€. Diệu Tịnh & Quảng Chánh (Berlin) 100€. Thiện Từ (Hamburg) 300€. Phạm Thị Cúc 20€. Nguyễn Trí & Nguyên Tuệ (Wilhelmshafen) 50€. Diệu Đức Hải 50€. Nguyễn Thị Viễn Phương 50€. Quý Đạo Hữu tham gia khóa Huân Tu Tịnh Độ (Hannover) 100€. HHHL Diệp Hồng Chảy 50€. Thiện Hảo (Hannover) 50€. - Frankfurt: Thiện Hưng Hà Điền Long 500€. Diệu Chơn Hà Thị Khánh Linh 500€. Đồng Đạo 100€. Quý Phật Tử vùng Frankfurt 200€. Diệu Sáng, Minh Phố & Minh Nguyên 100€. Limpext GmbH & Co.KG (Morfwiden Walldorf) 2.000€.

-Khóa Huân Tu Tịnh Độ: Gđ. Thiện Hà & Nguyên Thảo 50€. Thiện Học 50€. Hứa Hiền 80€. Thiện Hảo Nguyễn Thị Viễn Phương 100€. Hồ Thị Thu Hà (Münster) 100€. Khóa Huân Tu Tịnh Độ 455€.

* Báo Viên Giác

Nguyễn Thị Thọ (Lünen) 20€. Thanh Hao Ky Thi My Phuong Au 50€. Chan Tu Tran 20€. Ta Van Khanh 50€. Giang Lăng Cui (Saarbrücken) 30€. Trần Văn Tiến (Aachen) 50€. Phạm Lạc (Koblenz) 30€. Phùng Văn Thanh (Stuttgart) 40€. Nguyễn Long Gia (Binzen) 20€. Dương Huỳnh Nga (Göttingen) 30€. Đặng Giang Toàn (Ostflidern) 30€. (Friedrichshafen): Bành Hên 30€. Phạm Thị Tiết Hồng 35€. (Schweiz): Huỳnh Sang 200€. Lim-Trịnh Ánh Hồng 100€. Phạm Thị Nga Jacqueline 100€. Lê Quỳnh Thư 50€. (Braunschweig): Nguyễn Văn Hùng 30€. Nguyễn Thị Hương 40€. Lý Quốc Bình (France) 50€. (Hamburg): Dr. Nguyễn Hoàng Cường & Dr. Nguyễn Thị Minh Ngọc 20€. Nguyễn Hữu Huấn 20€. Lữ Thục Trinh 40€. Bùi Mạnh Hùng (Dorsten) 20€. Châu Thanh Quang (Regensburg) 25€. Vũ-Nguyễn Thị Ngọc Dung 30€. Nguyễn Chí Dung (Hanau) 70€. Nguyễn Văn Thuận (Bonn) 30€. Trịnh Thị Hoài Thu (Oberhausen) 30€. Li, Trần Thúy Phượng (Pforzheim) 30€. Trần Anh Tuấn (Erberdingen Hochdorf) 25€. Đặng Văn Châm (Altbach) 50€. (Düsseldorf): Hứa Mỹ Hiền 40€. Vương Tấn Phong 20€. Trần Thị Bạch Huệ (Filderstadt) 30€. Đinh Anh Ngọc (Schwäbisch-Hall) 40€. Nhu Hecker (Babenhausen) 50€. Lương Hà (Weissbach) 30€. Nguyễn Lê Dân (Wittlich) 20€. Vực Dương (Oldenburg) 50€. Lâm Kiên & Lý Thủy (Stadthagen) 20€. Vũ Quỳnh Hoa (Nguyễn/ Vũ) (Göppingen) 30€. Vũ Đình Hải (Laatzen) 20€. Nguyễn Thị Thu Hồng (Donaueschingen) 20€. Nguyễn Thị Tuyết Hồng (Bad Oeynhausen) 30€. Hồ Thị Thu Hà (Münster) 30€. Ngô Ngọc Hiếu (Berlin) 20€. Gina Bạch (Oberkirchen) 20€. Trịnh Thu Thủy (USA) 50€. Nguyễn Văn Thạch (Plochingen) 20€. Bích Ngọc Rüttiger (Sandber-Langenleiten) 20€. Đặng Thị Tuyết (Cuxhaven) 20€. Nguyễn Thị Kim Sanh (Nürnberg) 50€. Hien Quang Han (Waiblingen) 60€. Nguyễn Hùng Việt (Recklinghausen) 20€. Nguyễn Hữu Vui (Langen) 20€. Wolgang-Dung Lotz (Dürentrup) 20€. Lê Văn Công (Villingen-Schwenningen) 30€. Bành Văn Phong (Wiesbaden) 30€.

* ẤN TỐNG

Gđ. Trần Cẩm Dung (Canada) 100€. Huỳnh Thị Helena & Quảng Tuấn Huỳnh Tài Nhân Toni (Berlin) 50€. Diệu Hoa Văn Thị Ánh Hồng & Quảng Tâm Huỳnh Văn Chinh 100€.

-Thiền Môn Nhựt Tụng:

Pagode Viên Minh (Schweiz) 2.109,26€.

* TƯỢNG PHẬT

-Phật Quan Âm: Lâm Kim Khánh (Mönchengladbach) 120€.

-Phật Dược Sư & Quan Âm: Lý Trung Hà 30€. Nguyễn Chí Thanh 50€.

-Thiên Thủ Thiên Nhãn & Quan Âm linh xăm: Thiện Hà Đặng Thị Hằng Teickner (Langenhagen) 60€.

* Tết & Rằm Tháng Giêng

Ẩn danh 10€. Lý Hương (Bad Iburg) 30€. Bích Ngọc (Sandber-Langenleiten) 10€. Phan Kim Oanh (Sugenheim) 20€.

**\* Sửa Chùa**

Nguyễn Chí Thanh 50€. Nguyễn Tuyết Nga (Karlsruhe) 50€. Vực Dương (Oldenburg) 20€.

**\* Học viện Phật Giáo Viên Giác**

Annelie Stoltenburg 100€. Đồng Tâm 50€. Gđ. Diệu Tịnh, Diệu Hải Vũ Thùy Giang 1.500€. Gđ. Pt Diệu Tịnh & Tuấn Hằng 5.000€. Giác An Trịnh Kim Yến 500€ (lần 3). Hà-Phước Mai 100€. Huỳnh Thị Nam 100€. Johannes Zuidema 50€. Kim Anh & Angela 15€. Lê Thị Kiều Hoa 1.000€. Lê Thị Tiến 150€. Lê Thị Xuyến 198,32€. Lê Xuân Vương 10€. Mai & Wolfgang Heidrich 5.000€. Nguyễn Thị Diệu Hạnh 1.500€. Nha Xanh GmbH 600€. Thái An Giang 100€. Trần Thanh Hương 50€. Trịnh Kim Yến (Giác An) 500€. Vo Song Huyen Nguyen, Đức Huy Đường & Hải Yến Đường 300€. Vũ Thị Đoan Chinh 100€. Liên Hoa Thắng Hội Aurich (Aurich) 1.000€. Linh Sơn Le Tiến (Australia) 115,64€. Thủy Adreas-Diệu Sơn (Bremen) 400€. Trần Cẩm Dung (Canada) 350€. Gđ.Pt. Nguyễn Xuân Bình Pd Thuần Tâm (Darmstadt) 200€. Hứa Mỹ Hiền (Düsseldorf) 50€. Diệu Lưu, Diệu Hương & Diệu Hậu (France) 600€. Nhựt Hòa Võ Văn Thắng 200€. Huỳnh Các Đằng Pd Thiện Cao (Hanau) 100€. Nguyễn Tuyết Nga (Karlsruhe) 50€. Thị Tâm Ngô Văn Phát (Laatzen) 200€. Bành Tâm Sơn (Niddatal Assenheim) 20€. Trần Phụng & Diệu Hiền (Schweden) 500€. Ni Sư Pháp Hải & Chùa Pháp Lâm Thiền Tự (Taiwan) 3.000€. Hong Van D Nguyên Pd Nhật Đồng Bảo (USA) 1.622€. Nguyễn Tường Lực (USA) 4.785,6€. - Sư Cô Thích Nữ Hạnh Trì (USA) 9.524€. Sư Cô Thích Nữ Chơn Phương Bảo 952€. BS. Vũ Huỳnh Bích Thủy 476€.

**\* Đèn Dược Sư**

Hứa Phú Kiều & Hứa Hiền 50€. Lữ Thục Trinh (Hamburg) 20€.

**\* Trai Tăng**

Fam. Vương (Emden) 350€.

**\* TỪ THIỆN & XÃ HỘI**

-*Cô nhi, Cùi, Mù & Dưỡng lão:* Lê Thị Hoe 40€. Nguyễn Chí Thanh 100€. Đào Thị Hồng Nguyên (Edewecht) 100€. Dr. Nguyễn Hoàng Cường & Dr. Nguyễn Thị Minh Ngọc (Hamburg) 50€. Nguyễn Tuyết Nga (Karlsruhe) 100€. Phi Quang 30€.

-*Giúp người nghèo:* Nguyễn Thị Kim Lan 50€. Van Khanh Werner 200€.

-*Bão lụt Việt Nam:* Nguyễn Hồng Thương (Aurich) 50€. Nguyễn Thị Thu Hồng (Donaueschingen) 50€.

-*Nồi cháo tình thương:* Phạm-Nguyễn Thị Thu Thủy (Belgique) 100€. Nguyễn Tuyết Nga (Karlsruhe) 50€.

-*Mổ mắt tìm lại ánh sáng:* Nguyễn Tuyết Nga (Karlsruhe) 50€. Phi Nam („) 30€. Võ Thị Ánh Tuyết (Moers) 500€.

-*Phóng sanh:* Nguyễn Chí Thanh 50€. Đào Thị Hồng Nguyên (Edewecht) 50€.

**\* Ký tự**

Ni Sư TN Hạnh Khánh (Danmark) 500€ HHHL Phạm Thị Cóong Pd Như Quảng (Sanh Quý Dậu. Mất 24.09 Giáp Thìn. Thượng thọ 93 tuổi). Lữ Thục Trinh (Hamburg) 20€.

**\* Học bổng Tăng Ni Việt Nam**

Bành Tâm Sơn (Niddatal Assenheim) 20€.

ĐỊNH KỲ (Tháng 11 & 12/2024)

An Duyên Nguyễn Thị Nhứt 10€. Chöling 600€. Christian Leupold 60€. Đặng Quốc Minh 20€. Đào Thị Hiền 40€. Diệu Khai, Diệu Ngọc & Quảng Tâm 100€. Đỗ Thái Bằng 60€. Đỗ Thị Hồng Hạnh 10€. Đoàn Thanh Vũ Phước 20€ HHHL Đồng Phước Võ Thị Hai. Đồng Giới Nguyễn Thị Thu 10€. Đồng Hoa & Thiện Mỹ 10€. Dương Anh Tuấn & Đinh Thị Hồng Đào (Norderney) 20€. Gđ. Nguyên Huệ & Diệu Mẫn 100€. Gđ. Thị Thiện Phạm Công Hoàng 50€. Gđ. Thiện Nam & Thiện Hồng 50€. Gđ. Viên Tú Nguyễn Thị Anh 10€. Hà Đoàn Thục Như 1.000€. Hà Ngọc Kim 50€ HHHL Diệu Hạnh Đinh Thị Hợi. Hồ Thị Nguyệt 50€. Hoàng Thị Nhung 20€ HHHL Hoàng Văn Lịch. Hoàng Thị Phúc 10€. Hoàng Thị Tân 120€. Hồng Nghiệp Phan Quỳnh Trâm 10€. Hứa Thiện Cao 10€. Hue Wollenberg 20€. Lâm Đức Toàn 10€. Lâm Thị San 20€. Lê Minh Sang 60€. Lê Thị Hoe 20€. Lê Thị Ngọc Hân 100€. Lê Thị Tiến 50€. Lê Thùy Dương 20€. Lê Văn Đức 20€. Lorenz & Kion Spyra 10€. Lý Kiến Cường 30€. Lý Lăng Mai (Saarbrücken) 20€. Manuela Horn 20€. Ngô Thị Thắng 20,46€. Nguyễn Hoàng Vũ & Nguyễn Thị Thanh Phương 20€. Nguyễn Liên Hương 40€. Nguyễn Ngọc Đương 10€. Nguyễn Quang Hùng 30€. Nguyễn Quốc Định 30€. Nguyễn Thị Diệu Hạnh 40€. Nguyễn Thị Hiền 20€. Nguyễn Thị Hồng Anh 250€. Nguyễn Thị Hồng Quyên 20€. Nguyễn Thị Kim Lê 20€. Nguyễn Thị Minh Sáu 40€. Nguyễn Thị Ngọc Thảo (Straubenhardt) 50€. Nguyễn Thị Thẩm 20€. Nguyễn Thị Thu 20€. Nguyễn Thị Thu Nguyệt 20€. Nguyễn Thiện Đức 100€. Phạm Thị Mai & Minh Trương 40€. Phạm Văn Dũng & Đỗ Thị Cúc 12€. Phan Đình Du 100€. Phan Thị Dương 25,56€. Phan Thị Lan 20€. Phùng Văn Thanh 30€. Pt. An Duyên Nguyễn Thị Nhựt 10€. Quách-Lê Thị Kim Thu 50€. Quảng Thiện Nguyễn Trọng Bình 40€. Rafael Adam Spyra 20€. Sabine & Phan-Trương Trần Vũ 100€. Spyra Tu Binh 20€. Tạ Thị Ngọc Dung 60€. Thái Kim Sơn 80€. Thái Quang Minh 200€. Thị Bích Lan Nguyễn-Erhart 30€. Thiện Chơn Ngô Quang Vinh 40€. Thiện Độ Ngô Quang Đức 80€. Thiện Nam & Thiện Hồng 50€. Thiện Thủy Vũ Thị Xuyến 30€. Tôn Thúy 40€. Trần Mạnh Thắng 100€. Trần Tân Tiếng 22€. Trần Thị Kim Lệ 10€. Trần Thị Ngọc Anh (Trần Lăng Hía) 20€. Trần Thị Thanh 30€. Trần Thị Thu Thủy 10,22€. Trần Văn Dân 15€. Trương Ngọc 100€. Uông Minh Trung 20€. Viên Tú Nguyễn Thị Anh 10€. Võ Thị My 20,46€. Võ Thị Mỹ 20€. Võ Văn Hùng 30€. Vũ Đình Đức 30€. Vũ Quang Tú 100€. Vũ Thị Tường Nhân 20,46€. Young Thị Thanh 30€.

**Tu Viện VIÊN ĐỨC**

(Từ 01.10.2024 đến 31.12.2024)

Tam Bảo

Ẩn danh 20€ HHHL Thái Thanh Nga. Ẩn danh 50€ HHHL Thái Thanh Nga. Anh Mưu 20€ HHHL em Thắng. Bành Hên 60€. Đào Thúy Uyên (Định kỳ) 50€. Diệu Ngọc & Quảng Tâm 60€. Đỗ Văn Vinh 30€. Đồng Chí Văn Thị Huệ 20€. Đồng Huệ Huỳnh Thị Đại 50€. Đồng Phúc & Đồng Hậu 20€. Đồng Phước 100€. Dương Thị Ngọc Liên 30€. Fam. Ho 20€. Fam. Phạm Thu Cúc 20€. Fam. Tá & Loan 50€ HHHL Thái Hồng Hoa. Gđ. Khuôi 50€ HHHL Thái Thanh Nga Pd Đồng Sanh. Gđ. Linh Hiền 100€ HHHL Thái Thanh Nga. Gđ. Ngô Văn Chia 20€. Gđ. Tuấn & Thương 100€ HHHL Thái Thanh Nga. Gđ. Tuấn & Thy 100€. Gđ. Vũ Thị Châm và con Phạm Elvis 50€. Hồ Thị Thanh Bình 60€. Hứa Mỹ Hiền 30€. Kim Loan Lâm Thị Maier 15€. Lai Trung Việt & Lo Thị Phương 60€. Lan Anh & Sơn 50€. Lê Thị Kim Loan 60€. Lê Thị Ngọc Mai 20€. Lê Thị Tuyên 20€. Lê Thúy Hà 30€. Liêu Thái Hòa 2.000€. Na-Trương 50€. Nguyễn Thị Kim Dung 150€ HHHL Trần Hữu Phúc Pd Thanh Tran. Nguyễn Thị Minh Phương 30€. Nguyễn Thị Thúy Hà 30€. Nguyễn Thu Hương 10€. Nguyễn Thu Trang 10€. Nguyễn Thị Minh Phương 30€. Phạm Thái Hùng 15€. Phát & Điệp 50€. Pt. Đức Quán 100€. Quách Thị Phương & Văn Khánh 30€. Quách Thị Phương 1.000€ HHHL Quách Văn Khánh Pd Thiện Vận. Quách Việt Anh, Vũ Thu Huyền, Vũ Elina Gia Hân & Vũ Louis Gia Huy 50€. Sinh & Loan 20€. Thanh Hương Bauer 30€. Thiện Giới Quách Thị Phương 30€ HHHL Thái Thanh Nga. Trần Hoàng Minh 60€. Trần Hữu Lượng 100€. Trần Mạnh Thắng 150€. Trần Thị Nga 30€. Trần Thị Nở 60€. Trần Thu Dung (Fam. Dung Thai) 100€. Trung Do 50€. Vasana Eble 20€. Vợ Chồng Phước & Loan 100€ HHHL Thái Thanh Nga. Vợ Chồng Thọ & Giang 100€ HHHL Thái Thanh Nga. Võ Thị Thúy Linh 120€ HH công đức Nguyễn Thị Xuân & Thái Hồng Hoa. Vũ Đình Đức 45€. Lê Thị Liệu (Dresden) 30€. Nguyễn Thị Minh Phương (Erbach) 30€. Gđ. Nguyễn Tuấn Khanh (Esslingen a.N) 600€ HHHL Trương Thị Hồng Loan & Chị Hoa Pd Đồng Sanh. Sơn & Chiến (Gossau/Schweiz) 50€. Lan Nguyễn (Lindau) 20€. Lê Phương Lệ 20€. Lê Vân Hương & Lưu Vĩnh Hùng 60€. Trần Thúy Nga (Neukirch) 10€. Nguyễn Thị Bích Thủy (Neu-Ulm) 50€. Nguyễn Thị Lan Anh 30€. Hùng & Thủy (Nonnenhorn) 50€. Gđ. Chị Nhung (Österreich) 20€. Lê Thị Ngọc Mai 20€. Hiền Đặng (Sindelfingen) 30€. Phạm Thu Hằng (Tettnang) 20€.

Nguyễn Thị Ninh (Wangen) 10€.

*
* *

Khi chuyển tịnh tài cúng Chùa, xin quý vị vui lòng ghi vào nơi (Verwendungszweck = mục đích cho việc gì) để văn phòng dễ làm việc. Quý vị ở xa ngoài nước Đức cũng có thể gửi tiền mặt hoặc Check trong thư, có thể gửi thường hoặc bảo đảm về chùa. Xin thành thật cám ơn quý vị. Tất cả mọi sự Cúng Dường định kỳ hoặc những lễ lạc khác cho Chùa, quý vị đều có thể lấy Giấy Khai Thuế lại (bằng tiếng Đức) để cuối năm quý vị có thể khai khấu trừ thuế với Chính Phủ. Quý vị nào cần, xin liên lạc về Chùa qua Email: pagodevg2020@gmail.de bằng thư hoặc điện thoại, cho đến cuối tháng 4 mỗi năm; chúng tôi sẽ gửi giấy đến quý vị.

Quý vị chuyển tịnh tài về Chùa Viên Giác, xin chuyển vào Konto mới như sau:

**1.** Congr.d.Verein Vietn.Buddh.Kirche Abteilung i.d
Sparkasse Hannover
Konto Nr. 910 403 066
BIC: SPKHDE2HXXX
IBAN: DE40 2505 0180 0910 4030 66

**2.** Chùa Viên Giác có số Konto riêng cho
Học Viện Phật Giáo Viên Giác như sau:
Vien Giac Institut
Konto-Nr.: 910 570 655
BIC: (Swift-Code): SPKHDEHXXX
IBAN: DE 90 2505 0180 0910 5706 55
Sparkasse Hannover

**3.** Ngoài ra Tu Viện Viên Đức ở Ravensburg có số Konto như sau:
Kloster Vien Duc
BIC: SOLADES1RVB
IBAN: DE53 6505 0110 0111 3020 68
Kreissparkasse Ravensburg

DANH SÁCH NHỜ ĐĂNG CỦA HỘI VAF ĐỨC QUỐC

Danh sách đợt 1 Mạnh Thường Quân tài trợ tu sửa Nghĩa Trang Quân Đội Biên Hòa từ ngày 01.12.2024 đến ngày 09.01.2025:
Sari Dao (Duisburg)100€; Qui Dai & Thi Hoa Nguyen 50€; Chau Le 20€; Nguyễn Mạnh Thưởng (Hamburg) 50€ , Nguyễn Tích Phùng (Hamburg) 200€. Liên Hội Trùng Tu Nghĩa Trang Quân Đội Biên Hòa xin chân thành cám ơn quí vị Mạnh Thường Quân.

Đại diện Hội VAF ở Đức Quốc, Nguyễn Tích Phùng. Tel. (049) 0157 8726 3989. Email: phungnguyen34@gmail.com

Ngày....... tháng ........ năm 20 ....

**PHIẾU ỦNG HỘ BÁO VIÊN GIÁC**

Số hiệu độc giả (SH) ................................................
Họ và tên : ................................................................
Địa chỉ : ....................................................................
................................................................................
Tel./Email : ...............................................................
Số tiền    : ................................................................
Giấy chứng nhận khai thuế:  Có   ☐     Không ☐
Độc giả mới ☐         Độc giả cũ ☐
Nếu thay đổi địa chỉ nhận báo, xin ghi rõ địa chỉ cũ dưới đây :
................................................................................
................................................................................

Congr.d.Verein Vietn.Buddh.Kirche Abteilung i.d
Sparkasse Hannover
Konto Nr. 910 403 066
BIC: SPKHDE2HXXX
IBAN: DE40 2505 0180 0910 4030 66

# Hộp thư Viên Giác

Trong thời gian qua VIÊN GIÁC đã nhận được những thư từ, tin tức, tài liệu, bài vở, kinh sách, báo chí của các Tổ Chức, Hội Đoàn, Tôn Giáo và các Văn Thi Hữu khắp các nơi gửi đến.

**\* THƯ TÍN**

- **Đức:** HT Thích Như Điển, Nguyên Đạo, Đại Nguyên, Hoa Lan Thiện Giới, Thi Thi Hồng Ngọc, Tịnh Ý, Bs. Trương Ngọc Thanh, Nguyên Hạnh HTD, Nguyễn Chí Trung, Trần thị Hương Cau, Đan Hà, Thu Chi Lệ, Thiện Mỹ (GĐPT).

- **Pháp:** Hoang Phong, Chúc Thanh.

- **Bỉ:** Nguyên Trí Hồ Thanh Trước.

- **Hòa Lan:** Nguyễn Hoàn Nguyên.

- **Thụy Sĩ**: Trần Thị Nhật Hưng.

- **Áo**: Nguyễn Sĩ Long.

- **Ý**: Trương Văn Dân, Huỳnh Ngọc Nga.

- **Hoa Kỳ**: Diệu Minh Tuệ Nga, Lâm Minh Anh, Diễm Châu Cát Đơn Sa, Nguyễn Minh Tiến, Phan Tấn Hải, Tiểu Lục Thần Phong, Nguyên Túc.

- **Canada**: Thái Công Tụng.

- **Úc Châu**: Quảng Trực Trần Viết Dung.

- **Việt Nam**: HT Thích Thái Hòa, Bs. Đỗ Hồng Ngọc, Nguyễn An Bình, Tịnh Bình, Lê Hứa Huyền Trân, Nguyễn Thị Thanh Thủy.

**\* THƯ & SÁCH BÁO**

- **Đức**: Tibet & Buddhismus Nr.131. Buddhismus Aktuell 1/2025. D+C – E&Z 3/2024.

-**Pháp:** Bản Tin Khánh Anh số 143.

-**Taiwan:** Hai Ch'ao Yin Bi – monthy –Volume 105/12.2024.

# công ty kiều hối Hoa Le Finanztransfer GmbH

# chuyển tiền ...

## đến mọi miền đất nước một cách an toàn và nhanh chóng !

Đến với chúng tôi, Quý khách sẽ hài lòng với dịch vụ hợp pháp, bảo đảm, thuận lợi và nhanh chóng nhất; các phương thức phục vụ đạt hiệu quả cao với lệ phí thấp.

Khách hàng có thể nhận Euro, đồng VN (theo tỷ giá niêm yết của ngân hàng Việt Nam), tại một trong những điểm phát đặt ở hầu hết các tỉnh, thành trong cả nước; bưu điện địa phương; tài khoản riêng; hoặc chúng tôi giao đến tận nhà.

**hoalefinanz finanztransfer GmbH**
địa chỉ đáng tin cậy của Quý khách

Hoa Le Finanztransfer GmbH
Schwabstr. 22 • 70197 Stuttgart
info@hoale.net • www.hoale.net

Bankverbindung: LBBW / BW-Bank
IBAN: DE45 6005 0101 0405 5781 68
BIC: SOLADEST600

**fon: 0711/ 35 14 294 & 295**
**fax: 0711/ 35 14 296**

QC_VG_150115

---

# DONG NAM REISEN

*Trung Tâm Du Lịch*

## Tận Tâm, Tín Nhiệm, Nhanh Chóng, Bảo đảm Giá Rẻ

Hãy liên lạc cho bằng được Đông Nam trước khi quyết định du lịch.
Chắc chắn quý vị sẽ được hài lòng với Đông Nam, nơi rất đáng tin cậy,
đã phục vụ cộng đồng nhiều năm qua.

**Vietnam Airlines**
ab 765 Euro

**Emirates**
ab 890 Euro

**Turkish Airlines**
ab 760 Euro

**Qatar Airways**
ab 765 Euro

Chúng Tôi có bán vé cho các Hãng bay khác:

Nhận lo Visa và Miễn thị thực, Hộ Chiếu và các thủ tục Sứ Quán
Vé Cho Thân Nhân từ Việt Nam Sang Đức/Âu Châu

| | | |
|---|---|---|
| Đông Nam Reisen<br>Stickgraser Damm 72A - 27751 Delmenhorst<br>Tel. 04221/680224<br>Handy 0178-2691708 und 0172-1454497 | DONG NAM REISEN<br>IBAN: DE77 2805 0100 0000 8369 40<br>BIC: SLZODE22XXX<br>Internet: www.dongnam.eu | Giờ làm việc:<br>Thứ hai đến thứ sáu 08:00 đến 19:00 giờ<br>Thứ bảy       08:00 đến 13:00 giờ<br>E-mail: info@dongnam.eu |

**Phòng khám bệnh P.E.R.G.®**
theo „Năng Lượng TÂM-THẾ Liệu Pháp P.E.R.G.®"

do Đh. Gs. (PERG) **THỊ CHƠN** Ngô Ngọc Diệp phát minh, được Cơ quan Bảo vệ Phát minh và Thương hiệu Đức (Deutsches Patent- und Markenamt) công nhận ngày **11.06.2012** - Nr.30 2012 025 325

- Đh. Gs. (PERG) **THỊ CHƠN** Ngô Ngọc Diệp là chuyên gia **Tâm lý Trị liệu** (HP Psy), Giảng sư **PERG** cho **Viện Y Khoa PARACELSUS Đức** – *tương đương Đại học Y học Dân tộc VN* – chuyên chẩn trị mọi bệnh: Thân; Rối loạn Tâm lý; Rối loạn Tâm thần; Rối Loạn Phát triển của Trẻ em và Thanh thiếu niên - đặc biệt những bệnh **TÂM-THẾ** là bệnh Thân do TÂM (psycho-somatic) và **HẬU-Covid** (Long-Covid);

- Ứng dụng „MIỄN DỊCH LIỆU PHÁP P.E.R.G.®" (immun therapy P.E.R.G.®) – độc nhất trên thế giới!

**Địa chỉ:** Tổ hợp Y khoa „Wendepunkt"
Oetzenstr. 1, 30169 Hannover, Germany
U-Bahn: Königsworther Platz
Hẹn lịch chẩn trị **trực tiếp** hay **trực tuyến** (online) kính xin Quý Vị liên lạc:
E-Mail: thichon@arcor.de
Mobil: (+49)176-43411238
www.nangluongtamtheperg.info

---

**Party Service MAI**

**TIỆC CƯỚI
LIÊN HOAN
SINH NHẬT**

• Nhận nấu các món ăn Á Châu, các món **Chay**, các món **Đức**.

• Nhận theo yêu cầu của quý vị : Buffet, Selbstservice (với những dụng cụ giữ nóng thức ăn) hoặc Bedienung.

*Quý vị chắc chắn sẽ hài lòng với sự phục vụ tận tình và nhiều năm kinh nghiệm.*

**Mobil: 0157 8950 9371.**

**Email: tranvo.mai@gmail.com**

---

Xin cảm ơn quý khách đã tin tưởng chúng tôi

**PHÒNG VÉ Á CHÂU**

**Flug Reisen**
Asien Agentur

BẠN MUỐN BAY, CHỈ CẦN GỌI ĐIỆN

**08638 / 888 754**

* Dịch vụ mới: đặt hotel khắp thế giới
* Taxi giá rẻ chở khách ra sân bay München (5 chỗ, 8 chỗ)
* Thường xuyên cập nhật chương trình khuyến mãi phục vụ quý khách
* Dịch vụ VISUM GẤP 24 GIỜ

**BÁN VÉ MÁY BAY TRẢ GÓP
KHÔNG CẦN BẢNG LƯƠNG**

Grüner Weg 81, 84478 Waldkraiburg
Tel. 08638 888 754, Fax. 03212 888 7540
Email: truong@flug-reisen-agentur.de

---

**Chinh Thao - Reise**
Reuter Str. 17a – 49377 Vechta
Tel. 04441/918573/ 72. Tel. 04441/911559 – Fax: 04441/918571
**Handy: 0172 725 66 03**

**BÁN VÉ MÁY BAY ĐI KHẮP THẾ GIỚI
CỦA TẤT CẢ CÁC HÃNG HÀNG KHÔNG**

* Vé thăm thân - đoàn tụ (Từ Việt Nam sang Đức/ Châu Âu)
* Thủ tục Lãnh sự (Miễn Thị thực, Visa, đổi Hộ chiếu,...)
* Chuyển tiền: Nhận tại VN bằng EUR, US Dollar hoặc Đồng VN
* Bảo hiểm, Y tế, Thăm thân, Du lịch   * Dịch thuật giấy tờ

*Chúng Tôi Làm Việc Tận Tâm, Nhiệt Tình, Vui Vẻ Và Uy Tín*

www.chinhthao-reise.de  *Email:lehai-reise@t-online.de  *Email: info@chinhthao-reise.de

Giờ làm việc: Thứ 2 - Thứ 6 : 9:00 - 12:30 và 14:00-18:00
Thứ 7: 9:00 – 14:00
Bankverbindung: Volksbank Vechta eG
DE: 83 2806 4179 0143 4632 00   IBAN: GENODEF1VEC

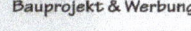

## CHUYÊN THIẾT KẾ & THI CÔNG
### TIỆM NAILS, NHÀ HÀNG, TRÀ SỮA, NHÀ,...

**ĐÓNG BÀN THỜ TẠI ĐỨC, CUNG CẤP KHẮP CHÂU ÂU.**

- Xưởng gỗ công ty tại khu công nghiệp Braunschweig làm theo và kích cỡ yêu cầu.
- Đóng đồ gỗ:
  + Bàn Nails, quầy tính tiền, tủ đựng màu,...
  + Bàn ghế, quầy nước, Deco, Deco nhà hàng, Trà sữa
* Làm bàn ghế nhà hàng, Deco,..
* Quảng cáo trong nhà, ngoài trời
* Cắt Deco, Logo trên máy CNC, máy Laser
* Hộp đèn, Chữ nổi 3D
* Vẽ 3D cho tiệm

Milecom Thanh Nhan GmbH / Braunschweig - Germany / Ing. Van Minh Le - Handy: 01522 3991011
www.milecom.de - Email: info@milecom.de - fb/milecom.werbung

www.ingramcontent.com/pod-product-compliance
Lightning Source LLC
LaVergne TN
LVHW072126060526
838201LV00071B/4986